ಡಾ. ವಾಸುದೇವ ಶೆಟ್ಟಿ

ಡಾ. ವಾಸುದೇವ ಶೆಟ್ಟಿಯವರು ಉತ್ತರ ಕನ್ನಡ ಜಿಲ್ಲೆಯ ಹೊನ್ನಾವರ ತಾಲೂಕಿನ ಶರಾವತಿ ಹೊಳೆಸಾಲಿನ ಜಲವಳ್ಳಿಯವರು. ಪ್ರಕೃತಿ ರಮಣೀಯ ತಾಣವಾದ ತಮ್ಮ ಹುಟ್ಟೂರಿನಲ್ಲಿಯೇ ಪ್ರಾಥಮಿಕ ಶಿಕ್ಷಣವನ್ನು ಪಡೆದ ಅವರು ಆರನೆ ತರಗತಿಯಿಂದ ಪದವಿಯ ವರೆಗೆ ಹೊನ್ನಾವರದಲ್ಲಿ ಓದಿದರು. ಕನ್ನಡ ಪ್ರಧಾನ ವಿಷಯದೊಂದಿಗೆ ಪ್ರಶಸ್ತಿ ಸಹಿತ ಪದವಿ ಪಡೆದ ಬಳಿಕ ಧಾರವಾಡದ ಕರ್ನಾಟಕ ವಿಶ್ವವಿದ್ಯಾನಿಲಯದಿಂದ ಕನ್ನಡ ಸಾಹಿತ್ಯದಲ್ಲಿ ಎಂ.ಎ. ಪದವಿ ಪಡೆದರು. ಕಾರವಾರದಲ್ಲಿ ಮೂರು ವರ್ಷ ಉಪನ್ಯಾಸಕರಾಗಿ ಕೆಲಸ ಮಾಡಿ ನಂತರ ಊರಿನಲ್ಲಿ ಎರಡು ವರ್ಷ ಕೃಷಿ ಮಾಡಿದರು. ಮದುವೆಯಾಗಿ ಮಗ ಹುಟ್ಟಿದ ಬಳಿಕ 1990ರಲ್ಲಿ ಬೆಳಗಾವಿಯಲ್ಲಿ ಪತ್ರಿಕೋದ್ಯೋಗಿಯಾದರು. 1997 ಫೆ. 18ರಂದು ಕನ್ನಡಪ್ರಭ ಸೇರಿ 2020ರ ಡಿಸೆಂಬರ್ 31ರಂದು ನಿವೃತ್ತರಾದರು. ಕವಿತೆ, ಕತೆ, ಕಾದಂಬರಿ, ಪ್ರಬಂಧ, ಸಾಹಿತ್ಯ ವಿಮರ್ಶೆ ಮತ್ತು ಗ್ರಾಹಕ ಹಿತರಕ್ಷಣೆ ಅವರ ಆಸಕ್ತಿಯ ಕ್ಷೇತ್ರಗಳು. ಅವರು ಹಂಪಿ ಕನ್ನಡ ವಿಶ್ವವಿದ್ಯಾನಿಲಯದಿಂದ 'ಆಧುನಿಕ ಕನ್ನಡ ಸಾಹಿತ್ಯದಲ್ಲಿ ಪತ್ರಿಕೆಗಳ ಪಾತ್ರ' ಎಂಬ ವಿಷಯದಲ್ಲಿ ಪಿಎಚ್.ಡಿ. ಪದವಿ ಪಡೆದಿದ್ದು, ಅದನ್ನು ಕನ್ನಡ ಸಾಹಿತ್ಯ ಪರಿಷತ್ತು ಪ್ರಕಟಿಸಿದೆ.

ವಾಸುದೇವ ಶೆಟ್ಟಿಯವರ ಪ್ರಕಟಿತ ಕೃತಿಗಳು:

1. ಅವಸ್ಥೆ–ಕವನ ಸಂಕಲನ
2. ಬಲೆ–ಕಾದಂಬರಿ
3. ಕಾಲುಬಂದ ಕುರುವ–ಕಥಾಸಂಕಲನ
4. ಆಧುನಿಕ ಕನ್ನಡ ಸಾಹಿತ್ಯದ ಬೆಳವಣಿಗೆಯಲ್ಲಿ ಪತ್ರಿಕೆಗಳ ಪಾತ್ರ –ಪಿಎಚ್.ಡಿ. ಮಹಾಪ್ರಬಂಧ
5. ತೇರಿಗೆ ಹೋಗುವ ಬಾರೆ ತಂಗಿ–ಪ್ರಬಂಧ ಸಂಕಲನ
6. ಗ್ರಾಹಕ ರಕ್ಷಕ–ಗ್ರಾಹಕ ನ್ಯಾಯಾಲಯಗಳ ತೀರ್ಪುಗಳು
7. ಕ್ಷಯ–ಕಾದಂಬರಿ

ಪ್ರಕಟಣೆಗೆ ಸಿದ್ಧವಾಗಿರುವ ಕೃತಿಗಳು:

8. ಕೃತಿ ನಿಕಷ–ಪುಸ್ತಕಾವಲೋಕನಗಳ ಸಂಕಲನ
9. ಜಗತ್ಪ್ರಸಿದ್ಧ ಗೂಢಚಾರರು–ಸತ್ಯಕತೆಗಳು
10. ಶಬ್ದಪುರಾಣ–ಶಬ್ದಾವಲೋಕನ ಅರ್ಪಣೆ

ಕ್ಷಯ

ಕಾದಂಬರಿ

ಡಾ. ವಾಸುದೇವ ಶೆಟ್ಟಿ

ವೀರಲೋಕ ಬುಕ್ಸ್ ಪ್ರೈ.ಲಿ.
207, 2ನೇ ಮಹಡಿ, 3ನೇ ಮೇನ್, ಚಾಮರಾಜಪೇಟೆ
ಬೆಂಗಳೂರು–560018. ಮೊಬೈಲ್: 70221 22121
ಇಮೇಲ್: veeralokabooks@gmail.com
ವೆಬ್‌ಸೈಟ್: www.veeralokabooks.com

KSHAYA
A novel by **Dr. Vasudeva Shetty**

Published by:
VEERALOKA BOOKS PVT. LTD.
207, 2nd Floor, 3rd Main
Chamarajpet, Bengaluru - 560018

Mobile : +91 7022122121
E-mail : veeralokabooks@gmail.com
Website: www.veeralokabooks.com

Price : Rs. 120/-
Pages : 104
First Impression : 2022

Paper used : 90 GSM NS Maplitho
Book size : 1/8th Demy

ISBN : 978-93-94942-25-7

Cover page illustration by : Santosha Sasihitlu
Inner pages illustration by : Vijaya Vikram

Printer : Regal Print Service
No. 92, Pipeline West, Kasturibanagar
Mysore Road Cross, Near Christian Tollgate
Bengaluru - 560026

ಅರ್ಪಣೆ

ಸತ್ಯಾನ್ವೇಷಣೆಯ ಮಾರ್ಗದಲ್ಲಿ
ಹುತಾತ್ಮರಾದ
ನನ್ನ ಗುರುವರ್ಯ
ಡಾ. ಎಂ.ಎಂ. ಕಲಬುರ್ಗಿಯವರ
ನೆನಪುಗಳಿಗೆ

ಬರೆಹಗಾರನ ಬಿನ್ನವತ್ತಳೆ

ಮನುಷ್ಯ ಜಗತ್ತಿನಲ್ಲಿದ್ದುಕೊಂಡು ಮನುಷ್ಯತ್ವದ ನೆಲೆಗಳನ್ನು ಹುಡುಕುವ ಹಂಬಲ ಬಹುಶಃ ಎಲ್ಲರ ಅಂತರ್ಯದಲ್ಲಿಯೂ ಇರುತ್ತದೆ ಎಂದು ನಾನು ಭಾವಿಸುತ್ತೇನೆ. ತನ್ನ ಸಾಮೀಪ್ಯಕ್ಕೆ ಬಂದ ಎಲ್ಲರನ್ನೂ ಒಂದು ಗುಮಾನಿಯ ಕಣ್ಣುಗಳಿಂದಲೇ ನೋಡುತ್ತ, ಅವರಲ್ಲಿಯ ಹುಳುಕುಗಳನ್ನು ಹೆಕ್ಕುತ್ತ ಅವರನ್ನು ಬರೀ ಬೆತ್ತಲುಗೊಳಿಸುವ ಒಂದು ಕುಚೋದ್ಯದ ಬುದ್ಧಿ ಮನುಷ್ಯ ಮಾತ್ರದವನಲ್ಲಿ ಅಲ್ಲದೆ ಇನ್ನಾರಲ್ಲಿ ಇರುವುದಕ್ಕೆ ಸಾಧ್ಯ? ಮನುಷ್ಯನಲ್ಲಿಯ ಛಿದ್ರಗಳೇ ಈ ಹುಳುಕುಗಳು. ಅನ್ಯರಲ್ಲಿಯ ಈ ಛಿದ್ರಗಳು ಸಜ್ಜನನಲ್ಲಿ ಅನುಕಂಪವನ್ನು ಉಂಟುಮಾಡಬೇಕು. ಈ ಅನುಕಂಪ ಯಾವನಲ್ಲಿ ಹೆಚ್ಚು ಪ್ರಮಾಣದಲ್ಲಿ ಇರುವುದೋ ಆತನ ಪ್ರತಿಕ್ರಿಯೆ ಮಾನವೀಯತೆಗೆ ಹೆಚ್ಚು ಹತ್ತಿರವಾಗಿರುತ್ತದೆ. ಹೀಗೆ ಮಾನವೀಯತೆಗೆ ಹೆಚ್ಚು ಹತ್ತಿರವಾಗುವ ಭಾವನೆಗಳು ಯಾವನಲ್ಲಿ ಅಧಿಕವಾಗಿರುತ್ತವೆಯೋ ಆತ ಸೃಜನಾತ್ಮಕವಾಗಿ ಹೆಚ್ಚು ಹೆಚ್ಚು ಪ್ರಾಮಾಣಿಕವಾಗಿ ಇರುವುದಕ್ಕೆ ಸಾಧ್ಯವಾಗುತ್ತದೆ. ಕೇವಲ ಛಿದ್ರಾನ್ವೇಷಣೆ ಮಾಡುತ್ತ ಹೋಗುವುದರಿಂದ ಸಮಾಜದೊಳಗೆ ದೊಡ್ಡದಾದ ಕಂದಕ ಸೃಷ್ಟಿಯಾಗುತ್ತದೆ. ಸೃಷ್ಟಿಕ್ರಿಯೆ ಆಗ ಬೆಸೆಯುವ ಕೆಲಸದ ಬದಲು ಮುರಿಯುವ ಕೆಲಸವನ್ನು ಮಾಡುತ್ತದೆ.

ಸೃಜನಶೀಲ ವ್ಯಕ್ತಿಯೊಬ್ಬನ ಸವಾಲುಗಳು ಉಳಿದವರ ಸವಾಲುಗಳಿಗಿಂತ ಭಿನ್ನವಾಗಿರುತ್ತವೆ. ಏಕೆಂದರೆ ಸೃಜನಶೀಲ ವ್ಯಕ್ತಿ ಪರಿಭಾವಿಸುತ್ತಾನೆ. ಚಿಂತಿಸುತ್ತಾನೆ. ನೊಂದುಕೊಳ್ಳುತ್ತಾನೆ. ಉಸಿರುಕಟ್ಟಿದವನಂತೆ ಚಡಪಡಿಸುತ್ತಾನೆ. ಏಕಕಾಲದಲ್ಲಿ ಖಾಸಗಿಯಾಗಿಯೂ ಸಾರ್ವಜನಿಕವಾಗಿಯೂ ವರ್ತಿಸಬೇಕಾದ ಜವಾಬ್ದಾರಿ ಅವನ ಮೇಲಿರುತ್ತದೆ. ಈ ಕಾರಣಕ್ಕಾಗಿಯೇ ಅವನು ಇತರರಿಂದ ಭಿನ್ನವಾಗಿರುತ್ತಾನೆ.

ಇದನ್ನೇ ಒಂದು ಚಿಕ್ಕ ಉದಾಹರಣೆಯ ಮೂಲಕ ಸ್ಪಷ್ಟಪಡಿಸಿಕೊಳ್ಳಬಹುದು. ರಸ್ತೆ ಬದಿಯಲ್ಲಿ ಒಂದು ಮಾವಿನ ಮರ ಇದೆ. ಅದಕ್ಕೊಬ್ಬ ಮಾಲೀಕನೂ ಇದ್ದಾನೆ. ಅವನೊಬ್ಬ ಸಾಮಾನ್ಯ ವ್ಯಕ್ತಿ. ಆ ಮಾವಿನ ಮರದ ಬಗ್ಗೆ ಆತನ

ಆಲೋಚನೆಗಳು, ಅದು ಬಿಡುವ ಹಣ್ಣು ಯಾವ ಜಾತಿಯದು, ಅದರ ಗಾತ್ರ ಎಷ್ಟು ದೊಡ್ಡದು, ಅದರ ರುಚಿ ಹೇಗಿರಬಹುದು, ಅದು ಮುದಿಯಾಗುವ ವರೆಗೆ ಎಷ್ಟು ದಪ್ಪಕ್ಕೆ ಬೆಳೆಯಬಹುದು, ಅದರಿಂದ ಸಿದ್ಧಪಡಿಸುವ ನಾಟಾಕ್ಕೆ ಎಷ್ಟು ಬೆಲೆ ಬರಬಹುದು ಎಂಬಿತ್ಯಾದಿ ಲೌಕಿಕ ವ್ಯವಹಾರಕ್ಕೇ ಸೀಮಿತವಾಗಿರುತ್ತವೆ. ಅದೇ ಒಬ್ಬ ಸೃಜನಶೀಲ ವ್ಯಕ್ತಿ ಆ ಮರದ ಮಾಲೀಕನಾಗಿದ್ದರೆ ಆತ ಆ ಮರ ಎಷ್ಟು ಜನ ಹಾದಿಹೋಕರಿಗೆ ನೆರಳು ನೀಡಬಹುದು, ಎಷ್ಟು ಜಾತಿಯ ಪಕ್ಷಿಗಳು ಅದರಲ್ಲಿ ಆಶ್ರಯ ಪಡೆಯಬಹುದು, ಅವುಗಳ ಇಂಚರದ ಇಂಪು ಮನಸ್ಸಿಗೆ ಹೇಗೆ ಮುದ ನೀಡಬಹುದು.. ಹೀಗೆಲ್ಲ ಚಿಂತಿಸುತ್ತಾನೆ.

ಒಂದು ಮುಂಜಾನೆ ನಾನು ನಮ್ಮ ಪ್ರದೇಶದಲ್ಲಿಯ ಕೆರೆಯ ಏರಿಯ ಮೇಲೆ ನಡೆದಾಡಿಕೊಂಡು ಹೋಗುತ್ತಿದ್ದೆ. ಕಟ್ಟಡದ ಕೆಲಸಕ್ಕೆ ಉತ್ತರ ಕರ್ನಾಟಕದ ಹಳ್ಳಿಯಿಂದ ಬಂದವನೊಬ್ಬ ನಾಲ್ಕೈದು ನಾಯಿಗಳೊಂದಿಗೆ ಆ ಕೆರೆಯ ಒಡಲೊಳಗೆ ನುಗ್ಗಿದ. ಬೇಸಿಗೆಯಾಗಿದ್ದರಿಂದ ಕೆರೆಯಲ್ಲಿ ನೀರು ಬಹುತೇಕ ಒಣಗಿಹೋಗಿತ್ತು. ಹನೆ ಜಾತಿಯ ಹುಲ್ಲು ಅಲ್ಲಿ ಬೆಳೆದಿದ್ದವು. ಆ ಹುಲ್ಲು ಮತ್ತು ಅಳಿದುಳಿದ ನೀರಿನ ನಡುವೆ ನೀರುಕಾಗೆ ಜಾತಿಯ ಕನ್ನೈದಿಲೆ ಬಣ್ಣದ ಹಕ್ಕಿಗಳು ಬೀಡುಬಿಟ್ಟಿದ್ದವು. ಆ ವ್ಯಕ್ತಿ ಹುಲ್ಲನ್ನು ಬಡಿಗೆಯಿಂದ ಬಡಿಯತೊಡಗಿದಾಗ ಅವನು ಬೇಟೆಗಾರ ಎಂದು ನನಗೆ ಆ ಕ್ಷಣಕ್ಕೆ ಹೊಳೆಯಿತು. ಆತನ ನಾಯಿಗಳು ನಾಲ್ಕೂ ಕಡೆಯಿಂದ ಮುಗಿಬಿದ್ದವು. ಸ್ವಲ್ಪಹೊತ್ತಿನಲ್ಲಿಯೇ ಆತ ತಲೆ ಮುರಿದ ದೊಡ್ಡ ಹಕ್ಕಿಯನ್ನು ಕೈಯಲ್ಲಿ ನೇಲಿಸಿಕೊಂಡು ನನ್ನೆದುರೇ ದಾಟಿ ಹೋದ. ಈ ವಿದ್ಯಮಾನ ಕೆಲಹೊತ್ತು ನನ್ನನ್ನು ವಿಚಾರಶೂನ್ಯನನ್ನಾಗಿ ಮಾಡಿತು. ತನ್ನಪಾಡಿಗೆ ತಾನು ಇದ್ದ ಆ ಹಕ್ಕಿಯನ್ನು ಆತನ ನಾಯಿಗಳು ಬೇಟೆಯಾಡಿದ್ದವು. ಚಿಕ್ಕಂದಿನಲ್ಲಿ ನಾನು ಕೇಳಿದ ಕಪ್ಪೆಯನ್ನು ನುಂಗುತ್ತಿರುವ ಹಾವಿ ಕತೆ ನೆನಪಾಯಿತು. ದೈನ್ಯದಿಂದ ಕೂಗಿಕೊಳ್ಳುತ್ತಿರುವ ಕಪ್ಪೆಯನ್ನು ರಕ್ಷಿಸಿದರೆ ಹಾವಿನ ಆಹಾರವನ್ನು ಕಸಿದುಕೊಂಡಂತೆ. ಬಿಟ್ಟರೆ ಕಪ್ಪೆಯ ಸಾವಿಗೆ ಕಾರಣನಾದಂತೆ. ಸುಮ್ಮನೆ ಯಾವುದನ್ನೂ ಉಪೇಕ್ಷಿಸಿ ಹೋಗುವುದು ಒಂದು ಸೃಜನಶೀಲ ಮನಸ್ಸಿಗೆ ಸಾಧ್ಯವಾಗುವುದಿಲ್ಲ. ಈ ಹಕ್ಕಿ ಬೇಟೆಯ ಘಟನೆ ತುಂಬ ದಿನದಿಂದ ನನ್ನನ್ನು ಕಾಡುತ್ತಿತ್ತು. ಎಲ್ಲವನ್ನೂ ನೋಡುತ್ತ ಆದರೆ ಏನೂ ಮಾಡಲಾಗದಂಥ ಅಸಹಾಯಕ ಸ್ಥಿತಿ ಅದು.

ಸೃಜನಶೀಲ ವ್ಯಕ್ತಿ ಹಾಗೂ ಜವಾಬ್ದಾರಿಯುತ ನಾಗರಿಕ ಇವರಿಬ್ಬರಲ್ಲಿ ಜವಾಬ್ದಾರಿಯುತ ನಾಗರಿಕನೇ ನನಗೆ ಮುಖ್ಯ ಆಗುತ್ತಾನೆ. ಏಕೆಂದರೆ ಆತ ತಕ್ಷಣಕ್ಕೆ ಪ್ರತಿಕ್ರಿಯೆ ನೀಡುತ್ತಾನೆ. ವಾಗ್ವಾದಗಳನ್ನು ಹುಟ್ಟುಹಾಕುತ್ತಾನೆ. ಅನಿಷ್ಟಗಳಿಗೆ ಕಾರಣವಾದವುಗಳ ವಿರುದ್ಧ ಆತ ದನಿ ಎತ್ತುತ್ತಾನೆ. ಆತನಿಗೆ ಪರಿಣಾಮಗಳ ಅಂಜಿಕೆ ಇರುವುದಿಲ್ಲ. ಅದೇ ಸೃಜನಶೀಲ ವ್ಯಕ್ತಿ ಒಂದು

ಪ್ರತಿಭಟನೆಯ ಕೃತಿಯನ್ನು ರಚಿಸಿದರೆ ಅದರ ಪರಿಣಾಮವಾಗಲು ಅದೆಷ್ಟೋ ವರ್ಷಗಳಾಗಬಹುದು. ಆತ ಬರೆದದ್ದು ಪ್ರತಿಕ್ರಿಯಿಸಬೇಕಾದವರಿಗೆ ಅರ್ಥವಾಗದೆ ಹೋಗಬಹುದು. ಜನಸಾಮಾನ್ಯನು ಹೋರಾಟದ ಒಂದು ಭೂಮಿಕೆಯನ್ನು ಸಿದ್ಧಪಡಿಸಿದ ಮೇಲಷ್ಟೇ ಅದರ ವೇಗವರ್ಧಕಕ್ಕೆ ಸೃಜನಶೀಲ ಕೃತಿ ಕಾರಣವಾಗಬಹುದು. ಈ ಹಿನ್ನೆಲೆಯಲ್ಲಿ ಸೃಜನಕ್ರಿಯೆಯ ತತ್‌ಕ್ಷಣದ ಲಾಭ ಅದನ್ನು ಸೃಜಿಸಿದವನಿಗೇ ಹೊರತು ಉಳಿದವರಿಗೆ ಇಲ್ಲ ಎಂದು ಹೇಳಬಹುದು. ಆದರೆ ಸೃಜನಕ್ರಿಯೆಯ ಶಕ್ತಿಯನ್ನು ಎಂದಿಗೂ ಉಪೇಕ್ಷಿಸಲು ಸಾಧ್ಯವಿಲ್ಲ. ಭೂಮಿಯೊಳಗೆ ಬಿದ್ದ ಆಲದ ಬೀಜದಂತೆ ಸೃಜನಕ್ರಿಯೆ. ಸಾಸಿವೆಗಿಂತಲೂ ಕಿರಿದಾದ ಬೀಜವೊಂದು ಬೃಹತ್ ವೃಕ್ಷವಾಗುವ ಕೌತುಕ ಅದು.

ಕೃತಿಯೊಂದು ತಕ್ಷಣಕ್ಕೆ ವಾಗ್ವಾದಕ್ಕೆ ಕಾರಣವಾಯಯಿತು ಎಂದರೆ ಅದರಲ್ಲಿ ಸೃಜನಾತ್ಮಕವಾಗಿ ಅದೇನೋ ಕೊರತೆ ಇದೆ ಎಂದೇ ಲೆಕ್ಕ. ಕೃತಿಯೊಂದನ್ನು ಓದಿದಾಗ ಮನಸ್ಸು ಉದ್ರೇಕಕ್ಕೆ ಒಳಗಾಗಬಾರದು. ಬದಲಿಗೆ ಮನಸ್ಸು ಆರ್ದ್ರವಾಗಬೇಕು. ಉನ್ಮತ್ತ ಸ್ಥಿತಿಯು ಶಾಂತವಾಗಬೇಕು. ಓದುಗನನ್ನು ಆಲೋಚನೆಗೆ ಹಚ್ಚಬೇಕು. ತನ್ನ ಜವಾಬ್ದಾರಿ ಏನು ಎಂದು ಆತ ಚಿಂತಿಸುವಂತೆ ಮಾಡಬೇಕು. ಸೃಜನಶೀಲ ಕೃತಿಯೊಂದು ಹೊರಗೆ ತೋರಿಸಿಕೊಳ್ಳುವುದು ಒಂದು ರೀತಿಯಾಗಿದ್ದರೆ ಅದು ಬೆರಳು ಮಾಡಿ ತೋರಿಸುವುದು ಇನ್ನೊಂದರ ಕಡೆ ಆಗಿರುತ್ತದೆ. ಹೊರಗೆ ಕಾಣುವುದು ವ್ಯಕ್ತಿಯ ಪೋಷಾಕು ಆಗಿದ್ದರೆ ಒಳಗಿನದು ಆತ್ಮವಾಗಿರುತ್ತದೆ. ಕಾರಣ ಓದುಗ ಕೃತಿಯ ಆತ್ಮದ ಹುಡುಕಾಟ ನಡೆಸಬೇಕು. ಭರ್ಜರಿ ವೇಷಭೂಷಣದ ವ್ಯಕ್ತಿ ಒಳಗೆ ಟೊಳ್ಳಾಗಿರಬಹುದು. ಸಣ್ಣತನದ ಮೊತ್ತವೇ ಅವನಾಗಿರಬಹುದು. ಹಾಗೆಯೇ ನೂರಾರು ಪುಟಗಳ ಕೃತಿಯೊಂದು ಕೊನೆಯಲ್ಲಿ ಏನನ್ನೂ ಹೇಳದೆ ಹೋಗಬಹುದು.

'ಕ್ಷಯ' ಕಾದಂಬರಿಯನ್ನು ಬರೆಯುವಾಗ ಈ ಒಂದು ಎಚ್ಚರದೊಂದಿಗೆ ನಾನು ಲೇಖನಿಯನ್ನು ಎತ್ತಿಕೊಂಡಿದ್ದೆ. ಇದನ್ನು ನಾನು ಬರೆದದ್ದು 1988–89ರ ಆಸುಪಾಸಿನಲ್ಲಿ. ಈ ಸುದೀರ್ಘ ಅವಧಿಯಲ್ಲಿ ಅದನ್ನು ಇನ್ನಷ್ಟು ವಿಸ್ತರಿಸಬಹುದೇನೋ ಎಂದು ಹಲವು ಬಾರಿ ಪ್ರಯತ್ನಿಸಿಯೂ ನೋಡಿದೆ. ಆದರೆ ಒಂದಕ್ಷರವನ್ನೂ ಸೇರಿಸುವುದು ನನ್ನಿಂದ ಆಗಲಿಲ್ಲ. ಕಲ್ಪನೆಗಳು, ಚಿಂತನೆಗಳು ಅಕ್ಷರರೂಪ ತಳೆಯುವ ಆ ಮುಹೂರ್ತ ಗಳಿಗೆ ಎನ್ನುವುದಿದೆಯಲ್ಲ ಅದಕ್ಕೇನೋ ವಿಶೇಷ ಮಹತ್ವವಿದೆ ಎಂದು ನನಗೆ ಆಗ ಅನಿಸತೊಡಗಿತು. ಆವೇಶ ಇಳಿದ ದೇವರ ಪಾತ್ರಧಾರಿಯ ಸ್ಥಿತಿ ನಂತರದ್ದು. ಲೇಖಕನಾದವನು ಎಲ್ಲ ಕಾಲಕ್ಕೂ ಅಲ್ಲದಿದ್ದರೂ ಸೃಜನಕ್ರಿಯೆಯ ಆವೇಶದಲ್ಲಿ ಮೈಮರೆತಿದ್ದಾಗ ವಿಶೇಷ ವ್ಯಕ್ತಿಯೇ ಆಗಿರುತ್ತಾನೆ. ಇತರರಿಂದ ಬೇರೆಯಾಗಿರುತ್ತಾನೆ. ಈ

ಕಾರಣಕ್ಕೆ ಸಾಹಿತಿಯಾದವನು ದಿನದ ಇಪ್ಪತ್ತನಾಲ್ಕು ಗಂಟೆಯೂ ಸಾಹಿತಿಯೇ ಆಗಿರಬೇಕಾಗಿಲ್ಲ.

'ಕ್ಷಯ' ಕಾದಂಬರಿಯ ಪಾತ್ರಗಳು ನನ್ನ ಸುಪ್ತ ಪ್ರಜ್ಞೆಯಲ್ಲಿ ಯಾವಾಗಲೋ ಅಡಗಿದ್ದವು. ನಾನು ಆಡಿದ ನೆಲ, ಕೇಳಿದ ನುಡಿ, ಒಡನಾಡಿದ ನರರೆಲ್ಲ ಸಂಘಟ್ಟಿಸಿ ಒಂದು ಕಥಾನಕವಾಗಿದೆ. ಇದನ್ನು ಬರೆಯದೇ ಇದ್ದಿದ್ದರೆ ಅದೇನೋ ನಷ್ಟವಾಗುತ್ತಿತ್ತು ಎಂಬ ಭ್ರಮೆ ಯಾವತ್ತೂ ನನ್ನಲ್ಲಿ ಇಲ್ಲ. ಓದಿ ಪರಾಂಬರಿಸಿ. ನಿಮಗೆ ಮೆಚ್ಚುಗೆಯಾದರೆ ನನಗೆ ಧನ್ಯತಾಭಾವ.

ನನ್ನ ನಿಡುಗಾಲದ ಗೆಳೆಯ ಶ್ರೀ ಶಿವಾನಂದ ಹೊಂಬಳ ಅವರು ತಮ್ಮ ಬಿಡುವಿಲ್ಲದ ಕೆಲಸಗಳ ನಡುವೆಯೇ ಈ ಕಾದಂಬರಿಯನ್ನು ಓದಿ ತಮ್ಮ ಅಭಿಪ್ರಾಯಗಳನ್ನು ಬರೆದುಕೊಟ್ಟಿದ್ದಾರೆ. ಅದನ್ನು ಇಲ್ಲಿ ಬೆನ್ನುಡಿಯ ರೂಪದಲ್ಲಿ ಮತ್ತು ಹಿಂಬದಿಯ ಪುಟದ ಸಾರಾಂಶದಲ್ಲಿ ಬಳಸಿಕೊಂಡಿದ್ದೇನೆ. ಅದಕ್ಕಾಗಿ ಅವರಿಗೆ ಅನಂತ ಕೃತಜ್ಞತೆಗಳು. ಹಾಗೆಯೇ ಈ ಕಾದಂಬರಿಗೆ ಒಂದು ಅರ್ಥಪೂರ್ಣ ಮುಖಪುಟದ ಚಿತ್ರ ಮತ್ತು ಒಳಪುಟಗಳಲ್ಲಿ ಸುಂದರವಾದ ರೇಖಾಚಿತ್ರಗಳನ್ನು ರಚಿಸಿ ಕೃತಿಯ ಮೌಲ್ಯವನ್ನು ಹೆಚ್ಚಿಸಿದ ಗೆಳೆಯ ಕಲಾವಿದ ಸಂತೋಷ ಸಸಿಹಿತ್ಲು ಅವರಿಗೆ, ಈ ಕೃತಿಯನ್ನು ಚೆಂದವಾಗಿ ಮುದ್ರಿಸಿಕೊಟ್ಟ ರೀಗಲ್ ಪ್ರಿಂಟ್ ಸರ್ವೀಸ್ ಅವರಿಗೆ ನನ್ನ ಕೃತಜ್ಞತೆಗಳು. ಹಾಗೆಯೆ ಈ ಕೃತಿಯನ್ನು ಪ್ರಕಟಿಸುತ್ತಿರುವ 'ವೀರಲೋಕ ಬುಕ್ಸ್'ನ ವೀರಕಪುತ್ರ ಶ್ರೀನಿವಾಸ ಅವರಿಗೆ ನನ್ನ ಕೃತಜ್ಞತೆಗಳು. ಹಿಂಬದಿಯಲ್ಲಿ ಮುದ್ರಿಸಿದ ನನ್ನ ಭಾವಚಿತ್ರವನ್ನು ಕ್ಲಿಕ್ಕಿಸಿದ ನನ್ನ ಮಗಳು ಚೈತ್ರತರಂಗಿಣಿ ಮತ್ತು ನನ್ನ ಬರೆಹಗಳನ್ನು ಅಂತರ್ಜಾಲದಲ್ಲಿ ಪ್ರಕಟಿಸಲು ನನ್ನದೇ ವೆಬ್‌ಸೈಟ್ ಮಾಡಿಕೊಟ್ಟ ನನ್ನ ಮಗ ವಿನಯಾದಿತ್ಯನಿಗೆ, ಸದಾ ನನ್ನ ಕ್ಷೇಮವನ್ನು ನೋಡಿಕೊಳ್ಳುವ ನನ್ನವಳು ಸರೋಜಿನಿ ಇವರಿಗೆ ಪ್ರೀತಿಯಿಂದ...

ತಮ್ಮ ವಿಶ್ವಾಸಿ,

–ವಾಸುದೇವ ಶೆಟ್ಟಿ

ನಂ. 89, 3ನೆ ಕ್ರಾಸ್, ಶ್ರೀವೆಂಕಟೇಶ್ವರ ನಗರ
ಜಕ್ಕೂರು ಪೋಸ್ಟ್, ಬೆಂಗಳೂರು–560064
ಮೊ.94801 44443, 96639 13422

ಪ್ರಕಾಶಕರ ಮಾತು

ಪ್ರಿಯ ಓದುಗ ದೊರೆಗಳೆ, ಅತ್ಯಂತ ಪ್ರಾಚೀನ ಭಾಷೆಗಳಲ್ಲಿ ಒಂದಾದ ಕನ್ನಡಕ್ಕೆ ಭಾರತೀಯ ಭಾಷೆಗಳಲ್ಲೇ ವಿಶೇಷ ಸ್ಥಾನವಿದೆ. ಈ ನೆಲದ ಮಣ್ಣಿನ ಕಣಕಣದಲ್ಲೂ ಸಾಹಿತ್ಯದ ಘಮಲಿದೆ. ಸಾಂಸ್ಕೃತಿಕ ಹುಡಿಯಿದೆ. ಎಂಟೆಂಟು ಜ್ಞಾನಪೀಠ ಪ್ರಶಸ್ತಿಗಳನ್ನು ಪಡೆದ ಹೆಮ್ಮೆಯೂ ಜತೆಗಿದೆ. ಆದರೆ, ಸಾಹಿತ್ಯವನ್ನು ದಾಟಿಸುವ ವಿಷಯದಲ್ಲಿ ನಾವು ಹಿಂದೆ ಇದ್ದೇವೆ. ಸಂಕಟ ಪಡುವಷ್ಟು ಓದುಗರ ಸಂಖ್ಯೆಯನ್ನು ಹೊಂದಿದ್ದೇವೆ. ಕನ್ನಡದಲ್ಲಿ ವರ್ಷಕ್ಕೆ ಸಾವಿರಾರು ಶೀರ್ಷಿಕೆಯ ಪುಸ್ತಕಗಳು ಮುದ್ರಣವಾದರೂ ಕೆಲವೇ ಕೆಲವು ಸಾಹಿತಿಗಳನ್ನು ಹೊರತುಪಡಿಸಿ, ಹೆಸರಾಂತ ಸಾಹಿತಿಗಳ ಪುಸ್ತಕಗಳ ಪ್ರತಿಗಳು ಖರ್ಚಾಗುವುದು ಕೇವಲ ಐನೂರು, ಸಾವಿರ ಮಾತ್ರ. ಹೊಸಬರದ್ದು ಇನ್ನೂ ಘೋರ. ಕರ್ನಾಟಕದ ಏಳೂವರೆ ಕೋಟಿ ಜನಸಂಖ್ಯೆಯಲ್ಲಿ, ಒಬ್ಬ ಲೇಖಕನ ಪುಸ್ತಕವು ಸಾವಿರ ಜನರಿಗೂ ತಲುಪುತ್ತಿಲ್ಲ ಎನ್ನುವುದು ಖೇದಕರ. ಆದರೆ, ಇದನ್ನು ನಂಬಲು ಸಾಧ್ಯವಾ?

ನಿಜವಾಗಿಯೂ ಓದುಗರು ಇಲ್ಲವಾ? ಅಥವಾ ಓದುಗರಿದ್ದರೂ ಅವರಿಗೆ ಕೃತಿಗಳನ್ನು ತಲುಪಿಸುವಲ್ಲಿ ಸೋಲುತ್ತಿದ್ದೇವಾ? ಎನ್ನುವ ಪ್ರಶ್ನೆಯೊಂದಿಗೆ ನಾನು ನಿಮ್ಮಂಥ ಓದುಗರ ಬೆನ್ನುಹತ್ತಿದೆ. ಲಕ್ಷಾಂತರ ಓದುಗರಿದ್ದಾರೆ. ಆದರೆ ಅವರನ್ನು ತಲುಪುವಲ್ಲಿ ನಾವು ಸೋಲುತ್ತಿದ್ದೇವೆ ಎಂಬುದು ನನಗೆ ಮೇಲ್ನೋಟಕ್ಕೆ ಹೊಳೆದ ಸತ್ಯ. ಆ ಕಾರಣದಿಂದಲೇ ನಾನೀಗ ಓದುಗ ಮತ್ತು ಲೇಖಕರ ನಡುವಿನ ಸೇತುವೆಯೊಂದರ ನಿರ್ಮಾಣಕ್ಕೆ ಮುಂದಾಗಿದ್ದೇನೆ. ಆ ಸೇತುವೆಯ ಹೆಸರು 'ವೀರಲೋಕ ಬುಕ್ಸ್.'

ಕುಗ್ರಾಮವೊಂದರಲ್ಲಿ ತಯಾರಾದ ಮಡಕೆಯೊಂದು ಇವತ್ತು ಕಾರ್ಪೋರೇಟ್ ಅಂಗಳದಲ್ಲಿ ಮಾರಾಟಕ್ಕಿದೆ. ಪದವಿ, ಪುರಸ್ಕಾರಗಳನ್ನು ಪಡೆದುಕೊಂಡ ಬರಹಗಾರನೊಬ್ಬನ ಕೃತಿಯು ಸುಸಜ್ಜಿತ ಪುಸ್ತಕ ಮಳಿಗೆಯನ್ನೂ ತಲುಪುವಲ್ಲಿ ಸೋತಿದೆ. ಹಾಗಾಗಿ 'ವೀರಲೋಕ ಬುಕ್ಸ್' ಕನ್ನಡ ಪುಸ್ತಕ ಲೋಕಕ್ಕೆ ಕಾರ್ಪೋರೇಟ್ ಟಚ್ ನೀಡುವ ಉದ್ದೇಶ ಹೊಂದಿದೆ. ಕೇವಲ

ಪಟ್ಟಣದಲ್ಲಿ ಮಾತ್ರವಲ್ಲ, ಹಳ್ಳಿಗಾಡಿನ ಕಟ್ಟಕಡೆಯ ಓದುಗನಿಗೂ ಕನ್ನಡ ಪುಸ್ತಕವನ್ನು ತಲುಪಿಸುವ ದೃಢ ಸಂಕಲ್ಪ ನಮ್ಮದಾಗಿದೆ. ಒಬ್ಬ ಓದುಗ ತಾನು ಇಷ್ಟಪಡುವ ಪುಸ್ತಕ ಕೊಳ್ಳಬೇಕಾದರೆ ನಿಗದಿತ ಪುಸ್ತಕ ಅಂಗಡಿಗೆ ಬಂದರೆ ಮಾತ್ರ ಸಿಗುತ್ತದೆ ಎಂಬುದು ನಿಜಕ್ಕೂ ಓದುಗನಿಗೆ ಮಾಡುತ್ತಿರುವ ಮೋಸ. ಆದ್ದರಿಂದ ಅವನಿರುವ ಕಡೆಯೇ ಪುಸ್ತಕ ಸಿಗುವಂತೆ ಮಾಡುವ ಉದ್ದೇಶ ನಮ್ಮ ಪ್ರಕಾಶನದ್ದು. ಅದಕ್ಕಾಗಿ ಒಂದು ದೊಡ್ಡ ನೆಟ್‌ವರ್ಕ್ ಸಿದ್ಧ ಮಾಡಿದ್ದೇವೆ. ಊರೂರಲ್ಲಿ ಪುಸ್ತಕ ಸಿಗುವಂತೆ ಮಾಡುತ್ತಿದ್ದೇವೆ. ಇನ್ನೂ ಏನೇನೋ ಯೋಜನೆಗಳಿವೆ...

ಈ ಹೊಸ ರೀತಿಯ ಕಾರ್ಯಶೈಲಿಯ ಮೂಲಕ ನಾವು ನಮ್ಮ ವೀರಲೋಕ ಪ್ರಕಾಶನವನ್ನು ಆರಂಭಿಸಿದ್ದೇವೆ. ಇದಕ್ಕೆ ನಾಡಿನ ಖ್ಯಾತ ಸಾಹಿತಿಗಳಾದ ಡಾ. ವಾಸುದೇವ ಶೆಟ್ಟಿ, ಶ್ರೀ ವಿಶ್ವೇಶ್ವರ ಭಟ್, ಶ್ರೀ ಕುಂ. ವೀರಭದ್ರಪ್ಪ, ಶ್ರೀ ಜೋಗಿ, ಶ್ರೀ ರವಿ ಕೃಷ್ಣಾರೆಡ್ಡಿ, ಶ್ರೀ ರಂಗಸ್ವಾಮಿ ಮೂಕನಹಳ್ಳಿ, ಶ್ರೀಮತಿ ದೀಪಾ ಹಿರೇಗುತ್ತಿ, ಶ್ರೀ ಗಣೇಶ್ ಕಾಸರಗೋಡು, ಅನಂತ ಹುದೆಂಗಜೆ, ಡಾ. ಶರಣು ಹುಲ್ಲೂರು, ಶ್ರೀ ಸಂತೋಷಕುಮಾರ ಮೆಹೆಂದಳೆ, ಎನ್. ಧನಂಜಯ, ಡಾ. ಡಿ.ಎಸ್. ಶ್ರೀನಿವಾಸ ಪ್ರಸಾದ್, ಡಾ. ಗವಿಸ್ವಾಮಿ ಎನ್., ನರೇಂದ್ರ ರೈ ದೇರ್ಲ, ಶ್ರೀ ಮಂಜುನಾಥ್ ಚಾಂದ್, ಶ್ರೀಮತಿ ಶುಭಶ್ರೀ ಭಟ್ಟ, ಶ್ರೀ ರಾಜೀವ ನಾರಾಯಣ ನಾಯಕ, ಶ್ರೀಮತಿ ನಾಗವೇಣಿ ವೆಂ. ಹೆಗಡೆ ಹೆಗ್ಗರ್ಸಿಮನೆ, ಶ್ರೀ ರಾಘವ್, ಶ್ರೀ ಸದಾಶಿವ್ ಸೊರಟೂರು ಮತ್ತು ಖ್ಯಾತ ಕಲಾವಿದರಾದ ಶ್ರೀ ರಮೇಶ್ ಅರವಿಂದ್ ಅವರು ವೀರಲೋಕಕ್ಕೆ ತಮ್ಮ ಕೃತಿಗಳನ್ನು ಕೊಟ್ಟು ಪ್ರೋತ್ಸಾಹಿಸುತ್ತಿದ್ದಾರೆ. ಓದುಗನಿರುವ ಕಡೆಯೇ ಪುಸ್ತಕಗಳನ್ನು ಒದಗಿಸುವ ಈ ಮಹತ್ಕಾರ್ಯಕ್ಕೆ ನಿಮ್ಮ ಬೆಂಬಲವೂ ಇರಲೆಂದು ಪ್ರಾರ್ಥಿಸುವೆ.

'ಕ್ಷಯ' ಕೃತಿ ಓದುವ ಸುಖ ನಿಮ್ಮದಾಗಲಿ.

ನಿಮ್ಮ,

–ವೀರಕಪುತ್ರ ಶ್ರೀನಿವಾಸ

ವೀರಲೋಕ ಬುಕ್ಸ್

ಕ್ಷಯ

1

ಶ್ರೀನಿವಾಸ ನಾಯ್ಕ ಸೊಂಟದಲ್ಲಿ ಕಸು ಸಿಕ್ಕಿದ ಹಾಗೆ ಆಗಿ ಬೆನ್ನು ನೆಟ್ಟಗೆ ಮಾಡಿ ನಿಂತ. ಅವನ ಎಡಗೈ ಹಸ್ತ ಬೆನ್ನನ್ನು ನೀವುತ್ತಿರುವಾಗಲೆ ಹೊಟ್ಟೆಯ ತಳದಿಂದ ಎದ್ದು ಬಂದ ಹಾಗೆ ಕೆಮ್ಮು ಬರತೊಡಗಿತು. ಪಿಕಾಸು ಹಿಡಿದ ಬಲಗೈ ಹಸ್ತ ಅದನ್ನು ಬಿಟ್ಟು ಎದೆಯ ಮೇಲೆ ಆಡತೊಡಗಿತು. ಕೆಮ್ಮುವುದು ನಿಂತಮೇಲೆ ಕ್ಯಾಕರಿಸಿದ. ಅರ್ಧ ಉಗುಳು, ಅರ್ಧ ಕಫವನ್ನು ಥೂ ಎಂದು ಜೋರಾಗಿ ಉಗುಳಿದ. ಮಣ್ಣಿನ ಮೇಲೆ ಬಿದ್ದು ಘನೀಭವಿಸುತ್ತಿದ್ದ ಕಫವನ್ನು ನೋಡುತ್ತ ನಾಲ್ಕೈದು ಸಲ ನೀಳ ಉಸಿರನ್ನು ಎಳೆದುಕೊಂಡ. ನಾಲ್ಕೈದು ಕಟ್ಟಿರುವೆಗಳು ಅವನ ಕಫಕ್ಕೆ ಮುತ್ತಿಗೆ ಹಾಕಿದ್ದವು. ಈ ದರಿದ್ರದವಕ್ಕೆ ಯಾವುದೂ ರೋಗ ಬರುವುದಿಲ್ಲವೇನೋ ಎಂದುಕೊಂಡ.

ತಲೆ ಎತ್ತಿ ಮೇಲೆ ನೋಡಿದ. ಹೊತ್ತು ಮೂರು ಮಾರಿಗೂ ಮಿಕ್ಕಿ ಮೇಲೆ ಬಂದಿತ್ತು. 'ಇಲ್ಲೇ ಒಳಹಕ್ಕಲದಲ್ಲೇ ಇರ್ತೆ' ಎಂದು ಹೆಂಡತಿಯ ಹತ್ತಿರ ಹೇಳಿ ಬಂದಿದ್ದ ಅವನು ತನ್ನ ಒಳಹಕ್ಕಲು ದಾಟಿ ಶಂಭುಗೌಡನ ಒಳಹಕ್ಕಲಿನಲ್ಲಿದ್ದ. ಇವನ ಈ ರೀತಿಯ ಅಕ್ರಮ ಪ್ರವೇಶಕ್ಕೆ ಶಂಭುಗೌಡ ಏನನ್ನೂ ಹೇಳುವವನಲ್ಲ. ಇವನನ್ನು ಅವನು ನೋಡುತ್ತಿರುವುದು ತೀರ ಇತ್ತೀಚಿಗೇನಲ್ಲ.

ಶ್ರೀನಿವಾಸ ನಾಯ್ಕನ ಅಜ್ಜನ ಅಜ್ಜ ಈ ಊರಿನವನಲ್ಲ. ಇವನ ಅಜ್ಜನ ತಂದೆ ಅಂದರೆ ಮುತ್ತಜ್ಜ ಹಿರಿಯ ಶ್ರೀನಿವಾಸ ನಾಯ್ಕನಿಗೆ ಏಳೆಂಟು ವರ್ಷ ಆದಾಗ ಈ ಊರಿಗೆ ಗೇಣಿ ಒಕ್ಕಲಾಗಿ ಬಂದ.–ಅಜ್ಜನ ಹೆಸರನ್ನೇ ಇವನಿಗೂ ಇಟ್ಟಿದ್ದರು.–ಈ ಊರಿನ ಮಣ್ಣಿನಲ್ಲಿ ತಮ್ಮ ಕೈ ಕೆಸರು ಮಾಡಿಕೊಂಡರು. ಉರಿ ಮಣ್ಣಿಗೆ ಬೆವರು ಸುರಿಸಿ ತೋಯಿಸಿದರು. ಅಲ್ಲಿ ಹರಿವ ಹೊಳೆಯ ಮೇಲೆ

ಬೀಸಿ ಬರುವ ತಂಗಾಳಿಗೆ ಎದೆ ಒಡ್ಡಿದರು. ನಿದ್ದೆ ಮಾಡಿದರು, ನಿದ್ದೆಗೆಟ್ಟರು., ಬೆಳೆ ತೆಗೆದರು, ಉಂಡರು.

ಈ ಊರಿನಲ್ಲಿಯೇ ಬೇರೂರಿಸುವ ಅವರ ಯತ್ನ ತೀರ ಸುಲಭದಲ್ಲಿ ಕೈಗೂಡಿದ್ದೇನಲ್ಲ. ಜನರೇ ಏಕೆ ಈ ಮಣ್ಣೂ ಹೊಸದನ್ನು ತಟ್ಟನೆ ಸ್ವೀಕರಿಸಲಾರದು. ವಿಚಾರ ಭಾವನೆಗಳಿಂದ ಕೂಡಿದ ಜನರಿರುವ ಈ ಸಮಾಜ ಹೊಸ ಮನುಷ್ಯನನ್ನು ತನ್ನೊಳಗೆ ತೆಗೆದುಕೊಳ್ಳುವಾಗ ಅನುಸರಿಸುವ ಹುನ್ನಾರ ಬೇರೆಯೇ ಇರುತ್ತದೆ. ಆ ಎಲ್ಲ ಹುನ್ನಾರಗಳಿಗೆ ಜಗ್ಗದವನೇ ಅದರ ಸದಸ್ಯನಾಗಲು ಲಾಯಕ್ಕು. ಸಾಧ್ಯವಿಲ್ಲದವನು ನಾಲ್ಕೇ ದಿನಕ್ಕೆ ಮಂಡಮಡಚುತ್ತಾನೆ.

ಶ್ರೀನಿವಾಸ ನಾಯ್ಕನ ಮುತ್ತಜ್ಜ ಈ ಊರಿಗೆ ಒಕ್ಕಲಾಗಿ ಬಂದಾಗ ಖುಷಿಯಿಂದ ಕಂಡವರು ಯಾರೂ ಇರಲಿಲ್ಲ. ನಮ್ಮ ಮೇಲೆ ಮೇಲಾಡಿಸಲು ಬಂದವ ಇವನು ಎಂಬ ಭಾವನೆ ಖುದ್ದು ಊರಿನವರಿಗೆ. ತಿರುಗಾಡುವ ದಾರಿಗೆ ತಕರಾರು, ಗಂಟಿ ಹೊಡೆಯುವ ದಾರಿಗೆ ತಕರಾರು, ಗದ್ದೆಗೆ, ತೋಟಕ್ಕೆ ಬರುವ ನೀರಿಗೆ ತಕರಾರು, ಮಳೆಗಾಲದ ಹನಾಲು ತಿರುಗುಸುವುದಕ್ಕೆ ತಕರಾರು, ಹೀಗೆ, ಒಂದೇ ಎರಡೇ; ಇದರ ಪಟ್ಟಿಯನ್ನು ಬೆಳೆಸುತ್ತ ಹೋಗಬಹುದು. ಮುತ್ತಜ್ಜನ ಜಿಗುಟುತನವೇ ಅವನನ್ನು ಅಲ್ಲಿ ನೆಲೆಗೊಳಿಸಿತು. ಅವನು ಮಿಸರಿಯಂಥವನಾಗಿದ್ದ. ನಿರ್ಧಾರ ತೊಟ್ಟು ಕೆಲಸಕ್ಕೆ ಇಳಿದ ಮೇಲೆ ಬೆನ್ನು ತಿರುಗಿಸಿದವನೇ ಅಲ್ಲ ಅವನು. ಗೇಣಿ ಜಮೀನು ಕೊಟ್ಟ ಹೆಗಡೆಯವರೂ ಅವನನ್ನು ಮೆಚ್ಚಿಕೊಂಡಿದ್ದರು. ಮೊದಲು ಕೇವಲ ಒಂದೆಕರೆ ಅವನ ಪರೀಕ್ಷೆಗಾಗಿ ಕೊಟ್ಟವರು ನಂತರ ಐದಾರು ಎಕರೆ ಭೂಮಿ ಅವನ ತಾಬಾ ಕೊಟ್ಟಿದ್ದರು.

ಈ ಶ್ರೀನಿವಾಸ ನಾಯ್ಕ ಅದರ ಜೊತೆಯಲ್ಲಿ ಸ್ವಂತದ್ದು ಮೂರೆಕರೆ ಜಮೀನನ್ನೂ ಹೊಂದಿದ್ದಾನೆ. ಇವನ ಕುಟುಂಬ ಈ ಊರಿಗೆ ಮೊದಲು ಬಂದಾಗ ಯಾರು ಯಾರು ತ್ರಾಸು ಕೊಟ್ಟಿದ್ದರೋ ಅವರ ಮನೆಯವರೆ ಇವತ್ತು ಇವನನ್ನು ಆದರಿಸುತ್ತಾರೆ. ತಮ್ಮ ಮನೆತನದ ಒಳ ಅಂತರಂಗವನ್ನೆಲ್ಲ ಇವನಲ್ಲಿ ರಟ್ಟು ಮಾಡುತ್ತಾರೆ. ಇವನ ಸಲಹೆ ಕೇಳುತ್ತಾರೆ. ಅವರ ಸಮಸ್ಯೆಗಳಿಗೆ ಇವನೂ ತನಗೆ ತೋಚಿದ ಪರಿಹಾರ ಹೇಳುವನು.

ಶ್ರೀನಿವಾಸ ನಾಯ್ಕನಿಗೆ ಗೊತ್ತಿದೆ, ಈ ಹೊಳೆಯಲ್ಲಿ ಎಷ್ಟೋ ನೀರು ಹರಿದು ಹೋಗಿದೆ. ಇನ್ನೂ ಹರಿಯುತ್ತದೆ. ಹಿಂದಿನ ನೀರು ಇಂದಿಲ್ಲದಿದ್ದರೂ ಪ್ರವಾಹ ಮಾತ್ರ ದೃಷ್ಟಿಗೋಚರವಾಗುವುದು. ಅವನ ಗಡ್ಡ ಬರೀ ಗಾಳಿಗೆ ಹಣ್ಣಾದುದು ಅಲ್ಲ. ಬದುಕು ಅವನಿಂದ ಪಡೆದ ಹಾಗೆ ಅವನಿಗೂ ಕೊಟ್ಟಿದೆ. ಆ ಕೊಡುಗೆಯ ಫಲವಾಗಿಯೇ ಅವನು ಹಿಂದಿನ ವೈರತ್ವವನ್ನೆಲ್ಲ ಮರೆತುಬಿಟ್ಟಿದ್ದಾನೆ. ಆದರೆ

ತಮ್ಮ ಕಷ್ಟ ಕಾಲದಲ್ಲಿ ನೆರವಾದವರನ್ನು ನೆನಪಿಟ್ಟಿದ್ದಾನೆ. ಅಂಥವರಲ್ಲಿ ಶಂಭುಗೌಡನ ಮನೆಯವರೂ ಇದ್ದಾರೆ.

ಇವರ ಕುಟುಂಬದವರು ಈ ಊರಿಗೆ ಬಂದಾಗ ಸ್ವಲ್ಪ ಕಕ್ಕುಲಾತಿ ಇದ್ದ ನೆರೆಯವರಾಗಿ ದೊರೆತವರು ಅವರು. ಪ್ರಾರಂಭದಲ್ಲಿ ತಟ್ಟಿ ಬಿಡಾರ ಕಟ್ಟಿಕೊಳ್ಳಲು, ಬಾವಿ ತೋಡಲು ಎಲ್ಲ ಸಹಾಯ ಮಾಡಿದ್ದರು. ಗದ್ದೆ ಹೂಡಲು ತಮ್ಮ ವಾರ್ಲ ಕೊಟ್ಟಿದ್ದರು ಅಂದಮೇಲೆ ಅವರು ಇವರನ್ನು ಎಷ್ಟು ಹಚ್ಚಿಕೊಂಡಿದ್ದರು ಎಂದು ತಿಳಿಯುವುದಿಲ್ಲವೆ?

ಸೊಂಟ ನೆಟ್ಟಗೆ ಮಾಡಿದ ಶ್ರೀನಿವಾಸ ನಾಯ್ಕ ದೃಷ್ಟಿ ಸ್ವಲ್ಪ ಉದ್ದ ಮಾಡಿ ಆಚೆ ಈಚೆ ಹಿಂಡಿನ ಬದಿಗೆ ನೋಡಿದ. ಯಾವುದೋ ಹೊಸ ಜಾತಿಯ ಗಿಡ ಕಂಡಿತು. ಆದು ಯಾವುದು ಇರಬಹುದು ಎಂದು ತಲೆ ತುರಿಸಿಕೊಂಡ. ತಿಳಿಯಲಿಲ್ಲ. 'ಎಲಾ ಇದರ, ನನ್ನ ಇಷ್ಟು ವರ್ಷದ ಆಯುಷ್ಯದಲ್ಲಿ ಒಂದು ಸಲವೂ ಇದನ್ನು ನೋಡಲೇ ಇಲ್ವಾ ನಾನು?' ಎಂದು ಆಶ್ಚರ್ಯಪಟ್ಟ. ನನಗೆ ತಿಳಿಯದೆ ಇರುವ ಸಸ್ಯ ಜಾತಿ ಇದೊಂದೇ ಅಲ್ಲ; ಇನ್ನೂ ಎಷ್ಟೋ ಇರಬಹುದು ಎಂದುಕೊಂಡ. ಬೇರು ನೋಡಿ ಮರ ಯಾವುದೆಂದು ಹೆಸರು ಹೇಳುವವರ ಯೋಗ್ಯತೆ ದೊಡ್ಡ ಹಿರಿಯದು ಎಂದು ಲೆಕ್ಕ ಹಾಕಿದ.

ಗಿಡವನ್ನು ಬೇರು ಎಲೆ ಸಮೇತ ಕಿತ್ತುಕೊಂಡು ಹೋಗಿ ಇಟ್ಟರೆ ಶಂಭುಗೌಡ ಬಂದಾಗ ತೋರಿಸಿದರೆ ಅದರ ಜಾತಿ ಹೇಳದೆ ಇರಲಾರ ಎಂಬ ವಿಚಾರ ಮೂಡಿತು. ಪಿಕಾಸು ತಕ್ಕೊಂಡು ಗಿಡದ ಬದಿಗೆ ಬಂದು ಮೊನೆಯಿಂದ ಸುತ್ತಲೂ ಕೆದರಿದ. ಬೇರು ಅಡ್ಡ ಒಡೆದು ಮೇಲೆ ಮೇಲೇ ಹಬ್ಬಿದೆಯೋ ಇಲ್ಲ ಅಡಿಗೆ ಇಳಿದಿದೆಯೋ ಎನ್ನುವುದು ಅವನಿಗೆ ಗೊತ್ತಿರಲಿಲ್ಲ. ನಾಜೂಕಾಗಿ ಗಿಡ ಕಿತ್ತು ಮುಟ್ಟಿಯಲ್ಲಿ ಇಟ್ಟ.

ಹುಡುಕಿ ಹುಡುಕಿ ಇವತ್ತು ಎಂಟು ಹೊಸ ಜಾತಿಯ ಬೇರು ಅಗೆದು ತಂದಿದ್ದ. ಶಂಭುಗೌಡ ಆ ಔಷಧ ಹೇಳದೆ ಇದ್ದರೆ ಇವನು ಗುಡ್ಡದ ಮೇಲೆ ಪಿಕಾಸು ಹಿಡಿದುಕೊಂಡು ಅಲೆದಾಡಬೇಕಾದುದು ಇರಲಿಲ್ಲ.

ತೀರ ಇತ್ತೀಚೆಗೆ ಶ್ರೀನಿವಾಸ ನಾಯ್ಕನಿಗೆ ಕಫ ಗಂಟು ಬಿದ್ದಿತ್ತು. ಕಫದ ಜೊತೆಯಲ್ಲಿ ರಕ್ತವೂ ಹೋಗುತ್ತಿದೆಯೇನೋ ಎನ್ನುವ ಅನುಮಾನ ಅವನಿಗೆ. ಅನುಮಾನ ಅಂದ್ರೇನೆ ಸರಿ. ಯಾಕೆಂದರೆ ಯಾವತ್ತೂ ತಂಬಾಕು ಹಾಕಿದ ಕವಳ ಬಾಯಲ್ಲಿ ಜಗಿಯುತ್ತ ಇರುವ ಅವನ ಹಲ್ಲು, ನಾಲಿಗೆ ಎಲ್ಲವೂ ಕೆಂಪಾಗಿಬಿಟ್ಟಿತ್ತು. ಶ್ರೀನಿವಾಸ ನಾಯ್ಕ ತನ್ನ ಅನುಮಾನ ಶಂಭುಗೌಡ ಒಂದಿನ ಹಕ್ಕೆಜಗುಲಿಯ ಮೇಲೆ ಕುಳಿತು ಪೊಕಳೆ ಹೊಡೆಯುವಾಗ ಹೇಳಿದ. ಅನುಮಾನ ನಿಜ ಇರಬೇಕು ಅನ್ನಿಸಿತು ಅವನಿಗೂ. ತಾನು ಸಣ್ಣವ ಇದ್ದಾಗ ತನ್ನ ಅಜ್ಜ ಯಾರಿಗೋ ಹೇಳಿದ ಕಷಾಯವನ್ನು ನೆನಪಿಟ್ಟುಕೊಂಡಿದ್ದ. ಶಂಭುಗೌಡ

ಶ್ರೀನಿವಾಸ ನಾಯ್ಕನಿಗೆ ಆದನ್ನು ಹೇಳಿದ. ಎಲ್ಲ ಜಾತಿಯ ಮರಗಳ ಬೇರುಗಳನ್ನು ಕುದಿಸಿ ಬತ್ತಿಸಬೇಕಂತೆ. ಆಮೇಲೆ ಒಂದು ಕೆಂಬೂತವನ್ನು, ಒಂದು ಮೊಲವನ್ನು, ಒಂದು ಕರಿಯ ಕೋಳಿ, ಒಂದು ವಡುವನ್ನು ಅದರಲ್ಲಿ ಕುದಿಸಬೇಕು; ಮಾಂಸ ಕರಗಿ ನೀರಾಗುವ ವರೆಗೆ; ಎಲುಬು ಬೇರೆ ಆಗುವ ವರೆಗೆ.

ಈ ರೀತಿ ತಯಾರಾದ ಕಷಾಯವನ್ನು ದಿನಾಲೂ ಹಾಲಿನ ಜೊತೆ ಕುಡಿದರೆ ರೋಗ ಕಡಿಮೆಯಾಗುವುದಂತೆ.

ಅಂತೆ. ಮಾಡಿ ನೋಡಿದ ಮೇಲೆಯೇ ಅವನ ಔಷಧದ ಹಣೆಬರಹ ಗೊತ್ತಾಗುವುದು ಎಂದುಕೊಂಡ ಶ್ರೀನಿವಾಸ ನಾಯ್ಕ. ಇವತ್ತಿಗೆ ಸಾಕು,

ನಾಳೆ ಮತ್ತೆ ಬಂದರಾಯಿತು ಎಂದು ಮುಟ್ಟೆಯನ್ನು ತಲೆಯ ಮೇಲೆ ಇಟ್ಟು ಪಿಕಾಸನ್ನು ಹೆಗಲಿಗೆ ಹಾಕಿಕೊಂಡು ಕಾಲಡಿಯಲ್ಲಿ ಮುಳ್ಳು ಇದೆಯೋ ಹೇಗೆ ಎಂದು ಸೂಕ್ಷ್ಮವಾಗಿ ನೋಡುತ್ತ ಹೆಜ್ಜೆ ಹಾಕತೊಡಗಿದ. ಮನೆಯ ದಾರಿಯಲ್ಲಿ ಅರ್ಧ ಬಂದಿದ್ದಾನೆ. ಹೊಳೆಯಲ್ಲಿ ಗಾಳದವನು ಕಂಡ. ಮೀನು ತಿನ್ನುವ ಆಸೆಯಿಂದ 'ಕೂ' ಹಾಕಿದ. ಗಾಳದವನು ಮಾತು ಆಡಲೇ ಇಲ್ಲ. ಇವನ ಕಡೆ ತಿರುಗಿಯೂ ನೋಡಲಿಲ್ಲ. 'ಇಲ್ಲವಾದರೆ ಇಲ್ಲ ಅನ್ಲಿಕ್ಕೆ ಏನ್ ದಾಡಿ ಇವ್ನಿಗೆ' ಅಂದುಕೊಳ್ಳುತ್ತ ಅದೇ ತಲೆಯಲ್ಲಿ ಮುಂದೆ ಇಟ್ಟ ಹೆಜ್ಜೆ ಒಂದು ತೆಂಗಿನ

ಕಾಯಿ ಗಾತ್ರದ ಗುಂಡುಗಲ್ಲಿನ ಮೇಲೆ ಬಿತ್ತು. ಕಲ್ಲು ಹೊಡಚಿ ಉರುಳುತ್ತ ಹೋಯಿತು. ಇವನು ಅಯ ತಪ್ಪಿ ಬಿದ್ದ. ಮುಟ್ಟಿ ಒಂದು ಕಡೆ ಬಿತ್ತು, ಪಿಕಾಸು ಇನ್ನೊಂದು ಕಡೆ ಬಿತ್ತು. ಮೈ ಅಲ್ಲಲ್ಲಿ ತೆರಿದುಕೊಂಡಿತು.

ಇಷ್ಟೆಲ್ಲ ಇವನಿಗೆ ಆಗುತ್ತ ಇರುವಾಗ ಬರೆಯ ಮೇಲಿದ್ದ ಕಲ್ಲು ಉರುಳುತ್ತ ಹೋಯಿತಷ್ಟೆ? ಅದು ಒಂದು ಕಡಿದು ಹಾಕಿದ ಕಾಸರಕನ ಮರದ ಬುಡಕ್ಕೆ ಹೋಗಿ ಅಪ್ಪಳಿಸಿತು. ಅಲ್ಲಿ ಹಿಂಡು ಬೆಳೆದಿತ್ತು. ಬಿಲದೊಳಗೆ ಸೆಖೆ ತಡೆಯಲಾಗದೆ ಹೊರಗೆ ಒಂದು ಹೆರಿ ಹಾವು ಬಂದಿತ್ತು. ಆ ಕಲ್ಲು ಆ ಹೆರಿ ಹಾವಿನ ಬಾಲದ ಬದಿಗೆ ಹೋಗಿ ಬಡಿಯಿತು. ಮರದ ಬುಡ ಮತ್ತು ಕಲ್ಲುಗಳ ನಡುವೆ ಅದರ ಬಾಲದ ಭಾಗ ಗಾಂಚಾಗಿ ಸಿಕ್ಕಿ ಬಿತ್ತು. ಹಾವು ರೋಷದಿಂದ ಹೆಡೆ ಬಿಚ್ಚಿ 'ಬುಷ್'ಗುಡಲು ಪ್ರಾರಂಭಿಸಿತು. ಅದರ ಬುಷ್ಗುಡುವ ಸದ್ದು ಬರೆಯ ಮೇಲಿದ್ದ ಶ್ರೀನಿವಾಸ ನಾಯ್ಕನಿಗೆ ಕೇಳಿಸಿತು. ಅವನಿಗೆ ಆದ ಅನಾಹುತ ಆಗ ಸ್ಪಷ್ಟವಾಯಿತು. ಮೈಯೆಲ್ಲ ಬೆವರಿಬಿಟ್ಟಿತು. ಬೇಗ ಬೇಗನೆ ಎದ್ದು ನಿಂತ. ಹಾವು ಒದ್ದಾಡುತ್ತಲೇ ಇತ್ತು. ರೋಷದಿಂದ ಅದರ ಕಣ್ಣು ಕುರುಡಾಗಿತ್ತು. ಅದರ ಕಣ್ಣಿಗೆ ತಾನು ಬೀಳಬಾರದೆಂದು ಮುಟ್ಟಿಯನ್ನು ಪಿಕಾಸನ್ನು ತೆಗೆದುಕೊಂಡು ಓಡುತ್ತ ಬಂದ ಹಾಗೆ ಮನೆಯ ಕಡೆ ಧಾವಿಸಿದ. ಗುಡ್ಡದಿಂದ ಇವನು ಮನೆಗೆ ಇಳಿಯುತ್ತಿರುವಾಗ ಕೇರಿಯಲ್ಲಿ ದೊಡ್ಡ ಗೌಜು ಎದ್ದದ್ದು ಅವನಿಗೆ ಕೇಳಿಸಿತು. ಯಾರ ಮನೆಯಲ್ಲಿ ಎಂದು ಕೇಳಬೇಕು ಎನ್ನುತ್ತಿರುವಾಗಲೆ ಮನೆಯ ಅಂಗಳದಲ್ಲಿ ಬಂದ ನಿಂತಿದ್ದ ಅವನು. ಕಣ್ಣು ಕತ್ತಲೆ ಬಂದಂತಾಗಿ ತುಳಸಿ ಕಟ್ಟೆಯ ಬುಡದಲ್ಲಿ ಕಾಲು ನೀಡಿ ಕುಳ್ಳಲು ಅನುವಾಗುತ್ತಿರುವಾಗ ಯಾರೋ ದೂಡಿದ ಹಾಗೆ ಆಗಿ ಅಡ್ಡ ಬಿದ್ದ.

2

ಹೊಸಬಯ್ಯ ನಾಯ್ಕನ ಮನೆಯಲ್ಲಿ ದೊಡ್ಡ ಹಿರಿಬೊಬ್ಬೆ ಬಿದ್ದಿತ್ತು. ರಾಶಿ ಜನ ಕೂಡಿದ್ದರು. ಅವರೆಲ್ಲ ಮಾತನಾಡುತ್ತಿದ್ದರು. ಅಕಸ್ಮಾತ್ ಯಾರಾದರೂ ಹೊಸಬ ಅಲ್ಲಿಗೆ ಹೋದರೆ ಅವರ ಮಾತಿನಿಂದ ಅವನಿಗೆ ಏನೇನೂ ವಿಷಯ ತಿಳಿಯುವ ಸಾಧ್ಯತೆ ಇರಲಿಲ್ಲ. ತಲೆಗೊಂದು ಮಾತು, ಮನಸ್ಸಿಗೊಂದು ತರ್ಕ.

'ರಾತ್ರಿ ಅವ್ವಿ ಬುಡದಲ್ಲಿ ಮಲಗಿದ್ದಳಂತೆ. ಎಷ್ಟೊತ್ತಿಗೆ ಎದ್ದು ಹೋದ್ಲೋ ಗೊತ್ತೇ ಆಗ್ಲಿಲ್ಲಂತೆ.'

'ಇವ್ಳೆ ಹಿರಿಯವಳಾ? ಇಲ್ಲಾ ಎರಡನೆಯವಳಾ?'

'ಭಟ್ಟರು ಹೇಳಿದ್ರಂತೆ. ಈ ಅಮಾಸಿ ಸಂದಗಟ್ಟಿನಲ್ಲಿ ಹುಷಾರಿಯಿಂದ ಇರಬೇಕು ಎಂದು.'

'ಹಿಂದಿನ ಸಲ ಮುಟ್ಟಾದವಳು ಹೊಳೆಗೆ ಮೀಯೂಕೆ ಹೋದಾಗ ಹೆದರಿದ್ಲಂತೆ.'

'ಬಾಳ ವಿಚಿತ್ರ ಸಾವಪ್ಪ, ಮುಳುಗ್ಲೇ ಇಲ್ಲಂತೆ'

'ಅಲ್ಲ, ಹನಿನೂ ನೀರು ಕುಡಿಲಿಲ್ಲಂತಲ್ಲೋ'

'ರಾತ್ರಿನೇ ಇಡಿ ಕೇರಿ ಸುತ್ತಾಡಿ ಹುಡುಕಿದರಂತೆ'

'ಗಣಪು ಮನೆ ಹೊಳೆಬದಿಗೆ ಹಿಂಡಿಗೆ ಹೋಗಿ ತಾಗಿತಂತೆ.'

'ಏನಾದ್ರೂ ಹೇಳಿದ್ರೆ ಕೇಳ್ಕಂಡಿ ಹೋಗ್ತಿತ್ತೇ ಹೊರ್ತು ಯಾರೊಬ್ಬರಿಗೂ ತಿರುಗಿ ಹೇಳಿದ ಮಗು ಅಲ್ಲಾಗಿತ್ತು.'

'ಹೀಂಗ ಮಾಡ್ಕಂಬುಕೆ ದೇವ್ರಾದ್ರೂ ಹ್ಯಾಂಗೆ ಅದ್ಕೆ ಬುದ್ಧಿ ಕೊಟ್ನೋ ಏನೋ?'

'ಈ ವರ್ಷ ಅಕ್ಕಂದು ತಂಗಿದು ಇಬ್ರೂದೂ ಮದ್ವೆ ಮಾಡ್ಬೇಕು ಅಂತಿದ್ದ ಹೊಸಬಯ್ಯಣ್ಣ. ಮೂರ್ನಾಕು ಕಡೆ ಗಂಡೂ ನೋಡಿ ಬಂದಿದ್ದ.'

'ಗಿರಾಚಾರ ಅಡ್ಡ ಬಂದಿ ಮೊಖ ಕಟ್ಟಿದರೆ ಎಲ್ಲಾ ಹೀಗಾಗುವುದೇ ಸೈ.'

ನಾಲ್ಕು ಜನ ಹೋದರೆ ಮತ್ತೆ ಹೊಸದಾಗಿ ನಾಲ್ಕು ಜನ ಬರ್ತಿದ್ದರು. ಹಾಗಾಗಿ ಜನರ ಗುಂಪು ಹಾಗೇ ಇತ್ತು. ಹೊಸದಾಗಿ ಬಂದವರು ಏನಾಯ್ತು, ಹೇಗಾಯ್ತು ಎಂದು ಮತ್ತೆ ಮತ್ತೆ ತಮಗಿಂತ ಮೊದಲು ಬಂದವರನ್ನು ಪಿಸಿದು ಪಿಸಿದು ಕೇಳುತ್ತಿದ್ದರು.

ಆದದ್ದು ಇಷ್ಟು, ಹೊಸಬಯ್ಯ ನಾಯ್ಕನ ಮದುವೆಗೆ ನೆರೆದ ಮೂರನೆ ಮಗಳು ಹೊಳೆಯಲ್ಲಿ ಹೆಣವಾಗಿ ತೇಲಿದ್ದಳು. ಈಗ ಅವಳ ಹೆಣವನ್ನು ತಂದು ಮನೆಯ ಜಗುಲಿಯ ಮೇಲೆ ಮಲಗಿಸಿದ್ದರು. ಮನೆಯವರು ಅತ್ತು ಅತ್ತು ಸಾಕಾಗಿಯೋ ಇಲ್ಲ ಅವ್ಯಕ್ತ ಭಯದಿಂದಲೋ ಉಸಿರೆತ್ತದೆ ಸುಮ್ಮನಿದ್ದರು. ಹೊಸಬಯ್ಯ ನಾಯ್ಕ ಮೂಲೆ ಹಿಡಿದು ಕುಳಿತಿದ್ದ. ಪಂಚ ಗಿಡ್ಡ ನಾಯ್ಕನಿಗೆ ಕರೆಯಲು ಕಳುಹಿಸಿದ್ದ ಮುಂದೇನು ಮಾಡಬೇಕು ಎನ್ನುವುದರ ಸಮಾಲೋಚನೆಗಾಗಿ.

ಕಾಯ್ದೆಯಂತೆ ಪೊಲೀಸರಿಗೆ ತಿಳಿಸಿ ಹೆಣದ ಪಂಚನಾಮೆ ಮಾಡಬೇಕಿತ್ತು. ಆದರೆ ಒಳಂತರಂಗದಲ್ಲಿ ಹೊಸಬಯ್ಯ ನಾಯ್ಕನಿಗೆ ಅದೆಲ್ಲ ತಾಪತ್ರಯ ಗಂಟುಹಾಕಿಕೊಳ್ಳಲು ಮನಸಿಲ್ಲ. ಪೊಲೀಸರು ಬಂದರು ಎಂದರೆ ಹೆಣದ ಜೊತೆಯಲ್ಲಿ ಒಂದಿಷ್ಟು ಹಣವೂ ಮಣ್ಣುಪಾಲಾದ ಹಾಗೆ ಎಂದು ಅವನು ಲೆಕ್ಕ ಹಾಕಿದ್ದ.

ಗಿಡ್ಡ ನಾಯ್ಕ ಬಂದವನು ಏನು ಹೇಳುತ್ತಾನೋ ಹಾಗೆ ಮಾಡಿದರೆ ಆಯ್ತು ಅಂದುಕೊಂಡ. ಬೇಕಿದ್ದರೆ ಇವನಿಗೇ ಏನಾದರೂ ಮೇಹರಬಾನಿ ಮಾಡಿದರೆ

ಆಯ್ತು. ಕೋಳಿ, ಹೆಂಡ ಸಿಗ್ತದೆ ಅಂದರೆ ಏನು ಮಾಡ್ಲಿಕ್ಕೂ ಅವನು ತಯಾರಿ ಇದ್ದವನೇ ಸೈ ಎಂದು ಲೆಕ್ಕ ಹಾಕಿದ.

ಗಿಡ್ಡ ನಾಯ್ಕ ಬಂದ. ಹೆಸರಿಗೆ ತಕ್ಕಾಗಿಯೇ ಇದ್ದ. ಗೇರು ಹಣ್ಣಿನ ಸಾರಾಯಿ ಕುಡಿದು ಹಂಡೆಯಂತಾಗಿದ್ದ ಹೊಟ್ಟೆಯನ್ನು ಹೊಯ್ದುತ್ತಾ ಬರಬೇಕಿದ್ದರೆ ಬೀಜದ ಹೋರಿ ಬರುವ ಹಾಗೆ ಕಾಣುತ್ತಿತ್ತು. ಬಾಯಲ್ಲಿ ತುಂಬಿಕೊಂಡಿದ್ದ ಕವಳವನ್ನು ಅಂಗಳದ ಹೇಡಿಗೆ ಬದಿಗೆ ಇದ್ದ ತೆಂಗಿನ ಮರದ ಬುಡಕ್ಕೆ ಪಿಚಕ್ಕನೆ ಉಗಿದು ಹೆಗಲ ಮೇಲಿನ ಟುವಾಲಿನಿಂದ ಬಾಯಿ ಒರಸಿಕೊಳ್ಳುತ್ತಲೆ ಒಳಗೆ ಹೋದ. ಮಗುವಿನ ಹೆಣ ನೋಡಿದ. ಇವನನ್ನು ಕಂಡಕೂಡಲೆ ಅಳುವುದಕ್ಕೆ ಶುರುಮಾಡಿದ ಹೊಸಬಯ್ಯ ನಾಯ್ಕನ ಹೆಂಡತಿ ಸೀತಕ್ಕನಿಗೆ ಸಮಾಧಾನ ಮಾಡಿದ.

ಹೊಸಬಯ್ಯ ನಾಯ್ಕನಿಗೆ ಹೇಳುವುದು ಏನೋ ಇದೆ ಎಂದು ತಿಳಿದ ಗಿಡ್ಡನಾಯ್ಕ ಅವನಿಗೆ ಸಮಾಧಾನ ಮಾಡುವವನಂತೆ ಅವನ ಪಕ್ಕದಲ್ಲಿ ಬಂದು ಕುಳಿತ. ಮುಂದಿನ ಕೆಲಸದ ಬಗ್ಗೆ ಇಬ್ಬರೂ ಏನೇನೋ ಸಣ್ಣ ಧ್ವನಿಯಲ್ಲಿ ಮಾತನಾಡಿಕೊಂಡರು.

ಮನೆಯಿಂದ ಹೊರಗೆ ಬಂದ ಗಿಡ್ಡನಾಯ್ಕ ಅಂಗಳದಲ್ಲಿ ಗುಸುಗುಸು ಮಾಡುತ್ತ ಇದ್ದ ಜನರನ್ನೊಮ್ಮೆ ನೋಡಿದ. ಒಬ್ಬನನ್ನು ಕರೆದು ಹಸಿ ಸೆಮೆಗಳು ಕಡಿದು ತರಲು ಹೇಳಿದ. ಒಬ್ಬನಿಗೆ ತೆಂಗಿನ ಮರ ಹತ್ತಿ ಒಂದು ಹಸಿ ಹೆಡೆ ಕಡಿಯಲು ಹೇಳಿದ. ಮತ್ತೆ ಮೂರ್ನಾಲ್ಕು ಮಂದಿಗೆ ಈಡು ಕಟ್ಟಿ ದವಸ ಕೂಡಲು ತಿಳಿಸಿದ.

ಅಷ್ಟುಹೊತ್ತಿಗೆ ಗಿಡ್ಡನಾಯ್ಕನ ದೃಷ್ಟಿ ಮೂಲೆಯಲ್ಲಿ ನಿಂತಿದ್ದ ಶಂಭುಗೌಡನ ಮೇಲೆ ಬಿತ್ತು. 'ಅರೆ ಶಂಭಣ್ಣನೂ ಬಂದು ಮುಟ್ಟಾನೆ. ಮುಂದಿನ ಕೆಲ್ಸ ಮುಗ್ಸಿಬಿಡೋದೆ ಚಲೋ ಅಲ್ವಾ? ಇಲ್ಲಾದ ತಾಪತ್ರಯ ಯಂತಾಕೆ? ಏನು ಮಾಡಿದ್ರೂ ಸತ್ತು ಹೋದವಳು ಏನು ತಿರುಗಿ ಬರ್ತಾಳ್ಯಾ?' ಅಂದ ಶಂಭುಗೌಡನ ಅಭಿಪ್ರಾಯ ಕೇಳುವವನ ಹಾಗೆ.

'ನೀ ಹೇಳಿದ ಮೇಲೆ ಮತ್ತೆ ಯಾರು ಹೇಳೂದು ಏನು ಉಳಿತು. ಒಟ್ನೊ ಬೇಗ ಬೇಗ ಮುಗಿಸಿಬಿಡಿ' ಎಂದ ಶಂಭು ಗೌಡ.

ಅರ್ಧ ತಾಸಿನೊಳಗೆ ಸಿದ್ಧತೆ ಎಲ್ಲ ಮುಗಿಯಿತು. ಹೆಣಕ್ಕೆ ಮಾಡಬೇಕಾದ ಶಾಸ್ತ್ರ ಮುಗಿಸಿ ಹೆಣ ಎತ್ತಿದರು. ಆಗ ಒಂದು ಸಲ ಜೋರಾಗಿ ಮನೆಯವರೆಲ್ಲ ಕೂಗಿದರು.

ಕೂಡಿದ ದವಸದ ಮೇಲೆ ಹೆಣವನ್ನು ಮಲಗಿಸಿದರು. ಹೊಸಬಯ್ಯ ನಾಯ್ಕನೆ ಮಗಳ ಹೆಣಕ್ಕೆ ಬೆಂಕಿ ಹಿಡಿಸಿದ. ತಾಸಿನೊಳಗೆ ಉಳಿದದ್ದು ಎಲುಬು ಬೂದಿ ಮಾತ್ರ.

3

ಶ್ರೀನಿವಾಸ ನಾಯ್ಕನಿಗೆ ಕಣ್ಣುಕತ್ತಲೆ ಬರಬೇಕಿದ್ದರೆ ಏನು ದೊಡ್ಡ ಹಿರಿ ಬೊಬ್ಬೆ ಕೇಳಿದನಲ್ಲ; ಅದು ಹೊಸಬಯ್ಯ ನಾಯ್ಕನ ಮನೆ ಅಂಗಳದಲ್ಲಿ ಮಗುವಿನ ಹೆಣವನ್ನು ಎತ್ತಿದಾಗ ಬಿದ್ದ ಬೊಬ್ಬೆಯೇ ಆಗಿತ್ತು. ಎಚ್ಚರತಪ್ಪಿ ಬಿದ್ದ ಶ್ರೀನಿವಾಸ ನಾಯ್ಕನ ಬಳಿಗೆ ಅವನ ಹೆಂಡತಿ ಸಾವಿತ್ರಿ ಓಡೋಡಿ ಬಂದಳು. ಗಂಡನ ಸ್ಥಿತಿ ನೋಡಿ ಕಂಗಾಲಾಗಿ ಮಗಳು ದುರುಗಮ್ಮನನ್ನು ಕರೆದಳು. ಇಬ್ಬರೂ ಸೇರಿ ಅವನನ್ನು ಒಳಗೆ ಎತ್ತಿಕೊಂಡು ಹೋಗಿ ಹಕ್ಕೆಜಗುಲಿಯ ಮೇಲೆ ಮಲಗಿಸಿದರು. ಸಾವಿತ್ರಿ ಸೆರಗಿನಿಂದ ಗಾಳಿ ಬೀಸತೊಡಗಿದಳು. ದುರುಗಿ ತನ್ನಪ್ಪನ ಮುಖದ ಮೇಲೆ ತಣ್ಣೀರನ್ನು ಚಿಮುಕಿಸಿದಳು.

ಸೆರಗಿನಿಂದ ಗಾಳಿ ಬೀಸುತ್ತ ಸಾವಿತ್ರಿ ಶುರುಮಾಡಿದಳು, 'ನನ್ನ ಮಾತಂದರೆ ಇವ್ರಿಗೆ ಕಾಲ ಕಸ. ಕೈಲಾಗದೆ ಇದ್ದವರು ಗುಡ್ಡದ ಮೇಲೆಲ್ಲ ಯಂತಾಕೆ ಹೋಗಬೇಕು? ಸುಮ್ಮನೆ ಮನೆಯಲ್ಲಿ ಕುಳಿತುಕೊಂಡರೆ ಆಗೂದಿಲ್ವಾ? ಅವ್ನು ಒಂದು ಮದ್ದು ಹೇಳುವವ್ನು, ಇವ್ರೊಂದು ಬೇರು ಹುಡುಕೊಂಡು ತಿರುಗಾಡ್ವರು. ಬೇರೆ ದಂಥೆ ಬೇಕಲ್ವ? ಚಲೋ ಡಾಕ್ಟ್ರ ಹತ್ರ ತೋರ್ಸಿಕೊಂಡು ಬನ್ನಿ ಅಂದ್ರೆ ಕೇಳ್ತಾರ್ಯಾ ಇವ್ರು.'

ಸಾವಿತ್ರಿ ಪುರಾಣ ಬಿಚ್ಚಿರುವಾಗಲೆ ಅಟ್ಟದ ಮೇಲೆ ಇದ್ದ ಅವರ ಮಗ ಸುರೇಶ ಆಕಳಿಸುತ್ತ, ಉಗುರಿನಲ್ಲಿ ಸಿಕ್ಕಿಬಿದ್ದ ಮಣ್ಣನ್ನು ತೆಗೆಯುತ್ತ ಕೆಳಗಿಳಿದು ಬಂದ. ಎಂಟ್ಹತ್ತು ದಿನಗಳಿಂದ ಬೆಳೆದ ಗಡ್ಡ, ಸರಿಯಾಗಿ ಎಣ್ಣೆ ಕಾಣದೆ ಕೆಂಪಾಗಿದ್ದ ಹರಡಿದ ತಲೆಗೂದಲು ಇವುಗಳಿಂದ ಅವನು ವಿಚಿತ್ರವಾಗಿ ಕಾಣುತ್ತಿದ್ದ.

ಅವ್ವನ ಗೋಣಗಾಟ, ತಂಗಿಯ ಆತಂಕದ ಮುಖ ಇವುಗಳನ್ನು ಕಂಡು ಅಪ್ಪನಿಗೆ ಏನೋ ಆಗಿ ಹೋಯ್ತು ಅನ್ನಿಸಿ ದೊಡ್ಡದಾಗಿ ಅಳುವುದಕ್ಕೆ ಪ್ರಾರಂಭಿಸಿಬಿಟ್ಟ.

'ಯಾರು ಸತ್ರು ಅಂತ ಕೂಗ್ತಿಯೋ ತಥ್ ಹೇತಲಾಂಡಿ ತಂದಿ. ಸುಮ್ಮನೆ ಸಾಯೋ' ಸಾವಿತ್ರಿ ದಬಾಯಿಸಿದ ಕೂಡಲೆ ಸುರೇಶ ಅಳು ನಿಲ್ಲಿಸಿ ಅಟ್ಟ ಹತ್ತಿ ಬಿಟ್ಟ.

ಈಮಧ್ಯೆ ಶ್ರೀನಿವಾಸ ನಾಯ್ಕನಿಗೆ ಮೈಮೇಲೆ ಅರಿವು ಬರಲಾರಂಭಿಸಿತು. ದುರುಗಿ ನಿಂಬಿ ಹಣ್ಣನ್ನು ಕೊಯ್ದು ಪಾನಕ ಮಾಡಿ ತಂದಳು. ಶ್ರೀನಿವಾಸ ನಾಯ್ಕ ಹೆಂಡತಿ ನೀಡಿದ ತೋಳಿಗೆ ಆತು ಕುಳಿತು ಅದನ್ನು ಗುಟುಕರಿಸಿದ. ಸ್ವಲ್ಪ ನಿರುಂಬಳ ಆದ ಹಾಗೆ ಅನಿಸಿತು ಅವನಿಗೆ.

'ನನಗೆ ಏನೂ ಆಗ್ಲಿಲ್ವೆ. ಘನಾಕೆ ಇದ್ದೇನೆ. ನೀವೆಂಥ ಹೆದರಿಕೊಂಡ್ರಾ?' ಎಂದು ಅವನು ಕೇಳುತ್ತಿರುವಾಗಲೆ ಶಂಭುಗೌಡನ ಸವಾರಿ ಬಂತು.

ಶ್ರೀನಿವಾಸ ನಾಯ್ಕನನ್ನು ನೋಡುತ್ತಲೆ ಒಂದು ಸಲ ಶಂಭುಗೌಡ 'ಅರೆ ಏನಾಯ್ತು?' ಎಂದು ಕೇಳುತ್ತ ಒಳಗೆ ಬಂದ. ಆ ಮನೆಯಲ್ಲಿ ಅವನಿಗೆ ಯಾರೂ ಬಾ, ಕುಳ್ಳು ಎಂದು ಹೇಳಬೇಕಾದ ಅಗತ್ಯ ಇರಲಿಲ್ಲ.

'ನೀನೇ ನೋಡು ಶಂಭಣ್ಣ. ನಿನ್ನ ಯಾಪಾರ ಅಂಬೂದು ಇವ್ರು ಎಂಥಾದೋ ಗಿರಾಚಾರ ಗಂಟಾಕಂಡಿ ಬಂದಾರೆ' ಎಂದಳು ಸಾವಿತ್ರಿ. ಅವಳ ನೇರ ಆಕ್ಷೇಪದಿಂದ ತಲೆ ಬುಡ ಗೊತ್ತಿಲ್ಲದ ಅವನಿಗೆ ನೀರಿನಲ್ಲಿ ಕಣ್ಣು ಬಿಟ್ಟಹಾಗೆ ಆಯ್ತು.

ಹೆಂಡತಿ ಮಾತು ಕೇಳಿ ಸಿಟ್ಟಿಗೆದ್ದ ಶ್ರೀನಿವಾಸ ನಾಯ್ಕ, 'ಸುಮ್ಮನೆ ಸಾಯೆ ನೀನು. ನನ್ಗೆ ಎಂಥಾದ್ದು ಆಗಿಹೋಯ್ತು ಅಂತ ಕೂಗ್ತದೋ ಏನೋ?' ಎಂದು ಹೆಂಡತಿಗೆ ಬಯ್ದು, ಶಂಭುಗೌಡನ ಕಡೆ ತಿರುಗಿ, 'ಶಂಭಣ್ಣ ನೀನು ಬಂದದ್ದು ಬಾಳ ಚಲೋನೇ ಆಯ್ತು. ಹೇಳಿ ಕಳ್ಸಿದ ಹಾಗೆ ಬಂದೆ. ನೀ ಬರ್ದೆ ಇದ್ರೆ ನಾನೇ ದುರುಗಿನ ನಿನ್ನ ಮನೆಗೆ ಕಳ್ಸಿಕೊಡಬೇಕು ಅಂತ ಮಾಡಿದ್ದೆ' ಎಂದ.

'ಅಲ್ಲ, ಏನಿತ್ತು ಅಂಥ ಜಂಬರ?'

'ಬೆಳ್ಗಾಗೆ ಗುಡ್ಡಿಗೆ ಹೋದವ ಬರಬೇಕಿದ್ದರೆ ಒಂದು ಸಣ್ಣ ಬಾನ್ಗಡಿ ಮಾಡ್ಹಾಕಿ ಬಂದೆ. ಅದೇ ಹೆದರ್ಕೆಯಲ್ಲಿ ಬರ್ತಾ ಇರಬೇಕಿದ್ರೆ ಇಲ್ಲೊಂದು ದೊಡ್ಡ ಹಿರಿ ಬೊಬ್ಬೆ ಕೇಳ್ತು. ಕಣ್ಣಿಗೆ ಕತ್ತಲೆ ಕಟ್ಟಿದ ಹಾಗೆ ಆಯ್ತು. ಎಂತರ ಬೊಬ್ಬೆ ಅಂತ ಗೊತ್ತಾಗ್ಲಿಲ್ಲ.'

'ಅದಾ? ಹೊಸಬಯ್ಯಣ್ಣನ ಮಗಳು ತೀರಿಕೊಂಡ್ಳು' ಎಂದು ಶಂಭುಗೌಡ ಎಲ್ಲ ಹಕೀಕತ್ತು ಹೇಳಿದ.

'ಎಂಥೆಂಥ ಪ್ರಾಯದವರನ್ನೇ ಕರ್ಕೊಂಡು ಹೋಯ್ತಾನೆ ಯಮ. ನಮ್ಮಂಥ ಧರೆಗೆ ಒರುಗಿದ ಮರ ಅವನ ಕಣ್ಣಿಗೆ ಬೀಳೂದಿಲ್ಲ.'

'ಎಲ್ಲದ್ಕೂ ಕಾಲ ಬರಬೇಕು. ನೀ ಮಾಡಿದ ಬಾನ್ಗಡಿ ಎಂಥದ್ದು ಹೇಳು?'

'ಅರೆ, ಹೇಳ್ದೆ ಇರ್ತನಾ? ಅದು ಹೇಳೂಕೇ ನಿನ್ನ ಕರ್ಸಬೇಕು ಅಂತ ಮಾಡಿದ್ದು' ಎಂದು ಶ್ರೀನಿವಾಸ ನಾಯ್ಕ ಹಾವಿನ ಸುದ್ದಿ ಹೇಳಿದ. ಅದೆಲ್ಲಾದರೂ ತಪ್ಪಿಸಿಕೊಂಡು ಹೋದರೆ ತನ್ನನ್ನು ಜೀವಸಹಿತ ಬಿಡುವುದಿಲ್ಲವಾದಕಾರಣ ಅದನ್ನು ಹುಡುಕಿ ಕೊಂದುಹಾಕಬೇಕೆಂದು ಹೇಳಿದ. ಸುದ್ದಿ ಕೇಳಿದ ಸಾವಿತ್ರಿ, ದುರುಗಿ ಇಬ್ಬರೂ ಹೆದರಿ ಹೋದರು. ಶಂಭುಗೌಡನಿಗೂ ಇವತ್ತಿನ ದಿನ ಚೆನ್ನಾಗಿಲ್ಲ ಅಂತನ್ನಿಸಿತು. ತೊಡಾಮುಂಚೆ ಹೆಣ ನೋಡಿಬಂದಿದ್ದ. ಈಗ ಹಾವಿನ ಸುದ್ದಿ. ಇನ್ನು ಒಂದು ಉಳೀತು, ಮೂರಕ್ಕೆ ಮುಕ್ತಾಯವಾಗಲು ಅಂದುಕೊಂಡ.

ಶ್ರೀನಿವಾಸ ನಾಯ್ಕನ ಹಿತ್ತಲ ಬೇಲಿ ಬದಿಗೆ ಹೋಗಿ ಒಂದು ನೆಡತಗಿನ ಗಿಡವನ್ನು ಕಡಿದು ಬಡಗಿ ಮಾಡಿಕೊಂಡು ಬಂದನು. ನೆಡತಗಿನ ಬಡಿಗೆ ಬಗ್ಗುತ್ತದೆಯೇ ಹೊರತು ಮುರಿಯುವುದಿಲ್ಲ. ಹಾವು ಹೊಡೆಯಲಿಕ್ಕೆ ಅದು ಅತ್ಯಂತ ಸುರಕ್ಷಿತ.

ಬಡಿಗೆ ತಂದ ಶಂಭುಗೌಡ ಶ್ರೀನಿವಾಸ ನಾಯ್ಕನನ್ನು ಮುಂದು ಮಾಡಿಕೊಂಡು ಗುಡ್ಡ ಹತ್ತ ತೊಡಗಿದ. ಸಾವಿತ್ರಿ, 'ಶಂಭಣ್ಣ ಹುಷಾರಿಯೋ' ಎಂದು ಹೇಳಲು ಮರೆಯಲಿಲ್ಲ.

4

ಹುಕ್ಕಿ ಹನುಮಂತನ ಮನೆಯಲ್ಲಿ ಮುಸ್ಸಂಜೆ ಹೊತ್ತಿನಲ್ಲಿ ಒಂದು ಸಣ್ಣ ಮೀಟಿಂಗು ಕೂಡಿತ್ತು. ಮನೆ ಹನುಮಂತನದು ಆದುದರಿಂದ ಅದರ ಅಧ್ಯಕ್ಷ ಅವನೇ ಆಗಿದ್ದ. ಇತರ ಸದಸ್ಯರೆಂದರೆ ಹೊಸಮನೆ ಮಾಣಿ, ಕಳಿಗದ್ದೆ ನಾಗಪ್ಪ, ಬಾಳಿಹಕ್ಲ ಗಣಪತಿ ಮತ್ತು ಮಾದೇವ.

ಹುಕ್ಕಿಹನುಮಂತನೆ ವಿಷಯ ಎತ್ತಿದ. ಅವನ ಅಂಬೋಣ ಇಷ್ಟೇ, ನೀರ್ನಲ್ಲಿ ಬಿದ್ದು ಸತ್ತವರು ನೀರು ಕುಡಿಯದೆ ಹೇಗೆ ಇರುತ್ತಾರೆ? ನೀರಿನಲ್ಲಿ ಬಿದ್ದವರು ಇಂದು ಎಷ್ಟು ಹೊತ್ತಿಗೆ ಮುಳುಗಿದ್ದರೋ ಮಾರನೆ ದಿನ ಅಷ್ಟೇ ಹೊತ್ತಿಗೆ ತೇಲುತ್ತಾರೆ. ಹಾಗಿದ್ದಮೇಲೆ ಮುಳುಗದೆ ಇರಲು ಹೇಗೆ ಶಕ್ಯ?

ಅವನ ಮನಸ್ಸಿನಲ್ಲಿ ಏನು ಇದೆ ಎನ್ನುವುದನ್ನು ಅವನು ಬಾಯಿ ಬಿಟ್ಟು ಹೇಳದೆ ಇದ್ದರೂ ಉಳಿದ ನಾಲ್ವರಿಗೂ ಅರ್ಥವಾಯಿತು. ಸ್ವಂತ ಅಪ್ಪ ಹೀಗೆ ಮಾಡಲು ಸಾಧ್ಯವೆ ಎಂಬ ಪ್ರಶ್ನೆ ಅವರ ಮುಂದೆ ಬಂತು. ಒಬ್ಬೊಬ್ಬರು ಒಂದೊಂದು ರೀತಿ ಊಹೆ ಮಾಡಿದರು.

ಹೊಸಬಯ್ಯ ನಾಯ್ಕ ಹೆಣ ಸುಡಲು ಗಡಿಬಿಡಿ ಮಾಡಿದ್ದು ಹೊಸಮನೆ ಮಾಣಿಗೆ ಸಂಶಯ ಬರಲು ಕಾರಣ ಆಯ್ತು. ಅಷ್ಟೊಂದು ತಾಪಡತೋಪ್ ಮಾಡಿ ಮುಗಿಸಲಿಕ್ಕೆ ಏನು ಹರಕತ್ತು ಬಿದ್ದಿತ್ತು ಎಂಬ ಪ್ರಶ್ನೆ ಅವನನ್ನು ಕೊರೆಯತೊಡಗಿತು.

ಕಳಿಗದ್ದೆ ನಾಗಪ್ಪ ತನ್ನ ಹೆಂಡತಿ ಗುಸು ಗುಸು ಹೇಳಿದ್ದು ಸ್ವಲ್ಪ ದೊಡ್ಡ ಧ್ವನಿಯಲ್ಲಿ ಅವರಿಗೆ ವಿವರಿಸಿದ. ಅವನ ಮಾತಿನ ಸಾರಾಂಶ ಇಷ್ಟೇ, ಹೊಸಬಯ್ಯ ನಾಯ್ಕನ ಹೆಂಡತಿ ಮೈಇಳಿಸುವ ಔಷಧ ಒಂದಿಬ್ಬರ ಹತ್ತಿರ ವಿಚಾರಿಸಿದ್ದಳಂತೆ. ಅಂದಮೇಲೆ ಅದು ಯಾರಿಗೆ ಆಗಿತ್ತೋ ಏನೋ ಎಂಬ ಅರ್ಥಗರ್ಭಿತ ಪ್ರಶ್ನೆ ಮುಂದಿಟ್ಟ.

ಗಣಪತಿಯ ಚಿಂತೆಯೇ ಬೇರೆ. ಈ ಹೊಸಬಯ್ಯ ನಾಯ್ಕ ಹೇಳದೆ ಕೇಳದೆ ನನ್ನ ಖುದ್ದು ಮಾಲ್ಕಿ ಒಳಹಕ್ಕಲಿನಲ್ಲಿ ಹೆಣ ಸುಟ್ಟನಲ್ಲ? ಅಬ್ಬಾ ! ಅವನ ಧೈರ್ಯವೆ? ಅನಿಸಿತು. ಹೊಸಬಯ್ಯ ನಾಯ್ಕನಿಗೆ ಸ್ವಂತ ಜಾಗ ಇಲ್ಲವೆ? ನೂರು ಹೆಣ ಒಂದೇ ಸಲ ಸುಡಲಿಕ್ಕೆ ಸಾಲುವಷ್ಟು ಜಾಗ ಹಾಳು ಬಿದ್ದಿದೆ. ಹಾಗಿದ್ದರೂ ಅವನು ಗಣಪತಿಯ ಜಾಗದಲ್ಲಿ ಹೆಣ ಸುಟ್ಟಿದ್ದು ತಪ್ಪು ಎನ್ನುವುದು ಮಾದೇವನ ಅಭಿಪ್ರಾಯವೂ ಆಗಿತ್ತು.

ಒಟ್ಟಿನ ಮೇಲೆ ಏನೋ ನಡೆದಿದೆ. ಜನರ ಕಣ್ಣಿಗೆ ಕಾಣದ ಹಾಗೆ ಮುಚ್ಚಿಹಾಕುವ ಪ್ರಯತ್ನದಲ್ಲಿದ್ದಾರೆ ಎನ್ನುವ ತೀರ್ಮಾನಕ್ಕೆ ಅವರೆಲ್ಲ

ಬಂದಹಾಗೆ ಕಾಣುತ್ತಿತ್ತು. ಗಣಪತಿಯ ಸಮಸ್ಯೆಗೆ ಪರಿಹಾರ ಹುಡುಕಬೇಕಾಗಿತ್ತು ಅವರು. 'ಹೆಣ ಸುಡುವಾಗಲೇ ನೀನು ತಕರಾರು ಮಾಡಬೇಕಿತ್ತು' ಎಂದ ಮಾಣಿ. ಹೆಣ ತಕ್ಕೊಂಡು ತೀಡಿಕೊಳ್ತಾ ಬಂದವರ ಎದುರಿಗೆ ನಾನು ಹೋಗಿ ಜಗಳ ತೆಗೆಯುವುದು ಹೇಗೆ ಸಾಧ್ಯವಾಗುತ್ತಿತ್ತು ಎಂದು ಗಣಪತಿ ತನ್ನನ್ನು ತಾನು ಸಮರ್ಥಿಸಿಕೊಂಡ.

ಕೊನೆಗೆ ಹುಕ್ಕಿಹನುಮಂತನೆ ಅವನಿಗೆ ಒಂದು ಹುನ್ನಾರು ಹೇಳಿಕೊಟ್ಟ. ಹುಳುಕು ಮಾಡಿದವರಿಗೆ ಹುಳುಕಿನಿಂದಲೇ ತೋರಿಸಬೇಕು ಎಂಬುದು ಅವನ ನೀತಿ. ತಾನೊಂದು ತಳ್ಳಿ ಅರ್ಜಿ ಬರೆಯಬೇಕು ಎಂದೂ ನಿರ್ಧರಿಸಿಕೊಂಡ.

5

ವೆಂಕ್ಟನಾಯ್ಕನ ಹೆಂಡತಿ ಅಳ್ಳಂಕಿ ಗಂಡನನ್ನು ಬಳುಗೈಯಲು ಹೊಳೆಬಾಗಿಲ ವರೆಗೂ ಅವನ ಚೀಲ ಹಿಡಿದುಕೊಂಡು ಬಂದಳು. ಸೊಂಟದ ಮೇಲೆ ಒಂದು ಮಗು ಇತ್ತು. ವೆಂಕ್ಟನಾಯ್ಕ ಘಟ್ಟಕ್ಕೆ ಹೋಗುವುದು ಇದೇ ಮೊದಲನೆ ಸಾರೆ ಏನಲ್ಲ. ಮೂರನೆತ್ತಿ ಶಾಲೆಗೆ ಹೋಗಬೇಕಿದ್ದರೆ ಘಟ್ಟದ ಮೇಲಿಂದ ಬಂದ ಒಬ್ಬ ಮಾಸ್ತರು ದಡ್ಡ ಹುಡುಗರಿಗೆ ಚೆನ್ನಾಗಿ ಬಡಗಿ ಶಾಖ ಮಾಡಲಿಕ್ಕೆ ಹತ್ತಿದರು. ಅವರ ಬೆತ್ತಕ್ಕೆ ಹೆದರಿ ಶಾಲೆ ಬಿಟ್ಟವನು ವೆಂಕ್ಟ ಬಿಟ್ಟೇ ಬಿಟ್ಟ. ಆ ಮೇಲೆ ಒಂದೆರಡು ವರ್ಷ ಊರಬದಿಯಲ್ಲೇ ಮನೆಯವರ ಬಯ್ಗುಳ ಕೇಳುತ್ತ ಇದ್ದ.

ಅವನ ಉಂಡಾಡಿತನ ಸಹಿಸಲಾರದೆ ಅವನವ್ವ ಘಟ್ಟಕ್ಕೆ ಕೊಟ್ಟೆಕೊನೆ ಮಾಡುವವರ ಜೊತೆ ಕಳುಹಿಸಿದಳು. ಮೊದಲಿಗೆ ಬಿಡಾರ ಕಾಯಲಿಕ್ಕೆ, ಗಂಜಿ ಬೇಯಿಸಲಿಕ್ಕೆ ಅಂತ ಹೋದವನು ಕ್ರಮೇಣ ಕೊಟ್ಟೆ ಕೊಯ್ಯಲಿಕ್ಕೆ ಹತ್ತಿದ. ಆಮೇಲೆ ಚುಚ್ಚಲಿಕ್ಕೆ ಹತ್ತಿದ. ಒಂದಿನ ಮರ ಹತ್ತಿ ಕೊಟ್ಟೆ ಕಟ್ಟಲು ಪ್ರಾರಂಭಿಸಿದ. ಇವತ್ತು ವೆಂಕ್ಟನಾಯ್ಕ ಅಂದರೆ ಕೊಟ್ಟೆಕೊನೆ ಮಾಡುವುದರಲ್ಲಿ ಹಂಡಕಸಬಿ.

ಅಳ್ಳಂಕಿ, ಹೆಸರು ವಿಚಿತ್ರ ಅಂತ ಅನಿಸಬಹುದು. ಈಬದಿಯ ರಿವಾಜು, ಮದುವೆಯಾಗಿ ಊರಿಗೆ ಸೊಸೆ ಅನ್ನಿಸಿಕೊಂಡು ಬಂದವಳನ್ನು ಅವಳ ಹೆಸರಿನಿಂದ ಕರೆಯದೆ ಅವಳ ಊರಿನ ಹೆಸರಿನಿಂದ ಕರೆಯುವುದು. ಅಳ್ಳಂಕಿ ವೆಂಕ್ಟನಾಯ್ಕನನ್ನು ಮದುವೆಯಾದ ವರ್ಷ ಮಾತ್ರ ಅವನು ಊರಬದಿಗೆ ಸುಮಾರು ಆರು ತಿಂಗಳು ನಿಂತಿದ್ದ. ಇಲ್ಲದಿದ್ದರೆ ಅವನು ಘಟ್ಟದ ಮೇಲೇ ಬಹುತೇಕ ಇರುವುದು. ದೀಪಾವಳಿ ದೊಡ್ಡ ಹಬ್ಬಕ್ಕೆ, ಇಡಗುಂಜಿ ತೇರಿಗೆ, ಯುಗಾದಿ ಹಬ್ಬಕ್ಕೆ ಒಂದೊಂದು ಸಲ ಬಂದುಹೋಗಿಬಿಡುತ್ತಿದ್ದ.

ಮದುವೆಯಾದ ನಾಲ್ಕು ವರ್ಷಗಳಲ್ಲಿ ಅವನಿಗೆ ಒಂದು ಹೆಣ್ಣು ಮಗು ಆಗಿದೆ. ಅಳ್ಳಂಕಿ ಸ್ವಭಾವತಃ ಕೆಟ್ಟವಳೇನಲ್ಲ. ಒಂದುದಿನದ ಹಬ್ಬದೂಟಕ್ಕಾಗಿ ಯಾರೇ ಆಗಲಿ ಮೂರು ದಿನ ಉಪವಾಸ ಇರುತ್ತಾರೆಯೆ? ವೆಂಕ್ಟನಾಯ್ಕನೇ ಆದರೂ ಅದನ್ನು ವಿಚಾರ ಮಾಡಬೇಕಿತ್ತು. ಹೆಂಡತಿಯನ್ನು ತನ್ನ ಜೊತೆ ಕರೆದುಕೊಂಡು ಹೋಗುವ ಆಲೋಚನೆ ಅವನು ಮಾಡಲಿಲ್ಲ. ಹೆಂಡತಿಗಿಂತ ಹತ್ತುಗುಂಟೆ ಜಾಗವೇ ಅವನಿಗೆ ಹೆಚ್ಚಿನದಾಯಿತು. ಹೊಸದಾಗಿ ಜಾಗ ಖರೀದಿ ಮಾಡಿ ಬಾಳೆ ಹಾಕಿ ಬೇಲಿ ಕಟ್ಟಿದ್ದ. ಪಿತ್ರಾರ್ಜಿತ ಸ್ವತ್ತು ಅವನಿಗೆ ಏನೂ ಇರಲಿಲ್ಲ. ಮದುವೆಯ ವರೆಗೆ ಘಟ್ಟದ ಮೇಲೆ ಗೇಯ್ದು ಹಣ ಕೂಡಿಟ್ಟು ಅದನ್ನು ಕೊಂಡುಕೊಂಡಿದ್ದ. ವೆಂಕ್ಟನಾಯ್ಕ ಬೆರ್ಕಿಯಲ್ಲ. ಸ್ವಲ್ಪ ಭಾವಾರ್ತಿ ಮನುಷ್ಯ. ಆದರೂ ನಾಲ್ಕು ಜನರ ಹತ್ತಿರ ಸಸಾರ ಆಗಿ ಇದ್ದವನು ಅಲ್ಲ.

'ಹೋದಕೂಡ್ಲೆ ಪತ್ರ ಬರೀಸಿ ಹಾಕಿ. ಇತ್ಲಾನ ಕಾಳಜಿ ಮಾಡುವುದು ಬೇಡ. ದೇವ್ರು ಅವ್ನೆ, ಹೆಂಗೆ ನಡೆಸ್ತಾನೋ ಹಾಂಗೆ ಆಗ್ಲಿ. ನೀವು ಮತ್ತೆ ಮರ ಹತ್ತಬೇಕಿದ್ದರೆ ಹುಷಾರಿ. ಜೋರು ಗಾಳಿ ಮಳೆ ಇದ್ದಾಗೆಲ್ಲ ಮರ ಹತ್ತಬೇಡಿ' ಎಂದು ಅಳ್ಳಂಕಿ ಒಂದು ಒಂದು ಅಂತ ಹಾದಿ ಮೇಲೆ ಗಂಡನಿಗೆ ಹೇಳುತ್ತಲೆ ಬಂದಳು.

ವೆಂಕ್ಟನಾಯ್ಕನು ಕೂಡ, 'ದುಡ್ಡಿಗೆ ಅಡಚಣೆ ಆದರೆ ಕಾಗ್ದ ಬರಿಸಿ ಹಾಕು. ರಾತ್ರೆ ಬಾಗ್ಲ ಅಗಳಿ ಹಾಕ್ಕೊಂಡು ಹಮ್ಕೊ. ಯಾರು ಕೂಗಿದ್ರೂ ರಾತ್ರಿ ಎದ್ದು ಹೊರಗೆ ಬರಬೇಡ' ಎಂದು ತನಗೆ ಹೊಳೆದದ್ದು ಒಂದು ಒಂದು ಅಂತ ಹೇಳಿದ,

ಇವ್ರು ಹೊಳೆಬಾಗಿಲಿಗೆ ಬಂದು ಮುಟ್ಟುವಾಗಲೆ ಶ್ರೀನಿವಾಸನಾಯ್ಕನೂ ಅಲ್ಲಿಗೆ ಬಂದು ನಿಂತಿದ್ದ. ಅವನನ್ನು ನೋಡಿದ ಕೂಡಲೆ ಎಲ್ಲೋ ಹೋಗುವ ತಯಾರಿಯಲ್ಲಿ ಬಂದಿದ್ದಾನೆ ಎನ್ನುವುದು ಗೊತ್ತಾಗುತ್ತಿತ್ತು.

'ಸಿನ್ನಣ್ಣ ಎಲ್ಲಿ ಹೊನ್ನಾರಕ್ಕೇನೊ?' ಕೇಳಿದ ವೆಂಕ್ಟನಾಯ್ಕ.

'ಹೌದೋ, ಹೋಗಿ ಬರ್ವಾ ಅಂತ ಎದ್ದೆ' ಎಂದ ಶ್ರೀನಿವಾಸ ನಾಯ್ಕ.

'ದೋಣಿ ಯಾವ್ದು ಬಂತೇನೋ ಅಣ್ಣಾ?' ಕೇಳಿದಳು ಅಳ್ಳಂಕಿ.

'ನಾ ನಿನ್ನಾಗೇ ತಿಮ್ಮಗೆ ಹೇಳಿದ್ದೆ. ಸಿಂಜಾವನ ಅಂಗಡಿಗೆ ಕಳ್ಳು ಕುಡೂಕೆ ಬಂದಿದ್ದ. ನಾ ಮುಂಚೇ ಹೊನ್ನಾರಕ್ಕೆ ಹೋಗಬೇಕು. ದೋಣಿ ಇಲ್ಲಿ ಹಿಡಿ ಅಂದಿದ್ದೆ. ಅಮ್ಲು ಜೋರಾಗಿತ್ತು. ನೆನ್ಪು ಅದ್ಯೋ ಇಲ್ವೋ?' ಎಂದ.

'ನಮೋನಿ ಕಂಡ್ರೆ ಎಲ್ಲೋ ದೂರ ಹೋಗುವಂಗೆ ಕಾಣ್ತದೆ. ಮತ್ತೆಲ್ಲಿ, ದೂರಾ?' ಕೇಳಿದಳು ಅಳ್ಳಂಕಿ.

ಶ್ರೀನಿವಾಸ ನಾಯ್ಕನಿಗೆ ಪೇಚಾಟ ಆಯ್ತು. ಹೇಳೋದೋ ಬೇಡ್ವೋ? ಈಗ ಸುಳ್ಳು ಹೇಳಿದರೆ ಹೊನ್ನಾವರಕ್ಕೆ ಹೋದ ಮೇಲೆ ಬಸ್ಸು ಹತ್ತುವಲ್ಲೊ ಈ ವೆಂಕ್ಟ ನಾಯ್ಕ ಇರ್ತಾನೆ. ಆಗಾದ್ರೂ ಗೊತ್ತಾಗುತ್ತದೆ. ಕರೇ ಹೇಳುವುದೇ ಒಳ್ಳೆಯದು ಎಂದುಕೊಂಡು, 'ಗೋಕರ್ಣಕ್ಕೆ ಹೋಗಿಬರಬೇಕು ಅಂತ ಮಾಡಿದ್ದೆ' ಅಂದ.

'ಯಂತಾಕೆ, ಹೊಸಬಯ್ಯಣ್ಣನ ಮನೆಯವ್ರು ಇವತ್ತು ಆ ಮಗೂನ ದಿನ ಮಾಡೂಕೆ ಹೋಗಬೇಕು ಅಂತಿದ್ರು. ಅವ್ರ ಜೊತೆಗಾ?'

'ಅವ್ನೇನು ನನಗೆ ಬಾ ಅಂತ ಹೇಳ್ಲಿಲ್ಲ.'

'ಅಂದ್ರೆ ನಿನ್ನ ಖರ್ಚಿನಲ್ಲೇ ನೀ ಹೋಗ್ವನು ಅನ್ನು.'

'ಮಂದಿ ಖರ್ಚಿನಲ್ಲಿ ದೇವ್ರ ಸ್ಥಳಕ್ಕೆ ಹೋದ್ರೆ ಪುಣ್ಯ ಬರ್ತದಾ?'

'ಪುಣ್ಯಾ ತರೂಕೆ ಹೋಗ್ವನು ನೀನು. ಇಕಾ ನಂದೊಂದು ಪಾವ್ಲಿ ಕೊಡ್ತೆ. ದೇವ್ರ ಹುಂಡಿಗೆ ನೆನಪು ಮಾಡಿ ಹಾಕಿ ಬಾ' ಎಂದು ಸೆರಗಿನಲ್ಲಿ

ಕಟ್ಟಿಕೊಂಡಿದ್ದನ್ನು ಬಿಡಿಸಿ ನಾಲ್ಕಾಣೆ ತೆಗೆದು ಕೊಟ್ಟಳು. ಶ್ರೀನಿವಾಸ ನಾಯ್ಕ ತಗೆದು ಕಿಸೆಯಲ್ಲಿ ಹಾಕಿಕೊಂಡ.

'ತಿಮ್ಮ ಬಂದ್ನ ಮಗೋ, ಅಕಾ, ಓ ಅಲ್ಲಿ ದೋಣಿ ಹೆರಗೆ ಮಾಡ್ದ. ವೆಂಕ್ಟಾ ಒಂದು ಕೂ ಹಾಕು ನೋಡ್ವಾ' ಅಂದ ಶ್ರೀನಿವಾಸ ನಾಯ್ಕ.

'ಸಿನ್ನಣ್ಣ ಹೊಸಬಯ್ಯಣ್ಣನ ಕಡೆಯವ್ರು ಬರ್ತಾರ್ಯೋ ಇಲ್ವೋ ಗೊತ್ತಿಲ್ಲ ನೋಡು. ಆ ಗಣಪತಿ ಹಾಂಗೆ ಮಾಡೂದಾ? ದುರ್ಬುದ್ಧಿ ತೋರ್ಸುದಕ್ಕಾದರೂ ಒಂದು ಲೆಕ್ಕ ಬ್ಯಾಡ್ವಾ?' ಎಂದು ಶುರು ಮಾಡಿದಳು ಅಳ್ಳಂಕಿ.

'ಏನಾಯ್ತೆ? ಎಂಥಾದ್ದೆ ಅದು?' ಕೇಳಿದ ಶ್ರೀನಿವಾಸ ನಾಯ್ಕ.

'ಅಲ್ಲ, ಆ ಹೊಸಬಯ್ಯಣ್ಣನ ಮಗ್ಳು ಹೊಳಿಲಿ ಬಿದ್ದು ಸತ್ಹೋಯ್ತಲ್ಲೋ, ಅದ್ನ ಸುಟ್ಟಾಕ್ಲಿಲ್ವ? ಅದರ ಎಲಗು, ಬೂದಿ ಮೇಲೆ ಆ ಗಣಪತಿ ಎರಡು ಮಾಡಿ ಇಟ್ಟಿದ್ದ ಅಂತೆ. ಇವ್ರು ಎಲಗು ಒಟ್ಟು ಮಾಡೂಕೆ ಹೋದವ್ರು ಬಾಚೂಕೂ ಕಾಣದೆ ಬಿಡೂಕೂ ಕಾಣದೆ ಹಾಗೇ ಬಂದರಂತೆ.'

'ಅಂವ ಯಂತಾಕೆ ಹಾಂಗೆ ಮಾಡ್ದ?'

'ಅದು ಅವ್ನ ಜಾಗ ಆಗಿತ್ತಂತೆ'

'ಇವ್ರು ಅವ್ನ ಜಾಗದಲ್ಲಿ ಹೆಣ ಯಂತಾಕೆ ಸುಟ್ರು. ಹೊಸಬಯ್ಯಗೆ ಏನು ಸ್ವಂತ ಜಾಗ ಇರಲಿಲ್ವ?'

'ಜಾಗ ಎಷ್ಟೂ ಇರೂದು. ಆದ್ರೂ ಇವ್ನು ಹೀಗೆ ಮಾಡೂದು ಸರೀನಾ? ನಮ್ಮೂರ್ರಲ್ಲೇನು ಪಂಚರೆಲ್ಲ ಸತ್ತು ಹೋಗಾರೇನು?'

'ಅವ್ನು ಒಂದು ಹುಳುಕು ಮಾಡಿದ, ಅದ್ಕೆ ಇವ್ನು ಒಂದು ಹುಳುಕು ಮಾಡ್ದ.'

'ಆದ್ರೂ, ಹೆಣ ಸುಟ್ಟ ಜಾಗದಲ್ಲಿ ಹೋಗಿ ಎರಡು ಮಾಡೂಕೆ ಅವನಿಗೆ ಧೈರ್ಯ ಆದ್ರೂ ಹೆಂಗೆ ಬಂತು ಅಂಬ್ಯೆ? ದೆವ್ವದ ಹೆದ್ರಿಕಿನೂ ಇಲ್ದೆ ಹೋಯ್ತಾ? ಅಡೆಗಾಲದವರಿಗೆ ಎಲ್ಲಿ ಹೆದ್ರಿಕಿ?' ಎಂದಳು ಅಳ್ಳಂಕಿ.

'ಕಲಿಕಾಲವೆ ಸೈ' ಎಂದು ಮಾತು ಮುಗಿಸುವವನಂತೆ ಶ್ರೀನಿವಾಸ ನಾಯ್ಕ ಹೇಳಿ ದೋಣಿ ಬಂತೆ ಇಲ್ಲವೆ ನೋಡಿದ.

ವೆಂಕ್ಟನಾಯ್ಕನೂ ತನ್ನ ಪೊಟ್ಲೆ ಒಂದು ಸಲ ಸರಿಯಾಗಿ ಬಿಗಿದುಕೊಂಡ. ನೇರಹಗ್ಗ, ಕಡಕುಮಣೆ, ಕಂಬಳಿ, ಅಂಡುಗೊಕ್ಕೆ ಇತ್ಯಾದಿ ಹತ್ಯಾರುಗಳಿಂದ ಕೂಡಿದ ಅವನ ಪೊಟ್ಲೆ ನೋಡಿದ ಕೂಡಲೆ ಯಾರಿಗಾದರೂ ಗೊತ್ತಾಗಿಬಿಡುತ್ತಿತ್ತು, ಇವ್ನು ಕೊಟ್ಟೆಕೊನೆಗೆ ಹೋಗುವವನು ಎಂದು.

ತಿಮ್ಮ ದೋಣಿ ತಂದು ತಾಡಿದ ಕೂಡಲೆ ಶ್ರೀನಿವಾಸ ನಾಯ್ಕ, ವೆಂಕ್ಟ ನಾಯ್ಕ ಇಬ್ಬರೂ ದೋಣಿ ಹತ್ತಿದರು.

'ಮನೆ ಬದಿಗೆ ಹುಷಾರಿ' ಎಂದು ವೆಂಕ್ಟ ನಾಯ್ಕನೂ, 'ಮರ ಹತ್ತುವಾಗ ಹುಷಾರಿ' ಎಂದು ಅಳ್ಳಂಕಿಯೂ ಹೇಳುತ್ತಿರುವಾಗಲೆ ತಿಮ್ಮ ಸುಂಕಾಣಿ ತಿರುಗಿಸಿ ಜಲ್ಲ ಹಾಕಿ ದೋಣಿ ಹೊರಗೆ ಮಾಡಿದ. ಬರಾಸನ ಬಳ್ಳಿ ಎಳೆದು 'ವೆಂಕ್ಟಣ್ಣ ಬಗೀಲೆ ಹಾಯಿ ಬಿಚ್ಚೋ' ಎಂದ ತಿಮ್ಮ.

ಬಿಚ್ಚಿದ ಹಾಯಿಯಲ್ಲಿ ಗಾಳಿ ತುಂಬಿಕೊಳ್ಳುತ್ತಲೆ ದೋಣಿ ಚಲಿಸಲು ತೊಡಗಿತು. ತಿಮ್ಮ ಮೆಟ್ಟು ಹಲಗೆಯ ಮೇಲೆ ಕುಳಿತು ಚಂಚಿ ಬಿಚ್ಚಿ ಕವಳ ಹಾಕುತ್ತ ಮಾತಿಗೆ ಪ್ರಾರಂಭಿಸಿದ.

6

ನೆಡತಗಿನ ಬಡಿಗೆ ಹಿಡಿದ ಶಂಭುಗೌಡ ಶ್ರೀನಿವಾಸ ನಾಯ್ಕನನ್ನು ಮುಂದೆ ಮಾಡಿಕೊಂಡು ಗುಡ್ಡದ ಮೇಲೆ ನಡೆಯತೊಡಗಿದ. ಶಂಭುಗೌಡ ಬೆನ್ನಿಗಿದ್ದರೂ ಶ್ರೀನಿವಾಸ ನಾಯ್ಕನ ಎದೆಯೊಳಗೆ ಪುಕಪುಕಿ. ಸೀದಾ ಹೋಗಿ ತನ್ನ ಕಾಲು ತಾಗಿ ಕಲ್ಲು ಹೊಡಚಿದಲ್ಲಿ ನಿಂತ. ಇಲ್ಲಿಂದಲೆ ಕಾಲು ತಾಗಿ ಕಲ್ಲು ಉರುಳಿತು ಎಂದು ಶಂಭುಗೌಡನಿಗೆ ವಿವರಿಸಿದ. ಇಬ್ಬರೂ ಬಗ್ಗಿ ನೋಡಿದರು. ಉರುಳಿದ ಕಲ್ಲು ಕಾಸರಕನ ಮರದ ಬುಡಕ್ಕೆ ಹೋಗಿ ತಾಗಿತ್ತು. ಅಲ್ಲೇ ಹಾವಿನ ಹಾಗೆ ಏನೋ ಕಂಡರು. ಇಷ್ಟು ಹೊತ್ತಿನ ವರೆಗೂ ಹಾವು ಅಲ್ಲೇ ಇರಲಿಕ್ಕೆ ಹೇಗೆ

ಸಾಧ್ಯ ಎಂಬ ವಿಚಾರವೂ ಅವರ ತಲೆಯೊಳಗೆ ಬಂತು. ಬಹುಶಃ ಕಲ್ಲು ಮತ್ತು ಮರದ ಬುಡದ ನಡುವೆ ಹಾವು ಗಾಂಚಾಗಿ ಸಿಕ್ಕಿರಬೇಕು ಎಂದು ಊಹಿಸಿದರು. ಇಬ್ಬರೂ ನಿಧಾನವಾಗಿ ಕೆಳಗೆ ಇಳಿದು ಹೋದರು.

ಬುಡದಲ್ಲಿ ಹೋಗಿ ನೋಡಿದರೆ ಅವರಿಗೆ ಕಂಡಿದ್ದು ಹಾವಿನ ಹೆಣ. ನೋವಿನಿಂದ ಹುಚ್ಚಾದ ಹಾವು ಮುಂದೆ ಹಿಂದೆ ಎಲ್ಲೂ ಚಲಿಸಲಿಕ್ಕೆ ಆಗದೆ ರೋಷದಿಂದ ಹೆಡೆಯನ್ನು ಕಲ್ಲಿಗೆ ಅಪ್ಪಳಿಸಿತ್ತು. ಹೆಡೆ ಚೂರಾಗಿ ಹಾವು ಸತ್ತಿತ್ತು.

ಸತ್ತ ಹಾವನ್ನು ಕಂಡು ಶ್ರೀನಿವಾಸ ನಾಯ್ಕನಿಗೆ ಸಂತೋಷವಾಗುವ ಬದಲು ವಿಷಾದವೆನಿಸಿತು. ಸಾಯುವ ಮೊದಲು ಹಾವು ತನಗೆ ಶಾಪ ಕೊಟ್ಟಿರಬೇಕು ಅನಿಸಿತು ಅವನಿಗೆ. ತನ್ನ ಮನದ ಶಂಕೆಯನ್ನು ಅವನು ಶಂಭುಗೌಡನ ಎದುರು ಆಡಿಯೂ ತೋರಿಸಿದ. ಉದ್ದೇಶಪೂರ್ವಕವಾಗಿ ಇದು ನಿನ್ನಿಂದ ಆದ ಕೃತ್ಯ ಅಲ್ಲ, ಅದಕ್ಕಾಗಿ ಚಿಂತಿಸಬೇಡ ಎಂದು ಶಂಭುಗೌಡ ಸಮಾಧಾನ ಹೇಳಿದರೂ ಅವನ ಚಿಂತೆ ಕಡಿಮೆಯಾಗಲಿಲ್ಲ.

ನಾಗರನ ಶಾಪ ತೊಡೆದುಕೊಳ್ಳುವುದು ಹೇಗೆ ಎಂದು ಮತ್ತೆ ಮತ್ತೆ ಯೋಚಿಸತೊಡಗಿದ. ಮನೆಯಲ್ಲಿ ಮೊದಲೇ ಇಲ್ಲದ ತಾಪತ್ರಯ ಇದೆ. ಇದೊಂದು ಶಾಪ ತಾಗಿದರೆ ತಾನು ಸತ್ತೇ ಹೋಗುವೆನು ಎಂದು ಅವನಿಗೆ ಭಾಸವಾಯಿತು.

ಅವನ ಮನಸ್ಸಿನಲ್ಲಿದ್ದದ್ದು ತಿಳಿದುಕೊಂಡವನಂತೆ ಶಂಭುಗೌಡ, 'ಒಂದು ಹೆರಿ ಹಾವು ಅಂದ್ರೆ ಒಬ್ಬ ಬ್ರಾಹ್ಮಣ ಇದ್ದ ಹಾಗೆ. ಹೇಗೋ ಅಕಸ್ಮಾತ್ತಾಗಿ ಪರಮಾಯಿಸದೆ ಸತ್ತೋಗದೆ. ಭಟ್ಟರ ಮನೆಗೆ ಹೋಗಿ ಚೌಕಾಸಿ ಮಾಡು' ಅಂದ.

ಶ್ರೀನಿವಾಸ ನಾಯ್ಕನಿಗೆ ಆ ಮಾತು ಹಿಡಿಸಿತು. ಈಗ ಇದನ್ನು ಸುಟ್ಟುಹಾಕಬೇಕು ಎಂದು ನಿಶ್ಚಯ ಮಾಡಿ,

'ಶಂಭಣ್ಣ, ಬೆಂಕಿಪೆಟ್ಟಿಗೆ ಅದ್ಯಾ?' ಕೇಳಿದ.

ಶಂಭುಗೌಡ, ಅವನು ಬೀಡಿ ಹಚ್ಚಲಿಕ್ಕೆ ಕೇಳುತ್ತಿದ್ದಾನೆ ಎಂದು ತಿಳಿದು, 'ಬೀಡಿ ಇದ್ದರೆ ಇತ್ಲಾಗೆ ಒಂದು ಕೊಡು' ಅಂದ.

'ಬೀಡಿ ಇಲ್ವೋ. ಬೀಡಿ ಹಚ್ಚೂಕೆ ಕೇಳ್ದೆ ಅಂದ್ಕೊಂಡ್ಯಾ? ಇದ್ನ ಹೀಗೇ ಬಿಟ್ಟು ಹೋಗೂದು ಧರ್ಮ ಅಲ್ಲ. ಇದ್ನ ಇಲ್ಲೇ ಸುಟ್ಟು ಹೋಗ್ವಾ. ಕಡಿಗೆ ಭಟ್ಟರು ಹ್ಯಾಂಗೆ ಹೇಳ್ತಾರೋ ಹಾಂಗೆ ಮಾಡ್ವನಿ' ಎಂದ ಶ್ರೀನಿವಾಸ ನಾಯ್ಕ.

ಶಂಭುಗೌಡನಿಗೂ ಅದು ಕರೇ ಅನ್ನಿಸಿತು. ಒಂದಿಷ್ಟು ದರಕು ಒಟ್ಟು ಮಾಡಿ ಒಣಗಿದ ಜಿಗ್ಗು ಮುರಿದು ತಂದು ಹಾವನ್ನು ಎತ್ತಿ ಈಚೆಗೆ ಹಾಕಿದರು. ಹಾವಿನ ಬಾಯಲ್ಲಿ ದುಡ್ಡು ಹಾಕಬೇಕು ಎಂದು ಮೈಯೆಲ್ಲ ಬಳಚಿ ನೋಡಿದ. ಗಡಿಬಿಡಿಯಲ್ಲಿ ಪೈರಾಣ ಹಾಕಿಕೊಂಡು ಬಂದಿರಲಿಲ್ಲ. ಕವಳದ ಚಂಚಿಯ

ಬಾಲಕ್ಕೆ ಒಂದು ತಾಮ್ರದ ತೂತು ಬಿಲ್ಲಿ ಕಟ್ಟಿ ಇಟ್ಟಿದ್ದ. ಅದನ್ನೇ ಬಿಡಿಸಿ ತೆಗೆದು ಹಾವಿನ ಬಾಯಿಗೆ ಹಾಕಿದರು. ಬೆಂಕಿಕಡ್ಡಿ ಕೀರಿ ಉರಿ ಹಚ್ಚಿದರು.

ಸಂಜೆ ಹೊತ್ತಿಗೆ ಶ್ರೀನಿವಾಸನಾಯ್ಕ ಜೋಯಿಸರ ಮನೆಗೆ ಹೋದಾಗ ಇವನು ಹೇಳಿದ್ದನ್ನೆಲ್ಲ ಸಾವಕಾಶ ಕೇಳಿದ ಜೋಯಿಸರು ಕವಡೆ ಇಟ್ಟು ನೋಡಿದರು. 'ನಿನಗೆ ಒಳ್ಳೆಯದು ಆಗುತ್ತದೆ, ಮನುಷ್ಯರಿಗೆ ಮಾಡುವಹಾಗೆ ಇದರ ಕ್ರಿಯಾಕರ್ಮ ಮಾಡಿಸಬೇಕು. ನೀನು ಒಂದು ನಾಗರ ಪ್ರತಿಷ್ಠೆ ಮಾಡಿಸು,' ಎಂದು ಹೇಳಿ ಕಳುಹಿಸಿದರು.

ಭಟ್ಟರೇನೋ ತೀರಾ ಸುಲಭದಲ್ಲಿ ಹೇಳಿಕಳುಹಿಸಿದರು. ಶ್ರೀನಿವಾಸನಾಯ್ಕನ ತಲೆ ಬಿಸಿಯಾಯಿತು. ಮತ್ತೆ ಅವನು ಶಂಭುಗೌಡನ ಸಲಹೆಯನ್ನೇ ಪಡೆದ. ಗೋಕರ್ಣಕ್ಕೆ ಹೋಗಿ ದಿನ ಮಾಡುವುದು, ನಾಗರಪ್ರತಿಷ್ಠೆ ಹಿಂದಿನಿಂದ ಮಾಡುವುದು ಎಂದು ವಿಚಾರ ಮಾಡಿ ನಿರ್ಧಾರಕ್ಕೆ ಬಂದರು.

ಹಾವಿನ ಎಲುಬನ್ನು ತುಂಬಿಕೊಂಡು ಗೋಕರ್ಣಕ್ಕೆ ಹೋಗಬೇಕು ಎಂದು ದೋಣಿ ಹತ್ತಲಿಕ್ಕೆ ಅವನು ಬಂದಾಗಲೆ ಅಳ್ಳಂಕಿ, ಅಳ್ಳಂಕಿ ಗಂಡ ವೆಂಕ್ಟನಾಯ್ಕ ಅಲ್ಲಿಗೆ ಬಂದುದು. ಊರುತುಂಬಾ ಗೌಜಿ ಆಗುವುದು ಬೇಡ ಎಂದು ಕರೇ ಹೇಳಲಿಕ್ಕೆ ಅವನು ಹಿಂಜರಿದದ್ದು. ಆದರೂ ಸುದ್ದಿ ಆಗುವುದು ಆಗೇಆಯ್ತು.

ಅಳ್ಳಂಕಿ ದೋಣಿ ಹತ್ತುವಾಗ ಹೇಳಿದ ಸುದ್ದಿ ಕೇಳಿ, 'ಕಾಲ ಕೆಟ್ಹೋಯ್ತು' ಅಂದುಕೊಂಡ.

ಸುರೇಶನ ಲೆಕ್ಕಕ್ಕೆ ಮಹಾಬಲೇಶ್ವರನಲ್ಲಿ, ತಾಮ್ರಗೌರಿಯಲ್ಲಿ ವಿಶೇಷ ಅರ್ಚನೆ ಮಾಡಿಸಬೇಕು ಎಂದೂ ನಿರ್ಧರಿಸಿಕೊಂಡ. ದೋಣಿ ಹೊನ್ನಾವರದ ಧಕ್ಕೆಗೆ ಬಂದು ಮುಟ್ಟಬೇಕಿದ್ದರೆ ಸುಮಾರು ಒಂಭತ್ತೂವರೆ. ದೋಣಿ ಇಳಿದವರು ವೆಂಕ್ಟನಾಯ್ಕ, ಶ್ರೀನಿವಾಸನಾಯ್ಕ ಇಬ್ಬರೂ ಬಸ್ ಸ್ಟ್ಯಾಂಡಿನ ಕಡೆಗೆ ಬಿರಬಿರನೆ ಹೆಜ್ಜೆ ಹಾಕಿದರು.

7

ಗೋಕರ್ಣದಿಂದ ಶ್ರೀನಿವಾಸ ನಾಯ್ಕ ಊರಿಗೆ ತಿರುಗಿ ಬರುವುದರೊಳಗೆ ಬೀಟಿನ ಹವಾಲ್ದಾರ ಈಶ್ವರಪ್ಪ ಮತ್ತು ಪೇದೆ ಮಂಜಣ್ಣ ಇಬ್ಬರೂ ಬಂದು ಹೋಗಿದ್ದರು. ಹುಕ್ಕಿಹನುಮಂತನ ತಳ್ಳಿ ಅರ್ಜಿ ಸರಿಯಾಗಿಯೇ ಕೆಲಸ ಮಾಡಿತ್ತು.

ಎಲುಬು ಒಟ್ಟು ಮಾಡಲು ಹೋಗಿ ಅದರ ಮೇಲೆ ಎರಡು ಮಾಡಿದ್ದು ಕಂಡು ಹಾಗೇ ಬಂದ ಹೊಸಬಯ್ಯ ನಾಯ್ಕ ಇಂಥ ಹಲ್ಕಟ್ ದಂಧೆ ಮಾಡಿದವರು ಯಾರಿರಬಹುದು ಎಂದು ಯೋಚಿಸಿದ. ಆಗ ಅವನಿಗೆ ತನ್ನ

ತಪ್ಪಿನ ಅರಿವಾದದ್ದು. ಹೆಣ ಸುಟ್ಟ ಜಾಗ ಗಣಪತಿಯದು ಎನ್ನುವುದು ಆಗ ಅವನಿಗೆ ನೆನಪಿಗೆ ಬಂತು. ಪಂಚಾಯತಿಕೆ ಕರೆಯಬೇಕೋ ಬಿಡಬೇಕೋ ಎಂದು ವಿಚಾರ ಮಾಡುತ್ತ ಅವನು ಮನೆಯಲ್ಲೇ ಕುಳಿತ.

ಸ್ವಲ್ಪ ಹೊತ್ತಿನ ಮೇಲೆ ಗಿಡ್ಡ ನಾಯ್ಕನ ಹತ್ತಿರ ಹೋಗಿಬರುವುದೇ ಒಳ್ಳೆಯದೆಂದು ನಿಶ್ಚಯಿಸಿ ಪೈರಾಣ ಸಿಕ್ಕಿಸಿಕೊಂಡು ಎದ್ದ. ಗಿಡ್ಡನಾಯ್ಕ ಮನೆಯಲ್ಲೇ ಇದ್ದ. ಹೋಗಿ ಕುಳಿತು ಕವಳ ಹಾಕುತ್ತ ಗಣಪತಿ ನಡೆಸಿದ ಕರಾಮತ್ತು ವಿವರವಾಗಿ ತಿಳಿಸಿದ.

ಹೊಸಬಯ್ಯನದೇ ತಪ್ಪಿದ್ದರೂ ನಮ್ಮಂಥ ಪಂಚರಲ್ಲಿ ಗೃಹಸ್ಥೊಳಕಿ ಮಾಡಿಸದೆ ತಾನೇ ಕ್ರಮ ತಗೊಂಡಿದ್ದು ಗಣಪತಿಯ ದೊಡ್ಡ ಅಪರಾಧವಾಗಿ ಕಂಡಿತು ಗಿಡ್ಡನಾಯ್ಕನಿಗೆ. ಅಲ್ಲದೆ ಆದಿನ ಹೆಣ ಸುಡುವಾಗ ಅವನೂ ಇದ್ದ. ಗಣಪತಿ ಇದೆಲ್ಲ ಯಾರ ಹೇಳಿಕೆ ಮಾತು ಕೇಳಿ ಮಾಡಿದ ಅನ್ನುವುದು ಅವನ ಅಕಲಿಗೂ ಆಗ ಹೊಳೆಯಲಿಲ್ಲ.

'ಹಂಗಾದ್ರೆ ಏಳು, ತಡ ಮಾಡೂದು ಬೇಡ. ಅವನ ಕರೆಸಿ ಕೇಳೇ ಬಿಡ್ವಾ' ಎಂದು ಗಿಡ್ಡನಾಯ್ಕ ದೊಡ್ಡ ಟವೆಲ್ಲು ಕೊಡವಿ ಹೆಗಲಮೇಲೆ ಹಾಕಿಕೊಳ್ಳುತ್ತ ಎದ್ದೇಬಿಟ್ಟ. ಅವನಿಗೆ ಸದ್ಯ ಯಾವುದೇ ಪಂಚಾಯಿತಿಕೆ ಇಲ್ಲದೆ ಬೇಜಾರು ಬಂದು ಹೋಗಿತ್ತು.

ಇಬ್ಬರೂ ಕಳಿಗದ್ದೆ ನಾಗಪ್ಪನ ಮನೆಗೆ ಬಂದು ಜಗಲಿ ಮೇಲೆ ಕುಳಿತರು. ಹಣೆಮರದಿಂದ ಬಾವಿಯ ನೀರು ಎತ್ತಿ ಹಿತ್ತಲಿಗೆ ಹರಿಸುತ್ತಿದ್ದ ನಾಗಪ್ಪ ಇವರನ್ನು ಕಂಡವನು ಕೆಲಸ ಬಿಟ್ಟು ಬಂದ. ಹಕ್ಕೆಜಗಲಿಗೆ ಕಂಬಳಿ ಹಾಸಿ 'ಮೇಲೆ ಬನ್ರೋ' ಎಂದು ಸಮನ ಮಾಡಿದ. ಮೇಲೆ ಬಂದು ಕುಳಿತ ನಂತರ ಕವಳದ ಚಬ್ಬೆ ಅವರ ಮುಂದೆ ಸರಿಸಿ 'ಕವಳ ಹಾಕಿ' ಎಂದ. ಬಂದ ಉದ್ದೇಶ ಅವರಾಗಿಯೇ ಹೇಳಲಿ, ತಾನೇಕೆ ಕೇಳಬೇಕು, ಎಂದುಕೊಂಡು, 'ಯಾಕೆ ಬಂದಿರಿ?' ಎಂದು ಕೇಳಲೇ ಇಲ್ಲ ನಾಗಪ್ಪ.

ಮೊದಲಿಗೆ ಅದು ಇದು ಅಂತ ಮಾತನಾಡಿದ ಮೇಲೆ ಗಿಡ್ಡ ನಾಯ್ಕನೆ ಐನ ಇದ್ದ ವಿಷಯಕ್ಕೆ ಬಂದ. ಗಣಪತಿ, ನಾಗಪ್ಪ ಎಲ್ಲ ಒಂದೇ ಟೋಳಿಯವರು ಎನ್ನುವುವದು ಅವನಿಗೆ ಗೊತ್ತಿತ್ತು.

'ನಾಗಪ್ಪಭಾವ ನಾ ನಿಂಗೆ ಒಂದು ಕೇಳ್ತೆ, ಯಾರೇ ಆಗ್ಲಿ ಹೆಣ ಸುಟ್ಟ ಜಾಗದಲ್ಲಿ ಎಲಗು, ಬೂದಿ ಒಟ್ಟು ಮಾಡುವ ಮೊದಲೇ ಅದರ ಮೇಲೆ ಎರಡು ಮಾಡುವುದು ಸರಿಯಾ? ಅನ್ನ ತಿನ್ನುವವರು ಮಾಡುವ ದಂಧೆನಾ ಇದು?' ಎಂದು ಗಿಡ್ಡನಾಯ್ಕ ಸ್ವಲ್ಪ ಧ್ವನಿ ಎತ್ತರ ಮಾಡಿಯೇ ಕೇಳಿದ.

ವಿಷಯ ಎಲ್ಲ ಗೊತ್ತಿದ್ದರೂ ಗೊತ್ತಿಲ್ಲದವನ ಹಾಗೆ, 'ಯಾರು ಮಾಡಿದ್ದು? ಎಲ್ಲಿ ಮಾಡಿದ್ದು? ಬಗೀಲಾದ್ರೂ ಅಂತಪಾರ ಹರಿಯುವ ಹಾಗೆ ಆದ್ರೂ ಹೇಳಿ'

ಎಂದ ನಾಗಪ್ಪ. 'ಇಂವ ಫಕ್ಕಾ ಬೆರ್ಕಿ ಅವ್ನೆ' ಎಂದು ಲೆಕ್ಕ ಹಾಕಿದ ಗಿಡ್ಡನಾಯ್ಕ ಬುಡದಿಂದ ಎಲ್ಲವನ್ನೂ ಮತ್ತೊಮ್ಮೆ ಹೇಳಿದ. 'ಜಾಗ ಗಣಪತಿಯದೇ ಇರಬಹುದು. ಆದ್ರೆ ನಿನ್ನಂಥವ ನನ್ನಂಥವ ಹಿರಿಯರು ಅನ್ನಿಸಿಕೊಂಡು ಊರಲ್ಲಿ ಅವ್ರೆ ಅಂದ ಹೇಳಿ ಆದ ಮೇಲೆ ನಮ್ಮೂಕಡಾದ್ರೂ ಒಂದು ಮಾತು ಕೇಳಬಹುದಿತ್ತೋ ಇಲ್ವೋ? ನೀನೇ ಹೇಳು' ಅಂದ.

'ಏನ್ ಮಾಡೂದಾದ್ರೂ ಎದ್ರಾಎದ್ರು ಮಾಡಬೇಕು. ಅದ ಬಿಟ್ಟು ಇಂಥ ಹೇಲಾಸ್ತ್ರ ಬಿಡೂದು ಗಂಡ್ಸತನವಾ? ನನಗೂ ಇದು ಸರಿ ಕಾಣೂದಿಲ್ಲಪ್ಪ' ಎಂದು ನಾಗಪ್ಪ ಆಗ ಬಾಯಿಬಿಟ್ಟ.

'ಹಂಗಾದ್ರೆ ಅವ್ನ ಇಲ್ಲೇ ಕರ್ಸಿ ಒಂದು ಮಾತು ಕೇಳ್ವಾ. ನಿಮ್ಮನೆ ಹುಡುಗ್ರು ಯಾರಾದ್ರೂ ಇದ್ರೆ ಬಗೀಲಿ ಗಣಪತಿಯ ಮನೆಗೆ ಕಳ್ಸಿಕೊಡು. ಅವನಿಗೆ ಬರೂಕೆ ಹೇಳಿ ಕಳ್ಸು' ಎಂದ ಗಿಡ್ಡನಾಯ್ಕ.

ನಾಗಪ್ಪ ತನ್ನ ಹುಡುಗನನ್ನು ಗಣಪತಿಯ ಮನೆಗೆ ಕಳುಹಿಸಿಕೊಟ್ಟು ಸೂಕ್ಷ್ಮವಾಗಿ ವಿಷಯ ತಿಳಿಸುವಂತೆ ಹೇಳಿಕಳುಹಿಸಿದ. ಗಣಪತಿ ಬರುವಾಗ ತಾನು ಒಬ್ಬನೆ ಬರಲಿಲ್ಲ. ಬರಬೇಕಿದ್ದರೆ ಹುಕ್ಕಿಹನುಮಂತನನ್ನೂ ತನ್ನ ಜೊತೆಯಲ್ಲಿ ಕರೆದುಕೊಂಡು ಬಂದ. ಅವರು ಬಂದ ಸ್ವಲ್ಪ ಹೊತ್ತಿನಲ್ಲೇ ಹೊಸಮನೆ ಮಾಣಿಯೂ ಬಂದು ಮುಟ್ಟಿದ.

ಇವರದು ಟೋಳಿಗೆ ಟೋಳಿಯೇ ಬಂತು. ತಾನು ಮಾತನಾಡುವಾಗ ಹುಷಾರಿಯಿಂದ ಇರಬೇಕು ಎಂದು ಗಿಡ್ಡನಾಯ್ಕ ಲೆಕ್ಕ ಹಾಕಿದ. ಹೊಸಬಯ್ಯ ನಾಯ್ಕ ಒಂದು ಉಪ್ಪು ಉಪ್ಪಿನ ಹಳ್ಳು ಎಂದು ಕೂಡ ಮಾತನಾಡದೆ ಸುಮ್ಮನಿದ್ದ.

'ಹೊಸಬಯ್ಯಣ್ಣ, ಗಿಡ್ಡಣ್ಣ ಇತ್ಲಾಗೆ ಬಂದುದಾದ್ರೂ ಹ್ಯಾಂಗೆ?' ಎಂದು ಹುಕ್ಕಿಹನುಮಂತ ತನ್ನ ಆಶ್ಚರ್ಯ ವ್ಯಕ್ತಪಡಿಸಿದ.

ಗಿಡ್ಡನಾಯ್ಕ ಅದೇ ಎಳೆ ಹಿಡಿದು, 'ಸಮಯ ಬಿದ್ದರೆ ಯಾರ್ಯಾರು ಎಲ್ಲೆಲ್ಲಿ ಹೋಗೂದು ಬರ್ತದೆ ಅಂದು ಹೇಳೂಕೆ ಬರ್ತದಾ?' ಎಂದು ಶುರು ಮಾಡಿ ಗಣಪತಿ ಮಾಡಿದ ಕಿಚಾಪತಿ ಹೇಳಿದ. 'ಈಗ ನೀವೆಲ್ಲ ಸೇರೀರಿ. ನೀವೇ ಒಂದು ನಿಖಾಲಿ ಕೊಡಿ. ನಿಖಾಲಿ ಅಂದ್ರೆ ಮತ್ತೇನೂ ಅಲ್ಲ. ಹೀಂಗ ಮಾಡೂದು ಸರೀನಾ ನೀವೇ ಹೇಳಿ?' ಎಂದು ಜವಾಬ್ದಾರಿ ಎಲ್ಲರ ಮೇಲೆ ಹಾಕಿದ.

ಒಬ್ಬರಿಗೆ ಒಬ್ಬರು ಮುಖ ಮುಖ ನೋಡಲು ಹತ್ತಿದರು. ಆಗ ಗಣಪತಿಯೇ ಪ್ರಾರಂಭಿಸಿದ, 'ತಪ್ಪು ನಂದೂ ಅದೆ ಎಂಬುದು ನಾನು ಒಪ್ಕಂತೆ. ಆದ್ರೆ ಮೊದ್ಲು ತಪ್ಪು ಮಾಡಿದವ್ರು ಯಾರು? ಅವ್ನು ಅಲ್ಲಿ ಹೆಣ ಸುಡದೆ ಇದ್ರೆ ನಾ ಹೀಂಗೆ ಮಾಡ್ತಿದ್ನ? ಅವ್ನಿಗೇನು ಜಮೀನು ಇಲ್ವಾ?'

‘ಅಪ್ಪಿಂದ್ಲೇ ತಪ್ಪಾಯ್ತು ಅಂತಿಟ್ಕ. ಆದ್ರೆ ಅದ್ಕೊಂದು ನ್ಯಾಯ ನೀತಿ ಇಲ್ವಾ?’

‘ನಾನೇ ಪಂಚಾಯ್ತಿಕೆ ಕೂಡ್ಸೂಕೆ ಹೋದ್ರೆ ಒಬ್ರೂ ಒಟ್ಟುಗೂಡುದಿಲ್ಲಾಗಿದ್ರು. ಈಗ ನೀವಾಗೇ ನನ್ನ ಹುಡಿಕಂಡಿ ಬರುವಹಾಗೆ ಆಯ್ತೋ ಇಲ್ವೋ?’

‘ನೀ ಕರೆದರೆ ಬರ್ದೆ ಇರ್ತಿದ್ವೇನೋ?’ ಎಂದ ಗಿಡ್ಡನಾಯ್ಕ.

‘ಉಳ್ದಿದ್ದಕ್ಕೆ ಬರ್ತಿದ್ದರೋ ಏನೋ? ಆದ್ರೆ ಇದ್ಕಂತೂ ಬರ್ತಾ ಇರ್ಲಿಲ್ಲ. ಯಾಕಂತಿಯಾ? ನೀನೇ ಮುಂದಾಗಿ ಪೊಲೀಸರಿಗೆ ತಿಳಿಸದೆ ಹೆಣ ಸುಡ್ಸಿದ್ದಿ. ಅನುಮಾನ ಬರುವ ಹಾಗೆ ಸತ್ತಿದ್ದು ಹಾಗೇ ಸುಟ್ಟಿದ್ದು ತಪ್ಪಲ್ಲವಾ? ಅದು ಊರ ಪಂಚಾಯ್ತಿಕೆ ಮಾಡುವ ನಿನಗೆ ಗೊತ್ತಾಗ್ಲಿಲ್ವ? ನಿಮ್ಗೆಲ್ಲ ಕೂಡ್ಸಿ ಪಂಚಾಯ್ತಿಕೆ ಮಾಡ್ಸೂಕೆ ನನ್ಹತ್ರ ಕೋಳಿ ಹುಂಜವೂ ಇಲ್ಲ, ಸಾರಾಯಿ ಬಾಟ್ಲಿ ತರ್ಸೂಕೆ ತಾಕತ್ತೂ ಇಲ್ಲ’ ಎಂದು ಜಗಳಕ್ಕೆ ಬಂದವನ ಹಾಗೆ ಗಣಪತಿ ಹೇಳಿಬಿಟ್ಟ.

‘ಗಣಪತಿ ಸತ್ತವರ ವಿಷ್ಯದಲ್ಲಿ ಅನ್ಯಾಯ ಆಡೂಕೆ ಇಲ್ಲ. ಸತ್ತವಳು ಸತ್ಹೋಯ್ತು. ನೀನು ಅದು ಇದು ಇಲ್ಲಾದ್ದು ಹೇಳಿ ನಮ್ಮ ಮುಖಕ್ಕೆ ಮಸಿ ಬಳಿಯುವ ಕೆಲಸ ಮಾಡೂಕೆ ಹತ್ತಿದೆ. ನಾವು ಎಷ್ಟು ಕಡೆಗೆ ಕೋಳಿ ಆಸೆಗೆ, ಸಾರಾಯದ ಆಸೆಗೆ ಪಂಚಾಯ್ತಿಕೆ ಮಾಡಿದ್ದು ಅದೆ?’ ಎಂದು ಗಿಡ್ಡನಾಯ್ಕ ಹೇಳಲಿಕ್ಕೆ ಹತ್ತಿದ.

ಗಣಪತಿಗೆ ಮಾತನಾಡಲು ಬಿಡದೆ ಹುಕ್ಕಿಹನುಮಂತನೆ ಮಾತನಾಡಿದ. ‘ಜನ್ರಿಗೆ ಅನುಮಾನ ಬರೂಹಂಗೆ ಯಂತಾಕೆ ಸುಟ್ಟಾಕಿದ್ರಿ? ಡಾಕ್ಟರದು ಸರ್ಟಿಫಿಕೇಟು ಇದ್ರೆ ಇವತ್ತೆ ಗಣಪತಿಯಂಥವರು ಹೀಂಗೆ ಆಡಿಕೊಂಬೂಕೆ ಆಸ್ಪದ ಇತ್ತಾ? ಇದು ಒಬ್ರ ಕಿವಿಯಿಂದ ಒಬ್ರ ಕಿವಿಗೆ ಹೋಗಿ ಪೊಲೀಸರಿಗೆ ಗೊತ್ತಾದ್ರೆ ಬಾನ್ಗಡಿ ಸಣ್ಣದು ಆಗ್ತದ್ಯಾ?’ ಎಂದು ಪರಿಸ್ಥಿತಿಗೆ ಬೇರೆಯೇ ಬಣ್ಣ ಕೊಡಲು ಪ್ರಯತ್ನಿಸಿದ.

ಹುಕ್ಕಿಹನುಮಂತನ ತಳ್ಳಿ ಅರ್ಜಿ ಹೋಗಿದೆಯೇನೋ ಎನ್ನುವ ಗುಮಾನಿ ಆಗ ಮಾತ್ರ ಹೊಸಬಯ್ಯ ನಾಯ್ಕನ ತಲೆಯೊಳಗೆ ಸುಳಿಯಲಿಕ್ಕೆ ಹತ್ತಿ ಈ ಪಂಚಾಯಿತಿಕೆಯಲ್ಲಿ ಅವನ ಆಸಕ್ತಿ ಕಡಿಮೆಯಾಗುತ್ತ ಹೋಯ್ತು. ಈ ಗಿಡ್ಡನಾಯ್ಕ ಎಷ್ಟುಹೊತ್ತಿಗೆ ಮುಗಿಸುತ್ತಾನೋ ಏನೋ ಎಂದು ಅನ್ಯಮನಸ್ಕನಾಗಿ ಕುಳಿತಿರಬೇಕಿದ್ದರೆ ಅವನ ಮಗಳು ಒಬ್ಬಳು ಅವನನ್ನು ಹುಡುಕಿಕೊಂಡು ಬಂದಳು.

ಅವಳನ್ನು ಕಂಡು ಎದ್ದು ಹೊರಗೆ ಹೋದ ಹೊಸಬಯ್ಯ ನಾಯ್ಕನಿಗೆ ಬೀಟಿನ ಹವಾಲ್ದಾರ ಮತ್ತೊಬ್ಬ ಪೊಲೀಸ್ ಬಂದು ಮನೆಯಲ್ಲಿ ಕುಳಿತಿದ್ದಾರೆ ಎಂದು ಅವಳು ತಿಳಿಸಿದಳು. ಕೈಕಾಲುಗಳಲ್ಲೆಲ್ಲ ನಡುಕ ಬಂದು ಅಕಲು

ತಪ್ಪಿದಂತಾದ ಅವನು ಗಿಡ್ಡನಾಯ್ಕ ಕುಳಿತಲ್ಲಿಗೆ ಬಂದು ಅಂತರಂಗದಲ್ಲಿ ವಿಷಯ ತಿಳಿಸಿ ಅವನನ್ನು ಎಳಿಸಿಕೊಂಡು ಹೊರಟೇಬಿಟ್ಟನು.

ಗಣಪತಿಗಾಗಲಿ, ನಾಗಪ್ಪನಿಗಾಗಲಿ ಏನೆಂದು ಗೊತ್ತಾಗಲಿಲ್ಲ. ಹುಕ್ಕಿಹನುಮಂತನಿಗೇ ಆದರೂ ತನ್ನ ಅರ್ಜಿ ಇಷ್ಟು ಬಿರ್ರನೆ ವಿಚಾರಣೆಗೆ ಬರಬಹುದೆಂದು ಅಂದಾಜು ಆಗಿರಲಿಲ್ಲ. 'ಏನೋ ಹೆಚ್ಚುಕಮ್ಮಿ ಆಗಿದೆ' ಎಂದು ಲೆಕ್ಕಹಾಕಿದ ಅವರು ವಿಷಯ ತಿಳಿಯುವ ತಲಬಿಗೆ ಬಿದ್ದರು.

8

ಶಂಭುಗೌಡನ ಮನೆಕಡೆ ಹೋಗದೆ ರಾಶಿ ದಿನ ಆಯ್ತು. ಇವತ್ತಾದರೂ ಹೋಗಿ ಬರ್ವಾ ಎಂದು ಆಲೋಚನೆ ಮಾಡಿದ ಶ್ರೀನಿವಾಸನಾಯ್ಕ ಅವನ ಮನೆಗೆ ಹೋದ. ಶಂಭುಗೌಡ ನಸಕು ಹರಿಯುವುದರೊಳಗೆ ದರಕು ತರಲು ಹೊಲಕ್ಕೆ ಹೋಗಿಬಿಟ್ಟಿದ್ದ. ಮನೆಯಲ್ಲಿ ಅವನ ಹೆಣ್ಣು ಕನ್ನಿ ಇದ್ದಳು.

'ಸಿನ್ನಣ್ಣ ಬಾ, ಕೂತ್ಗ. ಈಗ ಬರೂ ಹೊತ್ತಾಯ್ತು' ಎಂದಳು.

'ಅಂವ ಬರ್ಲಿ, ನಾ ಇಲ್ಲೇ ಒಳಹಕ್ಕಲದಲ್ಲಿ ಇರ್ತೆ. ಯಾವ್ದಾದ್ರೂ ಹೊಸ ಬೇರು ಸಿಕ್ತದ್ಯೋ ನೋಡ್ತೆ' ಎಂದು ಒಳಹಕ್ಕಲ ಕಡೆ ಹೆಜ್ಜೆ ಹಾಕಿದ.

ಸೊಂಟಕ್ಕೆ ಕಟ್ಟಿಕೊಂಡ ಕತ್ತಿಕೊಕ್ಕೆಗೆ ಸಿಕ್ಕಿಸಿದ ಕತ್ತಿ ಅವನು ಹೆಜ್ಜೆ ಕಿತ್ತು ಇಡುವ ಲಯಕ್ಕೆ ಸರಿಯಾಗಿ ಧ್ವನಿಗುಡುತ್ತಿತ್ತು. ಆದರೆ ಅವನಿಗೆ ಅದರ ಕಡೆ ಲಕ್ಷ್ಯವೇ ಇಲ್ಲ. ಇವತ್ತು ಅವನು ಹೆಚ್ಚು ಅಂತರ್ಮುಖಿಯಾಗಿದ್ದ. ತೆನಕಲಗಿಡದ ಹೆಂಕೆಯ ಮೇಲೆ ಕುಳಿತ ಎರಡು ಕಾಗೆಗಳು ದೊಡ್ಡದಾಗಿ ಕಿರುಚುತ್ತ ಒಂದರ ಬಾಯಲ್ಲಿ ಇನ್ನೊಂದು ಚಂಚನ್ನು ಇಡುತ್ತ ಗದ್ದಲವೆಬ್ಬಿಸಿತ್ತು. ಉಳಿದ ದಿನಗಳಲ್ಲಾದರೆ 'ತಥ್ ಅಪಶಕುನದ್ದು' ಎಂದು 'ಹಾಹೂ' ಮಾಡಿ ಅದನ್ನು ಹಾರಿಸುತ್ತಿದ್ದ.

ಅವನ ತಲೆ ತುಂಬಾ ಮನೆಯ ಚಿತ್ರವೇ ತುಂಬಿತ್ತು. ನಿನ್ನೆ ಅಮವಾಸ್ಯೆಯ ದಿನ ಸುರೇಶನಿಗೆ ಹೆಚ್ಚಾಗಿಬಿಟ್ಟಿತ್ತು. ಅಬ್ಬೆ ಕಂಡರೂ ಹೊಡೆಯಲು ಹೋಗುತ್ತಿದ್ದ. ಕೊನೆಗೆ ಹೇಗೆಹೇಗೋ ಮಾಡಿ ಹಿಡಿದು ಕಟ್ಟಿ ಹಾಕಿದ್ದರು.

ಮಗನಿಗೆ ಹಾಗೆ, ನನಗೆ ಈ ಸೀಕು ಗಂಟುಬಿದ್ದಿದೆ. ಮೇಲಿಂದಮೇಲೆ ಒಂದಲ್ಲ ಒಂದು ತಾಪತ್ರಯ. ಏನು ಇದಕ್ಕೆಲ್ಲ ಕಾರಣ ಎಂದು ಚಿಂತಿಸತೊಡಗಿದ್ದ.

ತಾನು ಚಿಕ್ಕವನಿದ್ದಾಗ ಕಂಡ ತನ್ನ ಚಿಕ್ಕಪ್ಪನ ಮುಖ ಮಸಕು ಮಸಕಾಗಿ ನೆನಪಿಗೆ ಬಂತು. ಪಾಲುಪಟ್ಟಿಯ ವಿಚಾರದಲ್ಲಿ ಶ್ರೀನಿವಾಸನ ಅಪ್ಪ ತನ್ನ ಅಣ್ಣನ ಜೊತೆ ತಕರಾರು ತೆಗೆದಿದ್ದ. ಒಂದೇ ತಾಯಿಯ ರಕ್ತವನ್ನು ಹಂಚಿಕೊಂಡು

ಹುಟ್ಟಿದವರಲ್ಲವೇನೋ ಎನ್ನುವ ಹಾಗೆ ಜಗಳವಾಡಿದ್ದರು. ಕೊನೆಗೆ ಇವರ ಕಿರುಕುಳಕ್ಕೆ ಹೇಸಿಗೆಪಟ್ಟು ಅವನು ಊರನ್ನೇ ಬಿಟ್ಟು ಘಟ್ಟದ ಮೇಲಿನ ಯಾವುದೋ ಊರನ್ನು ಸೇರಿದ್ದನಂತೆ. ಅವನು ಹಿರಿಯವನು ಎನ್ನುವ ಮುಲಾಜು ಇಲ್ಲದೆ ತನಗೆ ಬರಬೇಕಾದುದಕ್ಕಿಂತ ಹೆಚ್ಚಿನದನ್ನೇ ಶ್ರೀನಿವಾಸ ನಾಯ್ಕನ ಅಪ್ಪ ಪಡೆದುಕೊಂಡಿದ್ದ. ದೇವರ ಕೆಲಸ ಮಾಡುವವನು ಹಿರಿಯವನಾದರೂ ಮನೆಯಲ್ಲಿನ ದೇವರ ಆರತಿ, ಹರಿವಾಣಗಳನ್ನು ಪಾಲುಪಡೆದುಕೊಂಡಿದ್ದ. ದೇವರಿಗೆ ಎಡೆಗೆ ಹಾಕಲು ಹನಿ ಹಾಲೂ ಮನೆಯಲ್ಲಿ ಇರದ ಹಾಗೆ ಕರೆಯುವ ಆಕಳನ್ನೇ ತನ್ನ ಪಾಲಿಗೆ ತೆಗೆದುಕೊಂಡು ಹೋಗಿದ್ದ.

ಆದರೂ ತನಗೆ ಪಾಲು ಸರಿಯಾಗಿ ಕೊಡಲಿಲ್ಲ ಎಂದು ಎಲ್ಲರ ಹತ್ತಿರವೂ ಹೇಳಿಕೊಂಡು ತಿರುಗಾಡುತ್ತಿದ್ದ. ಅದೆಲ್ಲ ಕೇಳಿ ಕೇಳಿ ಬೇಜಾರು ಬಂದು ದೊಡ್ಡಪ್ಪ ತನ್ನದೆಲ್ಲ ಮಾರಾಟ ಮಾಡಿ ಘಟ್ಟ ಹತ್ತಿದ್ದ. ಅವನ ಜಮೀನು ಇವನೇ ತೆಗೆದುಕೊಳ್ಳಬೇಕು ಎಂದು ಹಿಕಮತ್ತು ಮಾಡಿದ್ದ. ಆದರೆ ಅವನು, ಹರಗೀಸ್ ಇವರಿಗೆ ಕೊಡುವುದಿಲ್ಲ ಎಂದು ಬೇರೆಯವರಿಗೇ ಕೊಟ್ಟು ಹೋಗಿದ್ದ. ಹೋಗುವಾಗ ಒಂದು ಮಾತು ಹೇಳಿ ಹೋಗಿದ್ದ, 'ನ್ಯಾಯ ಅನ್ಯಾಯ ಎಲ್ಲ ನೋಡ್ವನು ದೇವ್ರು ಒಬ್ಬ ಅವ್ನೆ. ಸತ್ಯ ಇದ್ರೆ ನಾನು ಎಲ್ಲಾದ್ರೂ ಗೆಯ್ಕೊಂಡು ತಿಂತೆ'. ಅವನು ಮಾತಿನಂತೆ ನಡೆದ. ಊರು ಬಿಟ್ಟವನು ಊರಕಡೆ ಮತ್ತೆ ಮುಖ ಹಾಕಲೇ ಇಲ್ಲ. ಅವನು ಸತ್ತು ಈಗ ಅವನ ಮಕ್ಕಳು ತನ್ನ ಪ್ರಾಯದವರೇ ಆಗಿದ್ದಾರೇನೋ ಎಂದುಕೊಂಡ ಶ್ರೀನಿವಾಸ ನಾಯ್ಕ.

ತನ್ನಪ್ಪ ಮಾಡಿದ ತಪ್ಪೋ, ನನ್ನ ಪ್ರಾರಬ್ಧವೋ ಒಂದೂ ತಿಳಿಯದೆ ತಲೆಗೆ ಸಿರ್ಕಿ ಹತ್ತಿದಹಾಗೆ ಆಗಿ ಒಂದು ಗಿಡದ ಬುಡಕ್ಕೆ ತಂಪಿಗೆ ಕುಳಿತ. ತೆರೆದ ಕಣ್ಣು ತೆರದ ಹಾಗೆ ಇತ್ತು. ಆದರೆ ಅವನು ಏನನ್ನೂ ನೋಡುತ್ತಿರಲಿಲ್ಲ. ಮನಸ್ಸು ಎಲ್ಲೆಲ್ಲಿಯೋ ಸುತ್ತುತ್ತಿತ್ತು. ಹೀಗೆ ಕುಳಿತಿದ್ದ ಶ್ರೀನಿವಾಸ ನಾಯ್ಕನಿಗೆ ದೂರದ ಪೊದೆಯೊಂದರಲ್ಲಿ ಏನೋ ಹೊಳಕಿದ ಹಾಗೆ ಆಯ್ತು. ಆಗ ಅವನ ಇಂದ್ರಿಯಗಳೆಲ್ಲ ವಾಸ್ತವ ಪ್ರಪಂಚಕ್ಕೆ ಬಂದವು. ಅದು ಏನು ಎಂದು ನೋಡಲು ತುದಿಗಾಲಿನ ಮೇಲೆ ಎದ್ದು ನಿಂತ. ಆ ಹಿಂಡು ಅಲುಗಾಡುತ್ತಿತ್ತೇ ಹೊರತು ಅದರೊಳಗಿದ್ದದ್ದು ಹೊರಗೆ ಬೀಳಲಿಲ್ಲ.

ಸಾವಕಾಶ ಮುಂದೆ ಮುಂದೆ ನಡೆದ. ಇವನ ವಾಸನೆ ಆ ಪ್ರಾಣಿಗೂ ಹತ್ತಿರಬೇಕು. ಇವನು ಕಾಣುತ್ತ ಇರಬೇಕಿದ್ದರೆ ಅದು ಕುಪ್ಪಳಿಸಿ ಹಾರಿ ಕ್ಷಣಾರ್ಧದಲ್ಲಿ ಓಡಿ ಮಾಯವಾಯಿತು. ಅದೊಂದು ಮೊಲವಾಗಿತ್ತು.

'ಎಲಾ ಇದರ. ಕುನ್ನಿ ಕರಕೊಂಡು ಬಂದಿದ್ರೆ ಹಿಡಿಯಬಹುದಿತ್ತು' ಎಂದುಕೊಂಡ ಶ್ರೀನಿವಾಸ ನಾಯ್ಕ, ಇದನ್ನು ಹಿಡಿಯಲು ಒಂದು ಉರುಳು ಎತ್ತಬೇಕು ಎಂದು ನಿಶ್ಚಯಿಸಿದ. ಮತ್ತೊಂದು ಅರ್ಧ ತಾಸು

ಒಳಹಕ್ಕಲದಲ್ಲಿ ತಿರುಗಾಡಿ ಒಂದೆರಡು ಬೇರು ಕಿತ್ತುಕೊಂಡು ಶಂಭುಗೌಡನ ಮನೆಕಡೆಗೆ ಬಂದ.

9

ಕಳಿಗದ್ದೆ ನಾಗಪ್ಪನ ಮನೆಯಿಂದ ಪಂಚಾಯ್ತಿಕೆಯ ಅರ್ಧದಲ್ಲೆ ಎದ್ದುಬಂದ ಹೊಸಬಯ್ಯ ನಾಯ್ಕ ಮತ್ತು ಗಿಡ್ಡನಾಯ್ಕ ದಾಪುಗಾಲು ಹಾಕುತ್ತ ಓಡುತ್ತ ಬಂದಹಾಗೆ ಬಂದರು. ಬೀಟಿನ ಹವಾಲ್ದಾರ ಈಶ್ವರಪ್ಪ ಮತ್ತು ಮುಖ್ಯಪೇದೆ ಮಂಜಣ್ಣ ಮನೆಯ ಹಕ್ಕೆಜಗುಲಿಯ ಮೇಲೆ ಕುಳಿತಿದ್ದರು. ಬೀಟಿನ ಈಶ್ವರಪ್ಪನ ಗುರ್ತು ಗಿಡ್ಡನಾಯ್ಕನಿಗೆ ಇತ್ತು. ಪೇದೆ ಮಾತ್ರ ಅವನಿಗೆ ಹೊಸಬನಾಗಿದ್ದ. ಗಿಡ್ಡನಾಯ್ಕನೇ,

'ಏನು ಸಾಹೇಬ್ರ ಸವಾರಿ ಅಪರೂಪಕ್ಕೆ ಈ ಕಡೆ ಬಂತು?' ಎಂದು ಕೇಳುತ್ತ ಜಗುಲಿ ಏರಿದ.

'ಹೊಸಬಯ್ಯ ತಂದೆ ಕೇಶಾ ನಾಯ್ಕನ ಮನೆ ಇದೇ ಅಲ್ವಾ?'

'ಹೌದ್ರಾ, ಇದೇ. ಇವ್ನೇ ಹೊಸಬಯ್ಯ ನಾಯ್ಕ' ಎಂದು ಅವನಿಗೆ ತೋರಿಸಿದ.

'ಮನುಷ್ಯನ ಕಂಡ್ರೆ ಸಾಚಾ ಅನ್ನುವ ಹಂಗೆ ಕಾಣ್ತಾನೆ. ಆದ್ರೆ ಹೀಂಗೆ ಮಾಡೂಕೆ ಅವ್ನಿಗೆ ಹ್ಯಾಂಗೆ ಮನ್ಸು ಬಂತು?' ಎಂದು ಈಶ್ವರಪ್ಪ ಅಡ್ಡಗೋಡೆಯ ಮೇಲೆ ದೀಪ ಇಟ್ಟ ಹಾಗೆ ತನ್ನ ವೃತ್ತಿ ಹಿಕಮತ್ತು ತೋರಿಸಲು ಪ್ರಾರಂಭಿಸಿದ.

ಗಿಡ್ಡನಾಯ್ಕನಿಗೆ ಇಂಥವರ ಕೂಡ ವ್ಯವಹಾರ ನಡೆಸುವುದು ತುಂಬಾ ಸಲೀಸು. ಅವನು ಈಶ್ವರಪ್ಪನ ಮಾತು ಕೇಳಿಸಿಕೊಳ್ಳದವನ ಹಾಗೆ,

'ಹೊಸಬಯ್ಯಣ್ಣ, ಸಾಹೇಬ್ರು ಇವತ್ತೆ ಇಲ್ಲೇ ಊಟಕ್ಕೆ ಇರ್ತಾರೆ. ಚಲೋ ಹುಂಜ ಇದ್ರೆ ಕಾಲು ತೊಳೆಸಲು ಹೇಳು' ಎಂದು ಅವನಿಗೆ ಕೇಳುವ ಹಾಗೆ ಹೇಳಿದ.

'ಇನ್ ಇವ್ರು ತನ್ನ ಬಲೆಯೊಳಗೆ ಆದ್ರು' ಎಂದು ಈಶ್ವರಪ್ಪನೂ ಲೆಕ್ಕ ಹಾಕಿದ.

'ಗಿಡ್ಡನಾಯ್ಕ ನೋಡು. ಯಾರೇ ಆದ್ರೂ ಸ್ವಂತ ಮಗಳನ್ನು ಹೊಡೆದುಹಾಕಿ ಸುದ್ದಿ ಇಲ್ದೆ ಸುಟ್ಹಾಕ್ತಾರಾ?' ಕೇಳಿದ.

'ನೀವು ಏನು ಹೇಳ್ತ್ರೋ ಸ್ವಲ್ಪ ಬಿಡಿಸಿ ಹೇಳಿ. ಹೀಗೆ ಅರ್ಥ ಆಗ್ದೆ ಇದ್ದಾಂಗೆ ಹೇಳ್ಬೇಡಿ' ಅಂದ ಗಿಡ್ಡ ನಾಯ್ಕ.

'ನಮ್ಗೆ ಎರಡು ತಳ್ಳಿ ಅರ್ಜಿ ಬಂದಿದೆ. ಅದ್ರಲ್ಲಿ ಈ ಹೊಸಬಯ್ಯನಾಯ್ಕ ತನ್ನ ಮಗ್ಳನ್ನು ಹೊಡೆದುಹಾಕಿ ಸುಟ್ಟುಹಾಕಿದ್ದಾನೆ ಎಂದು ಬರೆದಿದ್ದಾರೆ. ಅವ್ನ

ಹಿಡಿಯೂಕೆ ಅಂತ ಸಾಹೇಬ್ರು ವಾರಂಟ್ ಕೊಟ್ಟಾರೆ. ಈಗ ಅವ್ನ ಹಿಡ್ಕೊಂಡು ಹೋಗ್ಬೇಕು.'

'ಬರೀ ತಳ್ಳಿ ಅರ್ಜಿ ಮೇಲೆ ಯಾರಾದ್ರೂ ವಾರಂಟು ಹೊರಡಸ್ತಾರಾ?'

'ಅದು ನಮ್ಮ ಸಾಹೇಬರ ಮರ್ಜಿ.'

'ಯಾರದೇ ಮರ್ಜಿ ಆದ್ರೂ ಕಾಯ್ದೆ ಬಿಟ್ಟು ಇರ್ತದ್ಯಾ?' ಎಂದ ಗಿಡ್ಡ ನಾಯ್ಕ ತಾನೂ ಕೂಡ ಕಾಯ್ದೆ ಬಲ್ಲವ ಎನ್ನುವ ಹಾಗೆ.

'ಇವ್ರ ಮನೆಯಲ್ಲಿ ಒಬ್ಳು ಪ್ರಾಯದ ಹುಡುಗಿ ಸತ್ತದ್ದಾದರೂ ಹೌದಾ?'

'ಸತ್ತದ್ದು ಅಲ್ಲ ಹೇಳೂದಿಲ್ಲ. ಅದ್ಕೇ ಇವ್ರ ಹೊಟ್ಟೆಯಲ್ಲಿ ಬೆಂಕಿ ಬಿದ್ದಹಾಗೆ ಆಗಿದೆ. ಬಂಗಾರದಂಥ ಹುಡುಗಿ. ಹೊಳೆಗೆ ಬಿದ್ಳು, ಜೀವ ಕೊಟ್ಳು.'

'ಹೊಳೆಗೆ ಹಾರಿ ಸತ್ಳು ಅಂದ ಮೇಲೆ ಅದು ದುರ್ಮರಣ. ನಮಗೆ ತಿಳಿಸಲೇಬೇಕಿತ್ತು.'

'ಯಾರಿಗೆ ತಿಳಿಸಿದ್ರೂ ಸತ್ತೋದವಳು ತಿರುಗಿ ಬರ್ತಾಳ್ಯಾ?'

'ಸತ್ತವರು ಯಾರೂ ಬರೂದಿಲ್ಲ. ಆದ್ರೆ ಚೌಕಾಶಿ ಅನ್ನುವುದು ಇರ್ತದೆ ಅಲ್ವಾ? ಹೊಳೆಗೆ ಬಿದ್ದವಳು ನೀರೂ ಕುಡಿಯದೆ, ಮುಳುಗಿಯೂ ಹೋಗದೆ ಇದ್ದುದಾದರೂ ಹೇಗೆ?'

'ಸಾಹೇಬ್ರೆ, ನಾವು ಹ್ಯಾಂಗೆ ಗುಮಾನಿ ಮಾಡ್ತೇವೋ ಹಾಂಗೆ ಪುರಾವೆ ಸಿಕ್ಕೂದು ದೊಡ್ಡಾತೇನೂ ಅಲ್ಲ. ಆದ್ರೆ ಸತ್ಯ ಯಾವ್ದು ಅಂತ ತಿಳಿಯೂದೆ

ದೊಡ್ಡಸ್ಥಿಕೆ. ಹೆಣ ಮುಳುಗದೆ ಯಂತಾಕೆ ತೇಲ್ತು ಅಂತೀರಾ? ಹೊಳೆಯಲ್ಲಿ ಕಲ್ಲುಬಂಡೆಗಳಿರುತ್ತವೆ. ಹಾರಿದಕೂಡಲೆ ಕೆನ್ನೆಗಿನ್ನೆಗೆ ಎಲ್ಲಾದರೂ ಅದು ಬಡಿದರೆ ತೇಲದೆ ಹೆಣ ಮುಳುಗುತ್ತದೆಯಾ?'

'ಹೊಡೆದು ತಂದು ಹಾಕಿದ್ದು ಅಲ್ಲಾ ಅಂತ ಹ್ಯಾಂಗೆ ಪ್ರೂವ್ ಮಾಡ್ತೀರಿ? ಹುಡುಗಿಗೆ ನಾಲ್ಕು ತಿಂಗಳು ಆಗಿತ್ತು ಎಂದು ಅರ್ಜಿಯಲ್ಲಿ ಬರ್ದಾರೆ. ಮನೆ ಮರ್ಯಾದೆ ಹೋಯ್ತದೆ ಅಂತ ನೀವೇ ಯಾಕೆ ಹೊಡೆದು ಹಾಕಿರಬಾರದು?'

'ಹೊಸಬಯ್ಯ ನಾಯ್ಕ, ಗಿಡ್ಡನಾಯ್ಕ ಇಬ್ಬರೂ ಈಶ್ವರಪ್ಪನ ಈ ಮಾತಿಗೆ ಅಪ್ರತಿಭರಾಗಿ ಹೋದರು. ಒಳಗೆ ಮೂಲೆಯಲ್ಲಿ ನಿಂತು ಕೇಳಿಸಿಕೊಳ್ಳುತ್ತಿದ್ದ ಮನೆಮಂದಿಯೆಲ್ಲರ ಗಂಟಲು ಒಣಗಿದಂತೆ ಆಯಿತು. ಗಿಡ್ಡನಾಯ್ಕನಿಗೂ ಇದು ಹೊಸ ವಿಷಯವೇ ಆಗಿತ್ತು. ತನ್ನ ಮಾತು ಸರಿಯಾಗಿ ಗುರಿ ಮುಟ್ಟಿತು ಎಂದು ತಿಳಿದ ಈಶ್ವರಪ್ಪ ತನ್ನೊಳಗೆ ತಾನೇ ಬೀಗುತ್ತಿದ್ದ. ಆದರೂ ಗಿಡ್ಡನಾಯ್ಕ ಸಾವರಿಸಿಕೊಂಡು,

'ಇದು ಮನೆತನದ ಮರ್ಯಾದಿ ಪ್ರಶ್ನೆ, ನೀವು ಸ್ವಲ್ಪ ಸಣ್ಣ ದನಿಯಲ್ಲಿ ಹೇಳಿ. ನಿಮಗೆ ವಿಷಯ ತಿಳಿಸದೆ ಸುಟ್ಟುಹಾಕಲಿಕ್ಕೆ ಇದೇ ಕಾರಣ. ನೀವು ಬಂದರೆ ಎಲ್ಲರ ಬಾಯಿಗೂ ಬಡೆಸೋಪು ಆಗೂದು ಬೇಡ ಈ ವಿಷ್ಯ ಅಂತ ನಾವೇ ಮುಂದಿನ ಕೆಲ್ಸ ನೋಡಿದ್ವಿ. ನೀವು ನಂಬೂದಾದ್ರೆ ನಂಬಿ ಬಿಡೂದಾದ್ರೆ ಬಿಡಿ. ಯಾವ ಅಪ್ಪನೇ ಆದ್ರೂ ತನ್ನ ಮಕ್ಳು ಎಷ್ಟೇ ದೊಡ್ಡ ತಪ್ಪು ಮಾಡಿದ್ರೂ ಹೊಡೆದು ಕೊಲ್ಲುವಷ್ಟು ಕಟುಕ ಆಗೂದಿಲ್ಲ' ಎಂದ.

ಗಿಡ್ಡನಾಯ್ಕನ ಮಾತು ಈಶ್ವರಪ್ಪನ ಮನ್ಸಿಗೆ ನಾಟಿತು. ಆದ್ರೂ ಪಟ್ಟುಬಿಟ್ಟರೆ ವ್ಯವಹಾರ ಕೆಡುವುದೆಂಬ ವೃತ್ತಿ ಬುದ್ಧಿ ಅವನಿಂದ ಮತ್ತೆ ಅಡ್ಡದಿಡ್ಡ ಪ್ರಶ್ನೆ ಕೇಳಿಸುತ್ತಲೆ ಇತ್ತು.

ಅಂತೂ ಮಧ್ಯಾಹ್ನದ ಊಟ ಅಲ್ಲೇ ಮುಗಿಸಿ ಆರಾಂ ತಗೆದುಕೊಂಡ ಅವರು ಗಿಡ್ಡನಾಯ್ಕನ ಮುಂದಾಳ್ತನದಲ್ಲಿ ಹೊಸಬಯ್ಯ ನಾಯ್ಕನಿಂದ ಸತ್ಕರಿಸಿಕೊಂಡು ಮೇಲಿಂದಮೇಲೆ ಕಿಸೆ ಸವರಿಕೊಳ್ಳುತ್ತ ಹೊರಟರು. ಹೊರಡುವಾಗ,

'ಇನ್ನೊಮ್ಮೆ ಇಂಥ ತಳ್ಳಿ ಅರ್ಜಿ ಬರದಹಾಗೆ ನೋಡ್ಕೊಳ್ಳಿ' ಎಂದು ಹೇಳಿಕೊಟ್ಟು ಹೋದರು.

ಹೊಬಯ್ಯ ನಾಯ್ಕ ಮತ್ತು ಗಿಡ್ಡ ನಾಯ್ಕ ಇಬ್ಬರಿಗೂ ತಳ್ಳಿ ಅರ್ಜಿಯಲ್ಲಿ ಒಂದಂತೂ ಹುಕ್ಕಿಹನುಮಂತಂದು ಅನ್ನುವುದರಲ್ಲಿ ಸಂಶಯ ಉಳಿಯಲಿಲ್ಲ. ಆದರೆ ಮತ್ತೊಂದು ಬರೆದವರು ಯಾರು ಎನ್ನುವುದು ಅವರಿಗೆ ತಿಳಿಯದೆ ಹೋಯ್ತು. ಗಿಡ್ಡನಾಯ್ಕನ ಸಲಹೆಯ ಮೇರೆಗೆ ಹೊಸಬಯ್ಯನಾಯ್ಕ

ಅದೇದಿನ ರಾತ್ರಿ ಹುಕ್ಕಿಹನುಮಂತನನ್ನು ರಹಸ್ಯವಾಗಿ ಕಂಡು ತನ್ನ ಪರವಾಗಿ ಓಲೈಸಿಕೊಂಡನು.

ಅದರ ಮಾರನೆ ದಿನದಿಂದ ಹುಕ್ಕಿಹನುಮಂತ ಆ ವಿಷಯ ಮಾತನಾಡುವುದು ಬಿಟ್ಟುಬಿಟ್ಟ. ಹೊಸಬಯ್ಯ ನಾಯ್ಕನ ಮನಸ್ಸಿನ ಪುಕಪುಕಿ ಅರ್ಜಿ ಬರೆದ ಇನ್ನೊಬ್ಬ ಯಾರು ಅಂತ ತಿಳಿಯದೆಹೋದುದರಿಂದ ನಿಂತಿರಲಿಲ್ಲ.

10

ಒಳಹಕ್ಕಲದಲ್ಲಿ ನಾಲ್ಕೈದು ಬೇರುಗಳನ್ನು ಕಿತ್ತುಕೊಂಡು ಶ್ರೀನಿವಾಸನಾಯ್ಕ ಮತ್ತೆ ಶಂಭುಗೌಡನ ಹಿತ್ತಲ ದಣಪೆ ದಾಟುತ್ತಿರುವಾಗಲೆ ಅವನ ಬೈದಾಟ ಕೇಳಿದ. ಇವತ್ತೇನೋ ಸ್ವಲ್ಪ ರಾಂಗ್ ಆದಹಾಗೆ ಕಾಣುತ್ತದೆ. ವಿಷ್ಯ ಏನು ನೋಡೋಣ ಎಂದು ಬೇಗಬೇಗ ಬಂದ. ಶಂಭುಗೌಡ ತನಗೆ ತಿಳಿದ ಬಯ್ಗುಳವನ್ನೆಲ್ಲ ಹೊರಚೆಲ್ಲುತ್ತಿದ್ದ. ಉದ್ದವಾದ ಬಡಿಗೆಯೊಂದನ್ನು ಹಿಡಿದುಕೊಂಡು ತನ್ನ ಹೆಂಡತಿಗೆ ಹೊಡೆಯುತ್ತಿದ್ದ. ಅವಳು ಅವನ ಹೊಡೆತದಿಂದ ತಪ್ಪಿಸಿಕೊಳ್ಳಲು ಅಂಗಳದಲ್ಲಿ ಅತ್ಲಾಗೂ ಇತ್ಲಾಗೂ ಓಡುತ್ತಿದ್ದಳು. ಶಂಭುಗೌಡ ಹೊಡೆಯುತ್ತ, 'ನೀ ಇಲ್ಲಿ ಇರಬೇಡ, ನಡೆ, ಹೋಗು, ನಿನ್ನ ಅಪ್ಪನ ಮನೆಗೆ ಹೋಗು' ಎಂದು ಹೇಳುತ್ತಿದ್ದ.

ಶ್ರೀನಿವಾಸ ನಾಯ್ಕ ಅದನ್ನು ನೋಡಿದವನೆ, 'ಶಂಭಣ್ಣ, ಏ ಶಂಭಣ್ಣ ನಿಲ್ಲೋ' ಎಂದು ಹೇಳುತ್ತ ಅವನ ಕೈಯಲ್ಲಿ ಇದ್ದ ಬಡಿಗೆ ಕಿತ್ತುಕೊಂಡ.

'ನೀ ಏನ್ ಹೆಂಡತಿನ ಕೊಂದುಗಿಂದು ಹಾಕಬೇಕು ಮಾಡಿದ್ಯಾ?' ಕೇಳಿದ.

ಶ್ರೀನಿವಾಸ ನಾಯ್ಕನನ್ನು ಕಂಡಕೂಡಲೆ ಮರ್ಯಾದೆ ಮಾಡಿಕೊಂಡ ಕನ್ನಿ ಕಣ್ಣೀರು ಒರಸಿಕೊಳ್ಳುತ್ತ ಒಳಗೆ ಹೋದಳು. ಮನೆಯ ಹುಡುಗರೆಲ್ಲ ಎಲ್ಲೂ ಕಾಣಲಿಲ್ಲ.

'ಏನೋ ಇವತ್ತು, ಹೆಣ್ತಿಗೆ ಹೊಡೆಯೂಕೆ ಏನಾಯ್ತೋ ಅಂತಾದ್ದು' ಕೇಳಿದ ಶ್ರೀನಿವಾಸ ನಾಯ್ಕ.

'ನಾ ಹೊಲಕ್ಕೆ ಹೋಗಿ ಬರ್ತೆ, ಗದ್ದೆ ಬದಿಗೆ ಬಗೀಲೆ ನೋಡ್ತಾ ಇರು ಅಂದಿ ಹೇಳಿ ಹೋಗಿದ್ದೆ. ಇದರ ಹೆಣ ತೀರೂಕೆ ಹಡಬಿ ಗಂಟಿ ಯಾರದೋ ಗದ್ದೆಗೆ ಬಿದ್ದು ಎಲ್ಲಾ ತಿಂದು ಬಿಡಬೇಕಾ? ಉದ್ದಿನ ಗಿಡಕ್ಕೆ ಈಗ ಸೊಡಿಗೆ ಆಗಬೇಕಿದ್ರೆ ತಿಂದ್ರೆ ಮತ್ತೆ ಆಗೂದು ಅದ್ಯಾ? ಗದ್ದೆ ನೋಡಿದಕೂಡ್ಲೆ ನಂಗೆ ಹೊಟ್ಟಿಲಿ ಬೆಂಕಿಬಿದ್ದ ಹಾಗೆ ಆಯ್ತು. ಸಿಟ್ಟಿನಲ್ಲಿ ಹಿಡಕಂಡಿ ಅದ್ಕೆ ನಾಕು ಬಿಗ್ದೆ' ಎಂದು ಶಂಭುಗೌಡ ಹೇಳಿದ.

ಆಮೇಲೆ ಇಬ್ಬರೂ ಅದು ಇದು ಅಂತ ಒಂದು ಒಂದು ಹೇಳಿ ಸುಮಾರು ಹೊತ್ತು ಮಾತನಾಡಿದರು. ಮಾತಿನ ಮಧ್ಯೆ ಶ್ರೀನಿವಾಸ ನಾಯ್ಕ ತಾನು ಒಳಹಕ್ಕಲದಲ್ಲಿ ಮೊಲ ಕಂಡುದನ್ನು ಹೇಳಿದ. ಇಬ್ಬರೂ ಯಾವ ರೀತಿಯಲ್ಲಿ ಉರುಳು ಎತ್ತಿದರೆ ಅದನ್ನು ಜೀವಂತವಾಗಿ ಹಿಡಿಯಬಹುದು ಎಂದು ವಿಚಾರ ಮಾಡಿದರು. ಗಡಿ ಶ್ರಾಯ ಶುರುವಾಗುವುದರೊಳಗೆ ತಾನೊಂದು ಎತ್ತಿನ ಜೊತೆ ಹೊಸದು ತರಬೇಕು ಎಂದು ಶಂಭುಗೌಡ ಹೇಳಿದ. ಅವನ ಈಗಿನ ಜೊತೆ ಮುದುಕಾಗಿಬಿಟ್ಟಿದ್ದವು. ಮಳೆಗಾಲದ ಅರಲು ಗದ್ದೆಯಲ್ಲಿ ಅವುಗಳಿಂದ ಹೂಂಟಿ ಮಾಡುವುದು ಸಾಧ್ಯವಿರಲಿಲ್ಲ.

ಶ್ರೀನಿವಾಸನಾಯ್ಕ ನಾಗ ಪ್ರತಿಷ್ಠೆ ಮಾಡಿಸುವ ಸುದ್ದಿ ಎತ್ತಿದ. ಮೊದಲು ಅದನ್ನು ಆಚಾರಿಗೆ ಹೇಳಿ ಕೆತ್ತಿಸಬೇಕು. ಆಮೇಲೆ ಅದನ್ನು ಪ್ರತಿಷ್ಠೆ ಮಾಡಿಸಲಿಕ್ಕೆ ಯೋಗ್ಯ ಜನರಿಗೆ ಹೇಳಬೇಕು.

'ಕೇರಳದ ಕಡೆಯವರು ಹಳದಿಪುರದಲ್ಲಿ ಒಬ್ಬರು ಬಂದು ಐದಾರು ವರ್ಷದಿಂದ ಅವ್ರೆ. ದೊಡ್ಡ ಮಂತ್ರವಾದಿ. ಅವ್ರು ಇದ್ದಲ್ಲಿ ನಿಮ್ಮ ಸುರೇಶನ ಬಗ್ಗೆ ಒಂದು ಸಲ ಹೋಗಿ ಬಂದ್ರೆ ಆಗ್ತಿತ್ತು. ಅವ್ರ ಕೈಯಲ್ಲೇ ನಾಗರ ಪ್ರತಿಷ್ಠೆನೂ ಮಾಡ್ಸಲು ಆಗ್ತದೆ' ಎಂದು ಶಂಭುಗೌಡ ಹೇಳಿದ.

ಶ್ರೀನಿವಾಸನಾಯ್ಕ ನಾಗರ ಪ್ರತಿಷ್ಠೆ ಮಾಡಿಸಬೇಕೋ ಬೇಡವೋ ಎನ್ನುವುದರ ಅನುಮಾನದಲ್ಲೇ ಇದ್ದ. ಮಾಡಿಸದೆ ಹೋದರೆ ಮತ್ತೆ ಮತ್ತೆ ಹಾವಿನ

ಶಾಪ ತನಗೆ ಏನು ಮಾಡುತ್ತದೋ ಎನ್ನುವ ಭಯ. ಅವನ ಅನುಮಾನಕ್ಕೂ ಕಾರಣ ಇತ್ತು. ಇವನು ಗೋಕರ್ಣಕ್ಕೆ ಹೋಗಿದ್ದು ಅಳ್ಳಂಕಿ ಮೂಲಕ ನಾಲ್ಕು ಜನರಿಗೆ ಗೊತ್ತಾಗಿತ್ತು. ಹಾವನ್ನು ಸುಟ್ಟಿಹಾಕಿದ್ದು ಕೆಲವರಿಗೆ ಗೊತ್ತಾಗಿತ್ತು. ಏನೂ ಲಾಭ ಇಲ್ಲದೆ ಗೋಕರ್ಣಕ್ಕೆಲ್ಲ ಯಾರಾದರೂ ಹೋಗುತ್ತಾರೆಯೇ ಎಂದು ಗುಮಾನಿಸುವ ಜನರೂ ಇದ್ದರು. ಹುಕ್ಕಿಹನುಮಂತನಂಥವರ ಬಾಯಿಗೆ ಅದು ಬಿದ್ದಮೇಲೆ ಸಂದೇಹಕ್ಕೆ ರೆಕ್ಕೆಪುಕ್ಕ ಎಲ್ಲ ಹುಟ್ಟಿಕೊಂಡು 'ಶ್ರೀನಿವಾಸನಾಯ್ಕನಿಗೆ ಸಣ್ಣ ಗಂಟು ಸಿಕ್ಕದ್ಯಮಗೋ' ಎಂದು ಜನ ಅಲ್ಲಲ್ಲಿ ಮಾತನಾಡಿಕೊಳ್ಳುವ ಹಾಗೆ ಆಗಿತ್ತು.

ಶ್ರೀನಿವಾಸ ನಾಯ್ಕ ತನ್ನ ಮನಸ್ಸಿಗೆ ಬಂದ ಸಂದೇಹವನ್ನು ಶಂಭುಗೌಡನಿಗೆ ಹೇಳಿದ.

'ಆಡುವವರ ಬಾಯಿ ಕಟ್ಟಲಿಕ್ಕೆ ಬರ್ತದ್ಯಾ? ಆಡುವವರು ಆಡ್ತಾರೆ. ನಾವು ಮಾಡೂದು ಮಾಡಿದರೆ ಆಯ್ತು' ಎಂದು ಶಂಭುಗೌಡ ಹೇಳಿ ಸಮಾಧಾನ ಮಾಡಿದ.

11

ವಾಮನ ನಸಕು ಹರಿಯುವುದರೊಳಗೇ ಹೊಳೆಗೆ ಬಂದಿದ್ದ. ಆ ರೀತಿ ಅವನು ಬರುವುದು ಅದೇ ಮೊದಲನೆ ಸಾರಿ ಏನಲ್ಲ. ಊರಿಗೆ ಬಂದಾಗಲೆಲ್ಲ ಅವನು ಕಪ್ಪು ಇರುವಾಗಲೆ ಬೆಳಿಗ್ಗೆಯ ದಿನಚರಿ ಮುಗಿಸಿಕೊಂಡುಬಿಡುತ್ತಿದ್ದ.

ವಾಮನನಿಗೆ ತನ್ನವ್ವ ಗಣಪಿಯನ್ನು ಕಂಡರೆ ಅಷ್ಟಕ್ಕಷ್ಟೆ. ತನ್ನಪ್ಪನನ್ನು ಕಂಡರೆ ಅದೊಂದು ರೀತಿಯ ತಿರಸ್ಕಾರ. ಹೀಗಾಗಿ ಊರಿಗೆ ಬಂದರೂ ಜನರ ಜೊತೆಯಲ್ಲಿ ಇದ್ದರೂ ಅವನಿಗೆ ಅವರೆಲ್ಲರ ಜೊತೆಯಲ್ಲಿ ಮುಕ್ತವಾಗಿ ಬೆರೆಯಲು ಸಾಧ್ಯವಾಗುವುದೇ ಇಲ್ಲ. ಎಷ್ಟುಹೊತ್ತಿಗೂ ಎದೆಯಲ್ಲಿ ಕುದಿಯುತ್ತ ಇರುವುದೊಂದೇ ಅವನಿಂದ ಆಗುವುವಂಥದ್ದಾಗಿತ್ತು. ಹಗಲು ರಾತ್ರಿ ಅನುಭವಿಸಿದ ಕುದಿ ನಸುಕಿನ ತಂಪು ಹವೆಯಲ್ಲಿ, ಮುಸುಕಿದ ಮಂಜಿನಲ್ಲಿ, ಕೊಟ ಅನ್ನಿಸುವ ನೀರಿನಲ್ಲಿ ಆರಿಹೋಗುತ್ತಿತ್ತು.

ವಾಮನನ ಅಪ್ಪ ತಿಪ್ಪಯ್ಯ ಜಬ್ಬೆ. ಗಣಪಿ ಕಿಟಕಿಟಿಯಾಗಿದ್ದರೂ ಮಿಡಕಿಯಾಗಿದ್ದಳು. ಗಂಡನ ಜಬ್ಬೆತನ ಅವಳನ್ನು ಅತ್ತ ಇತ್ತ ಕಣ್ಣಾಡಿಸುವ ಹಾಗೆ ಮಾಡಿತ್ತು. ಹೆಂಡತಿ ತನ್ನ ಅಂಕೆ ತಪ್ಪಿದಳು ಎಂದು ಗೊತ್ತಾದ ಮೇಲೂ ಜಬರದಸ್ತು ಮಾಡುವಂಥ ಎದಗ ಅವನಾಗಿರಲಿಲ್ಲ. ಹೀಗಾಗಿ ಗಣಪಿಯನ್ನು ಸುಳಿದುಬಿಟ್ಟ ಹಾಗೆ ಆಗಿತ್ತು. ಅಷ್ಟು ಹೊತ್ತಿಗಾಗಲೆ ಗಣಪಿ ವಾಮನನ ತಾಯಿಯಾಗಿದ್ದಳು.

ತೆರೆದ ಬಾಯಲ್ಲಿ ನೊಣ ಹೊಕ್ಕಿಬಿಟ್ಟರೆ ಆಶ್ಚರ್ಯವೇನೂ ಇಲ್ಲ. ಊರಿನಲ್ಲಿ ತಲಬುದಾರರಿಗೆ ಕೊರತೆ ಏನೂ ಇರಲಿಲ್ಲ. ಅಂಥವರಲ್ಲಿ ಹೊಸಬಯ್ಯ ನಾಯ್ಕನೂ ಒಬ್ಬನಾಗಿದ್ದ, ಹೊಸಬಯ್ಯ ನಾಯ್ಕ ಮನೆಗೆ ಬರುವುದು ಜಾಸ್ತಿ ಆಗಲು ಹತ್ತಿದ ಮೇಲೆ ತಿಪ್ಪಯ್ಯ ಮನೆಯಿಂದ ಕೆಲಸದ ನೆವ ಹಿಡಿದು ಹೊರಗೆ ಹೆಚ್ಚು ಕಾಲ ಕಳೆಯತೊಡಗಿದ.

ಗಣಪಿಗೆ ಹೊಸಬಯ್ಯ ನಾಯ್ಕ ಒಬ್ಬನೇ ಕಾಯಂ ಆಗಿರಲಿಲ್ಲ. ಅವನ ಬಿಟ್ಟು ಇನ್ನೂ ಅನೇಕರು ಇದ್ದರು. ವಾಮನನಿಗೆ ಸಣ್ಣವ ಇದ್ದಾಗ ಅದೆಲ್ಲ ಕುವಿ ಅರ್ಥ ಆಗಿರಲಿಲ್ಲ. ಆದರೆ ಅವನು ಶಾಲೆಗೆ ಹೋಗಲು ಹತ್ತಿದ ಮೇಲೆ ಅವನ ದೋಸ್ತಿ ಹುಡುಗರು ಒಮ್ಮೊಮ್ಮೆ ಜಗಳ ಮಾಡಿಕೊಂಡಾಗ ಅವನವ್ವನ ಸುದ್ದಿ ಎಲ್ಲ ಎತ್ತಿ ಹೇಳಿಬಿಡುತ್ತಿದ್ದರು.

ಅವನು ಐದನೆ ಇಯತ್ತೆಯಲ್ಲಿ ಇದ್ದಾಗ ಆದದ್ದೂ ಅದೇ. ಶಾಲೆಯಲ್ಲಿ ದೊಡ್ಡ ಹುಡುಗರ ಜೊತೆ ಜಗಳ ಮಾಡಿಕೊಂಡಾಗ ಅವರು ಸಿಟ್ಟಿನಿಂದ 'ನಿನ್ನಪ್ಪ ತಿಪ್ಪಯ್ಯ ಅಲ್ಲ ಹೊಸಬಯ್ಯ' ಎಂದು ಕೂಗುತ್ತ ಹಾಡು ಕಟ್ಟಿ ಹೇಳುತ್ತ ಇವನ ಕಣ್ಣುಗಳಲ್ಲಿ ನೀರು ತರಿಸಿಬಿಟ್ಟರು.

ಆ ಕ್ಷಣದಿಂದಲೆ ವಾಮನ ಹೊಸಬಯ್ಯ ನಾಯ್ಕನನ್ನು ದ್ವೇಷಿಸತೊಡಗಿದ. ಹಾಗೆಯೇ ತನ್ನ ತಾಯಿಯನ್ನು ಕೂಡ. ಅದೇ ದಿನ ಅವನು ಅವ್ವ ಕರಡಿಗೆಯಲ್ಲಿ ಹಾಕಿಟ್ಟಿದ್ದ ದುಡ್ಡನ್ನು ಕದ್ದುಕೊಂಡು ಊರನ್ನೇ ಬಿಟ್ಟುಬಿಟ್ಟ.

ಹುಬ್ಬಳ್ಳಿಗೆ ಹೋಗಿ ಕೆಲವು ದಿನ ಹೊಟೇಲಿನಲ್ಲಿ ಉಳಿದ. ಒಂದಿನ ಹೊಟೇಲಿಗೆ ಚಹಾ ಕುಡಿಯಲು ಸಮಾಜಸುಧಾರಕರ ಸಣ್ಣ ತಂಡವೊಂದು ಬಂದಿತ್ತು. ಅವರ ಟೇಬಲ್ಲಿಗೆ ಇವನೇ ಸಪ್ಲೈ ಮಾಡುತ್ತಿದ್ದ. ಅದು ತಾ ಇದು ತಾ ಎಂದು ತರಿಸಿಕೊಂಡು ತಿಂದರು. ಹುಡುಗನ ಚುರುಕುತನ ಅವರಿಗೆ ತಿಳಿದು ಅವನ ಸಮಾಚಾರ ವಿಚಾರಿಸಿದರು. 'ಮುಂದೆ ಓದುತ್ತೀಯಾ?' ಕೇಳಿದರು. ಇವನು 'ಹೂಂ' ಅಂದ. ಅವರು ಅವನನ್ನು ಹೊಟೇಲಿನಿಂದ ಬಿಡಿಸಿ ಒಂದು ಮಠದ ಉಚಿತ ಪ್ರಸಾದನಿಲಯದಲ್ಲಿ ಸೇರಿಸಿದರು. ಶಾಲೆಗೂ ಸೇರಿಸಿದರು. ಇವನು ಓದಿದ. ಎರಡೋ ಮೂರೋ ಸಲ ಕಟ್ಟಿ ಎಸ್ಸೆಲ್ಸಿ ಪಾಸು ಮಾಡಿದ. ಈ ನಡುವೆ ಒಮ್ಮೆಯೂ ಊರಿಗೆ ಹೋಗಿರಲಿಲ್ಲ ಅವನು. ಒಂದು ಸಾರಿ ಪತ್ರ ಬರೆದು ತಾನು ಇಂಥಲ್ಲಿ ಇದ್ದೇನೆ ಎಂದು ತಿಳಿಸಿದ್ದ.

ಆಮೇಲೆ ಹೈಸ್ಕೂಲೊಂದರಲ್ಲಿ ಸಿಪಾಯಿ ಕೆಲಸಕ್ಕೆ ಸೇರಿಕೊಂಡ. ಕೊನೆಗೆ ಅವನಿಗೆ ಅಟೆಂಡರ್ ಆಗಿ ಬಡ್ತಿ ಸಿಕ್ಕಿತು. ವರ್ಷ ಕಳೆದ ಹಾಗೆ ಅವನ ದ್ವೇಷ ತಿರಸ್ಕಾರಗಳೂ ಬೆಳೆಯುತ್ತ ಹೋದವು. ಪ್ರತೀಕಾರಕ್ಕೆ ಅವನ ಮನಸ್ಸು ಧಾವಂತಗೊಳ್ಳುತ್ತಿತ್ತು.

ಹತ್ತೋಹನ್ನೊಂದೋ ವರ್ಷಗಳ ನಂತರ ಅವನು ಊರಿಗೆ ಬಂದ. ಅವನ ಬಾಹ್ಯ ವೇಷ ಬದಲಾಗಿತ್ತು. ಆದರೆ ಅವನ ಹೃದಯ ಅದೇ ಆಗಿತ್ತು. ಅವನು ಊರಿಗೆ ಬಂದಿದ್ದಾನೆ ಎಂದು ಸುದ್ದಿ ಕೇಳಿದ ಮೇಲೆ ಹೊಸಬಯ್ಯ ನಾಯ್ಕ ಆ ಮನೆಗೆ ಬರಲಿಲ್ಲ. ಆ ರಜೆಯಲ್ಲಿ ಎರಡು ಎರಡೂವರೆ ತಿಂಗಳು ವಾಮನ ಊರಿನಲ್ಲಿಯೇ ನಿಂತ.

ಆಗಲೇ ಅವನಿಗೆ ಹೊಸಬಯ್ಯನಾಯ್ಕನ ಎರಡನೆ ಮಗಳು ಕಣ್ಣಿಗೆ ಬಿದ್ದದ್ದು. ಹುಡುಗಿ ಚಂದವಾಗಿಯೂ ಇದ್ದಳು. ತನ್ನ ಸೇಡನ್ನು ತೀರಿಸಿಕೊಳ್ಳಲು ಬೇರೆಯೇ ಹುನ್ನಾರು ಮಾಡಿದ ವಾಮನ. ಅಪರೂಪಕ್ಕೆ ಊರಿಗೆ ಬಂದರೂ ಮನಸ್ಸು ಬಿಚ್ಚಿ ಅವನಿಂದ ಮಾತನಾಡಲು ಆಗಿತ್ತಿರಲಿಲ್ಲ. ಮನೆಯಲ್ಲಿ ಎರಡು ಮೂರು ಗಂಡು ಹೆಣ್ಣು ಹುಡುಗರು ಇದ್ದರು. ಅವರೆಲ್ಲ ತಮ್ಮ ತಂಗಿಯರೆಂದು ತಿಳಿಯಿತು. ಯಾರವೋ ಏನೋ ಎಂದುಕೊಂಡು ಅವರನ್ನು ಕಂಡರೂ

ಮುಖ ಬಿಗಿದುಕೊಂಡೇ ಇರುತ್ತಿದ್ದ. ಮನೆಯಲ್ಲಿ ಬೇಸರ ಆದಕೂಡಲೆ ಸುಮ್ಮನೆ ಎದ್ದುಬಿಡುತ್ತಿದ್ದ. ಕಾಲೆಳೆದುಕೊಂಡು ಹೊಳೆಯ ಅಂಚಿಗೋ ಗುಡ್ಡದ ಕಡೆಗೋ ನಡೆದುಬಿಡುತ್ತಿದ್ದ.

ಮನಸ್ಸಿನ ತುಂಬ ಬೇಸರ ಇರಿಸಿಕೊಂಡು ವಾಮನ ಒಂದು ದಿನ ಗುಡ್ಡದ ಮೇಲೆ ತಿರುಗಾಡುತ್ತಿರುವಾಗಲೆ ಹೊಸಬಯ್ಯ ನಾಯ್ಕನ ಎರಡನೆ ಮಗಳು ನಾಗಮ್ಮ ಕಣ್ಣಿಗೆ ಬಿದ್ದದ್ದು. ನಾಗಮ್ಮನಿಗೆ ಇವನು ಯಾರು ಎನ್ನುವುದು ಗೊತ್ತಿತ್ತು. ಆದರೆ ವಾಮನನಿಗೆ ಅವಳಾರೆಂದು ಗೊತ್ತಿರಲಿಲ್ಲ.

ನಾಗಮ್ಮ ಗೇರುಗಿಡಗಳ ಜಿಗ್ಗು ಮುರಿಯುತ್ತಿದ್ದಳು. ಉದ್ದ ಅಂಗಿಯನ್ನು ಮಡಚಿ ಸಿಕ್ಕಿಸಿದ ಆಕೆ ನಿಲುಕದ ಟೊಂಗೆಯನ್ನು ಎಟುಕಿಸಲು ತುದಿಗಾಲ

ಮೇಲೆ ನಿಂತು ಒಂದು ಕೈ ಎತ್ತಿ ಹಾರುತ್ತಿದ್ದಳು. ಅವಳ ಆ ಭಂಗಿ ವಾಮನನ ಮನಸ್ಸಿನ ಬೇಸರವನ್ನೆಲ್ಲ ಒಮ್ಮೆಲೆ ಗುಡಿಸಿಹಾಕಿತು. ತಾನು ಕೆಲಸ ಮಾಡುವ ಎಡೆಯಲ್ಲಿ ಎಷ್ಟೋ ಹುಡುಗಿಯರನ್ನು ಅವನು ಕಂಡಿದ್ದ. ಆದರೆ ಯಾವತ್ತೂ ಅವನು ಈ ರೀತಿ ತಡೆದು ನಿಂತು ನೋಡುತ್ತ ಇದ್ದವನಲ್ಲ.

ವಾಮನ ತನ್ನನ್ನೇ ನೋಡುತ್ತ ನಿಂತದ್ದು ನಾಗಮ್ಮನಿಗೂ ತಿಳಿಯಿತು. ಆಕೆಗೆ ನಾಚಿಕೆ ಎನಿಸಿ ಟೊಂಗೆಯನ್ನು ಎಟುಕಿಸಿಕೊಳ್ಳುವ ತನ್ನ ಪ್ರಯತ್ನ ನಿಲ್ಲಿಸಿ ಅವನನ್ನು ನೋಡುತ್ತ ನೋಡದೆ ಇರುವವಳ ಹಾಗೆ ನಿಂತಳು.

ಆಕ್ಷಣವೇನೋ ವಾಮನ ಅಲ್ಲಿಂದ ಹೆಜ್ಜೆಕಿತ್ತು ಸರಿದ. ಆದರೆ ಅವನ ಮನದ ಕ್ಯಾನವಾಸಿನ ಮೇಲೆ ಮೂಡಿದ ನಾಗಮ್ಮನ ರೇಖೆ ಮಾತ್ರ ಅಳಿಸಿ ಹೋಗಲಿಲ್ಲ. ಅವಳು ಯಾರೆಂದು ತಿಳಿದುಕೊಳ್ಳುವ ಇಚ್ಛೆ ಮೂಡಿತು. ಸಂಜೆ ಹೊತ್ತಿಗೆ ಕೇರಿಯ ಮೇಲೆ ಯಾರನ್ನೋ ಅರಸಿಕೊಂಡು ಹೊರಟವನಂತೆ ಹಾದುಹೋಗತೊಡಗಿದ. ಆಗ ಹೊಸಬಯ್ಯ ನಾಯ್ಕನ ಮನೆ ಅಂಗಳದಲ್ಲಿ ಹೇಡಿಗೆಯ ಮೇಲೆ ಕುಳಿತು ತಲೆ ಬಾಚುತ್ತ ಹೇನು ಒರೆದುಕೊಳ್ಳುತ್ತಿದ್ದ ನಾಗಮ್ಮ ಕಂಡಳು. ಮನೆಯ ಮುಂದೆ ಹೊರಟ ವಾಮನನನ್ನು ಅವಳು ಕಂಡರೂ ಕಾಣದ ಹಾಗೆ ಮಾಡಿದಳು.

ವಾಮನ ಪರೋಕ್ಷವಾಗಿ ಅವಳು ಹೊಸಬಯ್ಯ ನಾಯ್ಕನ ಮಗಳೇ ಎನ್ನುವುದನ್ನು ಖಚಿತಪಡಿಸಿಕೊಂಡನು. ಮಾರನೆ ದಿನವಾಗುವಾಗ ಅವನು ಒಂದು ನಿರ್ಧಾರಕ್ಕೆ ಬಂದು ಮುಟ್ಟಿದ್ದ.

ಕಳೆದ ದಿನದಂತೆ ಅಂದೂ ಕೂಡ ಅವನು ಅದೇ ತಾವಿಗೆ ಹೋದ. ಅವಳೂ ಹೇಳಿ ಕಳುಹಿಸಿದವರ ಹಾಗೆ ಅಲ್ಲಿಗೆ ಬಂದು ನಿನ್ನಿನ ಕೆಲಸದಲ್ಲೇ ಇದ್ದಳು. ಅವನು ಅವಳ ಹತ್ತಿರಕ್ಕೆ ಹೋದ. ಅವಳು ಅದನ್ನು ನಿರೀಕ್ಷಿಸಿದ್ದಳೋ ಎನ್ನುವ ಹಾಗೆ ಮಾಡುವ ಕೆಲಸ ಬಿಟ್ಟು ಹೆಜ್ಜೆ ಕದಲಿಸದೆ ಹಾಗೆಯೇ ನಿಂತಳು. ಅವನು ಅವಳನ್ನು ನೋಡತೊಡಗಿದ. ಅವಳು ಅವನನ್ನು ನೋಡತೊಡಗಿದಳು. ಇಬ್ಬರೂ ತಮ್ಮ ತಮ್ಮ ಮನಸ್ಸು ಉಗಡ ಮಾಡದೆ ಅಭಿಪ್ರಾಯ ಅರಿತುಕೊಂಡರು.

'ನೀ...ನೀ...ನೀ...ನು' ಎಂದು ತೊದಲಿದ ವಾಮನ.

'ನಾಗಮ್ಮ' ಎಂದಳು ಆಕೆ ಸರಳವಾಗಿ.

'ನಾಗಮ್ಮ, ನಾಗಮ್ಮ' ಎಂದು ತನ್ನಷ್ಟಕ್ಕೆ ಎಂಬಂತೆ ಹೇಳಿಕೊಂಡ. ಅವಳನ್ನು ಕೇವಲ ನೋಡುತ್ತ ನಿಲ್ಲುವುದಷ್ಟೇ ಅವನಿಂದ ಸಾಧ್ಯವಾಯಿತು. ಅವಳೂ ಅವನನ್ನೇ ನೋಡತೊಡಗಿದಳು. ಇಬ್ಬರಿಗೂ ಒಂದು ಒಂದೂವರೆ ಮಾರಿನ ಅಂತರವಿತ್ತು.

ಅವರು ಎಷ್ಟು ಹೊತ್ತು ಹಾಗೆ ನಿಂತಿದ್ದರೋ ಏನೋ, ಮಾತಿಲ್ಲದೆ ಮಾತನಾಡುತ್ತಿದ್ದರು, ಸ್ಪರ್ಶಿಸದೆ ಸ್ಪರ್ಶಾನುಭವ ಪಡೆದು ಪುಳಕಗೊಳ್ಳುತ್ತಿದ್ದರು. ವೀರತೆ, ದೈನ್ಯತೆ ಒಟ್ಟೊಟ್ಟಿಗೆ ಇಬ್ಬರಲ್ಲೂ ಇಣುಕಿಹಾಕುತ್ತಿತ್ತು.

ಅವರ ಈ ರೀತಿಯ ಸಮಾಧಿ ಸ್ಥಿತಿಗೆ ಭಂಗ ತಂದುದು ಏಳೆಂಟು ಕಾಗೆಗಳು. ಅವರು ನಿಂತಲ್ಲೇ ಮೇಲ್ಗಡೆ ಚಕ್ರಾಕಾರವಾಗಿ ಸುತ್ತುತ್ತ 'ಕಾಕಾ' ಎಂದು ಗದ್ದಲವೆಬ್ಬಿಸುತ್ತಿದ್ದವು. ಇಬ್ಬರೂ ಎಚ್ಚೆತ್ತು ಆಚೆ ಈಚೆ ಕಣ್ಣಾಡಿಸಿದರು. ಅವರಿಂದ ಎರಡೇ ಮಾರು ಅಂತರದಲ್ಲಿ ಒಂದು ಹೆರಿ ಹಾವು ಹೆಡೆಯನ್ನು ಬಿಚ್ಚಿಕೊಂಡು ನಿಂತಿತ್ತು. ಅದು ಹೆಡೆ ತೂಗುವ ರೀತಿ ಅವರ ಕೂಡುವಿಕೆಗೆ ಪೌರೋಹಿತ್ಯ ನಡೆಸುತ್ತಿರುವಂತೆ ಇತ್ತು.

ಹೆರಿಹಾವನ್ನು ನೋಡುತ್ತಲೆ ನಾಗಮ್ಮನಿಗೆ ಸ್ತ್ರೀಸಹಜವಾದ ಭಯ ಆವರಿಸಿತು. ಆಕೆಯ ಬಾಯಿಂದ ಆಕೆಗೆ ಅರಿವಿಲ್ಲದಂತೆ 'ಅಯ್ಯೋ ಅಮ್ಮ' ಎಂಬ ಧ್ವನಿಗಳು ಹೊರಬಿದ್ದವು. ಮಿದುಳು ಆದೇಶ ನೀಡುವ ಮೊದಲೇ ಕಾಲುಗಳು ವಾಮನನ ಬಳಿಗೆ ಅವಳನ್ನು ಒಯ್ದಿದ್ದವು.

ಹೆದರಿ ಕಂಪಿಸುತ್ತಿದ್ದ ಅವಳನ್ನು ವಾಮನ ಕೈ ನೀಡಿ ತನ್ನತ್ತ ಎಳೆದುಕೊಂಡು, ಒಂದು ಕೈಯಿಂದ ಆಕೆಯನ್ನು ಬಳಸಿಕೊಂಡು ಇನ್ನೊಂದು ಕೈಯಿಂದ ಹಾವಿಗೆ ಹೋಗು ಎನ್ನುವಂತೆ ಸನ್ನೆಮಾಡತೊಡಗಿದ.

'ನಾವೇನು ನಿನಗೆ ತೊಂದರೆ ಕೊಡಲಿಲ್ಲ, ಪೆಟ್ಟು ಮಾಡಲಿಲ್ಲ. ನಿನ್ನ ತಳಕ್ಕೆ ನೀನು ಹೋಗಿಬಿಡು' ಎಂದು ಬಾಯಿಬಿಟ್ಟು ಹೇಳಿದ. ಇನ್ನೊಂದು ಕ್ಷಣ ಹಾಗೇ ನಿಂತ ಹಾವು ನಿಧಾನವಾಗಿ ಹೆಡೆ ಇಳಿಸಿ ಹರಿಯುತ್ತ ಗುಡ್ಡದೊಳಗಿನ ಒಂದು ಬಿಲವನ್ನು ಪ್ರವೇಶಿಸಿತು.

ವಾಮನ ಮತ್ತು ಅವನ ತೆಕ್ಕೆಯೊಳಗಿದ್ದ ನಾಗಮ್ಮ ಇಬ್ಬರೂ ಅದನ್ನೇ ನೋಡುತ್ತಿದ್ದರು.

ಕಾಕತಾಳೀಯವೋ ಎನ್ನುವಂತೆ ಅವರಿಬ್ಬರ ಸೇರುವಿಕೆಗೆ ಸಾಕ್ಷಿರೂಪದಲ್ಲಿದ್ದ ಆ ಹಾವು ನಾಗಮ್ಮ ಸತ್ತ ದಿನವೇ ಶ್ರೀನಿವಾಸ ನಾಯ್ಕನ ಕಾಲು ತಾಗಿ ಉರುಳಿದ ಕಲ್ಲಿನ ಅಡಿಗೆ ಸಿಕ್ಕು ಸತ್ತು ಹೋಯಿತು.

* * *

ಆನಂತರದ ದಿನಗಳಲ್ಲಿ ರಜೆ ಮುಗಿಯುವ ವರೆಗೆ ನಾಗಮ್ಮ ಮತ್ತು ವಾಮನ ದಿನವೂ ಯಾರದಾದರೂ ಒಳಹಕ್ಕಲಲ್ಲಿ, ಕುಂಬರಿ ಪಾಗಾರದ ಮರೆಗೆ, ದೊಡ್ಡ ಕೊಡ್ಲಿನಲ್ಲಿ, ಇಲ್ಲವೆ ನೆಲದ ಮೇಲೆ ಹೆಣೆಗಳನ್ನು ಚಾಚಿದ ದೊಡ್ಡ ಗೇರು ಮರಗಳ ಮರೆಯಲ್ಲೋ ಎಲ್ಲಾದರೂ ಒಂದುಕಡೆ ಸೇರುತ್ತಿದ್ದರು.

ತನ್ನ ಅವ್ವನನ್ನು ಇಟ್ಟುಕೊಂಡು ತನಗೆ ಅವಮಾನ ಮಾಡಿದವನ ಮೇಲೆ ಸೇಡು ತೀರಿಸಿಕೊಳ್ಳಬೇಕು ಎನ್ನುವುದಷ್ಟೇ ವಾಮನನ ಮೊದಲಿನ ಉದ್ದೇಶವಾಗಿತ್ತು. ಆದರೆ ನಾಗಮ್ಮ ಹೆಚ್ಚು ಹೆಚ್ಚು ಅವನನ್ನು ಆಕ್ರಮಿಸ ತೊಡಗಿದಂತೆಲ್ಲ ಅವನ ನಿಲುವಿನಲ್ಲಿ ಗೊಂದಲ ಏರ್ಪಟ್ಟಿತು. ರಜೆ ಕಳೆಯುತ್ತ ಬಂದಹಾಗೆ ಅವನು ಯಾವೊಂದು ಸ್ಪಷ್ಟ ನಿರ್ಧಾರಕ್ಕೆ ಬರುವಲ್ಲಿ ವಿಫಲನಾದ. ಅಷ್ಟುಹೊತ್ತಿಗಾಗಲೆ ನಾಗಮ್ಮ ತನಗೆ ಮುಟ್ಟು ನಿಂತಿದೆ ಎಂದು ತಿಳಿಸಿದ್ದಳು. ತಾನು ನಿನ್ನ ಕೈಬಿಡುವುದಿಲ್ಲವರಂದು ಅವನು ಅವಳಿಗೆ ಭರವಸೆಯನ್ನೇನೋ ಕೊಟ್ಟಿದ್ದ.

ಗೊಂದಲಪುರಿಯ ಪ್ರಜೆಯಾಗಿರುವಾಗಲೆ ಅವನು ಒಂದುದಿನ ರಜೆ ಮುಗಿದ ಕಾರಣ ಊರು ಬಿಟ್ಟು ಹೊರಟ. ನಾಗಮ್ಮನಿಗೆ, 'ಸದ್ಯದಲ್ಲೇ ಮತ್ತೆ ಬರುವೆ' ಎಂಬುದಾಗಿ ಹೇಳಿಯೂ ಹೋಗಿದ್ದ.

ಅತ್ತ ಹೋದ ಮೇಲೆ ಅವನಿಗೆ ಈ ಕಡೆಯದು ಮರೆತೇ ಹೋಯಿತೇನೋ ಎಂಬಂತಾಗಿ ಬಿಟ್ಟಿತು. ನಾಗಮ್ಮ ಮಾತ್ರ ದಿನೇದಿನೇ ಚಿಂತೆಯಿಂದ ಕುಗ್ಗಿದಳು. ಲಂಗದೊಳಗೇ ದೊಡ್ಡದಾಗುತ್ತಿರುವ ತನ್ನ ಹೊಟ್ಟೆ ಮಾನ ಉಳಿಸುವುದಿಲ್ಲ ಎನ್ನುವುದು ಅವಳಿಗೆ ಖಾತ್ರಿಯಾಯಿತು. ಅನಿವಾರ್ಯವಾಗಿ ತನ್ನ ತಾಯಿಗೆ ಸುದ್ದಿ ತಿಳಿಸಿದಳು.

ಸೀತಕ್ಕ ಸುದ್ದಿ ಕೇಳಿ ಕಂಗಾಲಾಗಿ ಹೋದಳು. ಗಂಡನಿಗೆ ತಿಳಿಸದೆಯೇ ಅದನ್ನು ಇಳಿಸಿಹಾಕುವ ಪ್ರಯತ್ನ ಮಾಡಿದಳು. ಒಂದಿಬ್ಬರ ಹತ್ತಿರ ಗುಟ್ಟಾಗಿ ಔಷಧ ಕೇಳಿದಳು. ತನ್ನ ಪ್ರಯತ್ನ ನಡೆಯದಾದಾಗ ಗಂಡ ಹೊಸಬಯ್ಯ ನಾಯ್ಕನಿಗೆ ತಿಳಿಸಿದಳು.

ತನ್ನ ಮಗಳಿಗೆ ಬಸಿರು ಮಾಡಿದ ಹಡಬೆ ಯಾರು ಎನ್ನುವುದನ್ನು ಅವನು ತಿಳಿದುಕೊಳ್ಳುವ ಪ್ರಯತ್ನ ಮಾಡಿದ. ನಯಕ್ಕೆ ಅವಳು ಬಾಯಿಬಿಡದೆ ಹೋದಾಗ ಹುಣಸೆ ಬರಲು ತಗೆದುಕೊಂಡು ನಾಲ್ಕು ಶಾಖ ಮಾಡಿದ. ಆಗ ಅವಳು ಬಾಯಿ ಬಿಟ್ಟಳು.

ವಾಮನನ ಹೆಸರು ಕೇಳಿದ ಕೂಡಲೆ ಹೊಸಬಯ್ಯ ನಾಯ್ಕನ ತಲೆಯ ಮೇಲೆ ತಣ್ಣೀರು ಸುರಿದ ಹಾಗೆ ಆಯಿತು. ಮರುಕ್ಷಣವೆ ಮತ್ತೆ ಸಿಟ್ಟು ಏರಿತು. 'ಹಡಬೆಗೆ ಹುಟ್ಟಿದವಳೆ ಏನ್ ಕಂಡಿ ಅವನ ದೋಸ್ತಿ ಮಾಡಿದ್ಯೆ?' ಎಂದು ಮತ್ತೆರಡು ಹೊಡೆಯಲು ಎದ್ದಾಗ ನಾಗಮ್ಮನಿಗೆ ಧೈರ್ಯ ಎಲ್ಲಿಂದ ಬಂತೋ ಏನೋ?

'ಅವನ ಅವ್ವನ ಜೊತೆ ಮಲಗೂಕೆ ಹೋಗೂಕೆ ನಿನಗೆ ಮರ್ಯಾದಿ ಆಗೂದಿಲ್ವಾ?' ಕೇಳಿಯೇಬಿಟ್ಟಳು.

ಹೊಸಬಯ್ಯ ನಾಯ್ಕನಿಗೆ ಕುರುವನ್ನು ಹಿಡಿದು ಗಿಂವುಚಿದ ಹಾಗೆ ಆಯ್ತು.

ಸಿಟ್ಟಿನಿಂದ ಅದುರಹತ್ತಿದ. 'ಏನಂದ್ಯೇ ಹಡಬೆ' ಎಂದು ಒಂದು ತಪರಾಕಿ ಕೆನ್ನೆಗೆ ಕೊಟ್ಟೇಬಿಟ್ಟ. ನಾಗಮ್ಮ ತಿರುಗಿ ಬಿದ್ದುಬಿಟ್ಟಳು. ಮನೆಮಂದಿಯೆಲ್ಲ ಜಮಾಯಿಸಿದರು. ನೆತ್ತಿಗೆ ನೀರು ತಟ್ಟಿದರು. ಬಾಯಿಗೆ ನೀರು ಹಾಕಿದರು. ಏನು ಮಾಡಿದರೂ ಅವಳಿಗೆ ಎಚ್ಚರ ಬರಲಿಲ್ಲ. ದುಃಖ ಮತ್ತು ಭಯ ಎರಡೂ ಒಟ್ಟಿಗೆ ಅವರನ್ನು ಆಳತೊಡಗಿತು. ಅಂಥದರಲ್ಲೂ ಹೊಸಬಯ್ಯ ನಾಯ್ಕ ತನ್ನ ಸ್ತಿಮಿತ ಕಳೆದುಕೊಳ್ಳಲಿಲ್ಲ.

ಮನೆಯವರಿಗೆಲ್ಲ ಗದ್ದಲ ಮಾಡದ ಹಾಗೆ ಎಚ್ಚರಿಕೆ ಕೊಟ್ಟ. ಮಧ್ಯರಾತ್ರಿಗೆ ಹೆಣವನ್ನು ಎತ್ತಿಕೊಂಡು ಹೋಗಿ ಹೊಳೆಯಲ್ಲಿ ಬಿಟ್ಟುಬಿಟ್ಟ. ಮುಂದಿನದೆಲ್ಲ ಗೊತ್ತೇ ಇದೆ.

* * *

ವಾಮನನಿಗೆ ಸುದ್ದಿ ತಿಳಿದಮೇಲೆ ತಾನೇ ಅವಳ ಸಾವಿಗೆ ಕಾರಣ ಆದೆನೋ ಹೇಗೆ ಎಂಬ ಭಾವನೆ ಅವನನ್ನು ಕಾಡತೊಡಗಿತು. ಅವಳಿಗೋಸ್ಕರ ಅವನಲ್ಲಿ ದಾಕ್ಷಿಣ್ಯವಿತ್ತು. ಅವಳೇ ಹೋದ ಮೇಲೆ ಯಾರದೇನು ಹಂಗು? ಹೊಸಬಯ್ಯ ನಾಯ್ಕನಿಗೆ ಜೈಲಿನ ಕಂಬಿ ಎಣಿಸುವ ಹಾಗೆ ಮಾಡುತ್ತೇನೆ ಎನ್ನುವ ರೊಚ್ಚು ಬೆಳೆಯಿತು. ಆ ರೊಚ್ಚೇ ಅವನಿಂದ ಒಂದು ತಳ್ಳಿ ಅರ್ಜಿಯನ್ನು ಬರೆಯಿಸಿತು.

ಹೊಸಬಯ್ಯ ನಾಯ್ಕ ತಲೆಕೆಡಿಸಿಕೊಂಡಿದ್ದು ಆ ಅರ್ಜಿ ಬರೆದವರು ಯಾರು ಎನ್ನುವುದಕ್ಕಾಗಿಯೇ. ಕೊನೆಗೂ ಅವನಿಗೆ ಅದರ ಅಂತಪಾರ ಹರಿಯಲಿಲ್ಲ.

12

ನಾಗರ ಪ್ರತಿಷ್ಠೆ ಮಾಡಿಸುವುದೇ ಸೈ ಎಂಬ ನಿರ್ಧಾರದೊಂದಿಗೆ ಶ್ರೀನಿವಾಸ ನಾಯ್ಕ ಶಂಭುಗೌಡನ ಮನೆಯಿಂದ ಹೊರಬಿದ್ದ. ಅವನನ್ನು ದಣಪೆ ವರೆಗೆ ಕಳುಹಿಸಿಕೊಟ್ಟು ಶಂಭುಗೌಡ ಮೊಲಕ್ಕೆ ಉರುಳು ಎತ್ತಲು ಸಾಹಿತ್ಯ ಹುಡುಕತೊಡಗಿದ. ಎಲ್ಲವನ್ನು ಒಟ್ಟುಮಾಡಿಕೊಂಡು ಒಳಹಕ್ಕಲಿಗೆ ಹೋಗಿ ಉರುಳು ಎತ್ತಿ ಬಂದ.

ಅದೇ ಮಾರನೆದಿನ ಬೆಳಿಗ್ಗೆ ಅವನು ಅಲ್ಲಿಗೆ ಹೋದಾಗ ಒಂದು ಮೊಲ ಉರುಳಿನಲ್ಲಿ ಜೋತಾಡುತ್ತಿತ್ತು. ಜೀವ ಇದೆಯೋ ಸತ್ತಿದೆಯೋ ಎಂದು ಪರೀಕ್ಷೆಮಾಡಿ ನೋಡಿದ. ಪುಣ್ಯಕ್ಕೆ ಅದರ ಜೀವ ಹೋಗಿರಲಿಲ್ಲ. ಅದು ಸತ್ತಿದ್ದರೆ ಶ್ರೀನಿವಾಸ ನಾಯ್ಕನ ಔಷಧಕ್ಕೆ ಬರುತ್ತಿರಲಿಲ್ಲ.

ಶಂಭುಗೌಡನಿಗೆ ಅತ್ಯಾನಂದವಾಯಿತು. ಅದನ್ನು ಬಿಡಿಸಿ ಮನೆಗೂ ಹೋಗದೆ ಒಳಹಕ್ಕಲಿನಿಂದಲೆ ಶ್ರೀನಿವಾಸನಾಯ್ಕನ ಮನೆಗೆ ಹೋಗಿ ಅವನಿಗೆ ಅದನ್ನು ತೋರಿಸಿದ. ಅವನಿಗೆ ಕೂಡ ಸಂತೋಷವಾಯಿತು. ಕೂಡಲೆ ಕಷಾಯದ ಆ ಮಡಿಕೆಯನ್ನು ಒಲೆಯ ಮೇಲೆ ಏರಿಸಲು ಹೆಂಡತಿಗೆ ಹೇಳಿದ. ಅದು ಕುದಿಯಲು ತೊಡಗಿದಾಗ ಅದರಲ್ಲಿ ಆ ಮೊಲವನ್ನು ಹಾಕಿಬಿಟ್ಟ. ಇನ್ನೊಂದು ತಾಸು ಕುದಿಸಿದ ಮೇಲೆ ಆ ಮೊಲ ಬೆಂದು ಕರಗಿ ಹೋಯಿತು. ಅದರ ಎಲುಬುಗಳನ್ನು ತೆಗೆದು ಹೊರಗೆ ಎಸೆದ. ಆಮೇಲೆ ಆ ಮಡಿಕೆಯನ್ನು ತೆಗೆದು ಕೆಳಗಿರಿಸಿದ.

ಮಡಿಕೆಯಿಂದ ಉಗಿ ಹಾರುತ್ತ ಇರುವಾಗ ಇಬ್ಬರೂ ಕುಳಿತು ಮಾತನಾಡತೊಡಗಿದರು. ಅವರ ಮಾತಿನಲ್ಲಿ ಊರಿನ ಸದ್ಯದ ವಿದ್ಯಮಾನ ಎಲ್ಲ ಬಂದುಹೋಯಿತು. ಹೊಸಬಯ್ಯ ನಾಯ್ಕನ ಮನೆಗೆ ಬೀಟಿನ ಹವಾಲ್ದಾರ ಚೌಕಾಶಿಗೆ ಬಂದದ್ದು, ಗಣಪತಿ ನಾಯ್ಕ ಹೆಣ ಸುಟ್ಟ ಜಾಗದಲ್ಲಿ ಎರಡು ಮಾಡಿದ್ದು, ಗಣಪಿ ಮನೆಗೆ ಹೊಸಬಯ್ಯ ನಾಯ್ಕ ಹೋಗುವುದು, ಅಳ್ಳಂಕಿ ಮನೆ ಮೇಲೆ ರಾತ್ರಿ ಹೊತ್ತು ಕಲ್ಲು ಬೀಳುವುದು ಇತ್ಯಾದಿ ಇತ್ಯಾದಿ.

* * *

ಅಳ್ಳಂಕಿಯ ಮನೆಯ ಮೇಲೆ ಕಲ್ಲು ಬೀಳುವುದರಲ್ಲೂ ವಾಮನನ ಕೈವಾಡ ಇದ್ದರೂ ಇದ್ದಿರಬಹುದು. ಹಗಲು ಹಾದರದ ಬಗ್ಗೆ ಅವನ ಮನಸ್ಸು ರೋಷಿ ಹೋಗಿತ್ತು. ಊರಲ್ಲಿ ಕದ್ದು ಮುಚ್ಚಿ ದಂಧೆ ಮಾಡುವವರನ್ನು ಬಯಲಿಗೆಳೆಯಬೇಕು ಎಂಬುದು ಅವನ ನಿರ್ಧಾರವಾಗಿತ್ತು.

ಅಳ್ಳಂಕಿಗೆ ಅಂಥ ದೈಹಿಕ ಹಸಿವು ಏನು ಇರಲಿಲ್ಲ. ಹಾದರದ ಸಾಧ್ಯತೆಯ ಬಗ್ಗೆ ಒಂದು ಕಾಲದಲ್ಲಿ ಆಕೆ ಯೋಚಿಸಿದವಳೂ ಅಲ್ಲ. ಅವಳ ಮದುವೆಯಾದಮೇಲೆ ಒಂದು ವರ್ಷ ಸುಮಾರು ಅಂದರೆ ಅವಳು ಬಸುರಿಯಾಗಿ ತವರು ಮನೆಗೆ ಹೋಗುವವರೆಗೆ ವೆಂಕ್ಟನಾಯ್ಕ ಊರಲ್ಲೇ ಇದ್ದ. ಒಂದು ಮಗುವನ್ನು ಹಡೆದು ಬರುವವರೆಗೆ ಅವನು ಮತ್ತೆ ಘಟ್ಟಕ್ಕೆ ಹೋಗಿದ್ದ. ತವರಿನಿಂದ ಅವಳು ಬಂದ ಮೇಲೂ ಮತ್ತೆ ಒಂದು ತಿಂಗಳು ಬಂದು ಇದ್ದ. ಹೊಸದಾಗಿ ಸಸಿಬಾಳೆ ಹಾಕಿದ ಗದ್ದೆಗೆ ಬೇಲಿ ಕಟ್ಟಿ ಹೆಂಡತಿಯನ್ನು ಅಲ್ಲೇ ಬಿಟ್ಟು ಅವನು ಘಟ್ಟ ಹತ್ತಿದ. ಗಂಡನಿಲ್ಲದ ಆ ದಿನಗಳು ಅವಳ ಪಾಲಿಗೆ ದಿನವಿಡಿ ಬೇಸರವನ್ನುಂಟುಮಾಡುತ್ತಿದ್ದವು.

ಉಳಿದ ಹೆಣ್ಣುಗಳ ಜೊತೆಗೆ ಗದ್ದೆ ನಾಟಿಗೆ, ಕಳೆ ಕೀಳಲು ಇತ್ಯಾದಿ ಕೆಲಸಕ್ಕೆ ಹೋಗುವಾ ಎಂದರೆ ಮಗು ಸಣ್ಣದು. ಹಾಗಾಗಿ ಅವಳಿಗೆ ಮನೆಯನ್ನು ಬಿಟ್ಟು ಕದಲಲು ಆಗುತ್ತಲೆ ಇರಲಿಲ್ಲ.

ಹೀಗೆ ಇರಬೇಕಿದ್ದರೆ ಮಳೆಗಾಲದ ಒಂದು ದಿನ ಮಳೆ ಜಿಟಿಜಿಟಿ ಬೀಳುತ್ತಿತ್ತು. ವಾತಾವರಣಕ್ಕೆ ಥಂಡಿ ಏರಿದಹಾಗೆ ಆಗಿತ್ತು. ತೊಟ್ಟಿಲೊಳಗೆ ಮಲಗಿಸಿದ ವರುಷ ತುಂಬದ ಮಗುವಿಗೆ ಶೀತ ಏರಿತು. ಎದೆಯಲ್ಲಿ ಕಫ ಸಿಕ್ಕಿದ ಹಾಗೆ ಆಗಿ ಕಣ್ಣು ಮೇಲೆಕೆಳಗೆ ಮಾಡಲು ಹತ್ತಿತು. ಆಗ ಗಾಬರಿ ಬಿದ್ದ ಅಳ್ಳಂಕಿ ವೈತಾನ ಮಾಡುವ ತಿಮ್ಮಪ್ಪ ನಾಯ್ಕನ ಮನೆಗೆ ಓಡಿದಳು. ಆಜುಬಾಜಿನ ನಾಲ್ಕು ಊರಿಗೆ ತಿಮ್ಮಪ್ಪ ನಾಯ್ಕನಂಥ ಆಯಗಾರ ಇನ್ನೊಬ್ಬ ಇರಲಿಲ್ಲ. ಅವನು ಬಂದು ಆಯ ಹಾಕಿ ದೆವ್ವ ಕಡಿದ ಅಂದರೆ ಎಂಥ ಕೀಳು ಉಪದ್ರವ ಇದ್ದರೂ ಬಿಟ್ಟು ಓಡಬೇಕು.

ಶೇಂದಿ ಅಂಗಡಿಗೆ ಹೋಗಿ ಒಂದು ಪಾವು ಕುಡಿದು ದಣಿ ಮನೆಗೆ ಬಂದು ಜಗುಲಿಯ ಮೇಲೆ ಒರಗಿಕೊಂಡಿದ್ದ ತಿಮ್ಮಪ್ಪನಾಯ್ಕ. ಹೊತ್ತು ಮುಳುಗಿ ಒಂದು ಗಳಿಗೆ ಆಗಿತ್ತು. ಅಷ್ಟು ಹೊತ್ತಿಗೆ ಅಳ್ಳಂಕಿ ಓಡುತ್ತ ಬಂದಳು.

'ತಿಮ್ಮಪ್ಪಣ್ಣ ನಿನ್ನ ದಮ್ಮಯ್ಯ ಆಗೂದು. ನನ್ನ ಮಗೂನ ಒಂದು ಉಳಿಸಿಕೊಡು. ಕಣ್ಣೆಲ್ಲ ಮೇಲೆಕೆಳಗೆ ಮಾಡುತ್ತ ಒಂದು ನಮೂನೆ ಮಾಡೂಕೆ ಹತ್ತದೆ' ಎಂದು ಅಲವತ್ತುಕೊಂಡಳು.

ಹೊತ್ತು ಇನ್ನೂ ಸ್ವಲ್ಪ ಇದ್ದಿದ್ದರೆ 'ಎಲ್ಲಾದರೂ ಆಸ್ಪತ್ರೆಗೆ ಕರ್ಕೊಂಡು ಹೋಗಿ ತೋರ್ಸು' ಎಂದುಬಿಡುತ್ತಿದ್ದ. ಆದರೆ ಕತ್ತಲು ತಾನೇ ತಾನಾಗಿ ತುಂಬಿಕೊಳ್ಳುತ್ತಿತ್ತು. ಹಾಗಾಗಿ, 'ನಡೆ, ಮುಂದಾಗು, ನಾ ಬತ್ತೆ' ಎಂದು ಅವಳನ್ನು ಕಳುಹಿಸಿ ಕೊಟ್ಟ. ಮನೆಯಲ್ಲಿ ಇದ್ದ ಒಂದು ನಿಂಬೆ ಹಣ್ಣನ್ನು ತಗೆದುಕೊಂಡು ಹೊರಬಿದ್ದ.

ಅಳ್ಳಂಕಿ ಮನೆಗೆ ಮುಟ್ಟಿದವನು, 'ನಿಂಬಿಹಣ್ಣನ್ನು ಮೊದಲು ಕೊಯ್ದು ತಾ' ಎಂದು ಅವಳಿಗೆ ಕೊಟ್ಟನು. ಅವಳು ಕೊಯ್ದು ತಂದಳು. ಆಮೇಲೆ ಅದರ ರಸ ತೆಗೆದು ಗಾಳಿಸಿ ಅದಕ್ಕೆ ಸ್ವಲ್ಪ ಸಕ್ಕರೆ ಬೆರೆಸಿ ಕಾಯಿಸಿ ತರಲು ಹೇಳಿದ. ಕಾಯಿಸಿ ತಂದ ಅದನ್ನು ತಣಿಸಿ ಮಗುವಿಗೆ ಕುಡಿಸಲು ಹೇಳಿದ.

ಅವನ ಔಷಧ ಪರಿಣಾಮ ಬೀರಿತು. ಎದೆಗೆ ಸಿಕ್ಕಿದ ಕಫ ಸಡಿಲ ಆಗಿ ಮಗುವಿನ ಶ್ವಾಸೋಚ್ಛ್ವಾಸದ ತೊಂದರೆ ತಪ್ಪಿತು.

ಆಗ ತಿಮ್ಮಪ್ಪ ನಾಯ್ಕ ಮಣೆಯನ್ನು ತರಿಸಿಕೊಂಡು ಆಯ ಹಾಕಲು ಶುರು ಮಾಡಿದ. ಮಗುವನ್ನು ಒಂದು ಸೀರೆ ಹಾಕಿ ಅವನ ಹತ್ತಿರವೆ ಮಲಗಿಸಿದಳು. ಚಿಮಣಿ ಬುರುಡಿಯನ್ನು ಅವನ ಮಣೆಯ ಎದುರಿಗೆ ತಂದಿಟ್ಟು ಅಳ್ಳಂಕಿ ತಾನು ಗೋಡೆಗೆ ಒರಗಿ ಕುಳಿತಳು.

ತಿಮ್ಮಪ್ಪ ನಾಯ್ಕ ನಾಲ್ಕು ದೊಂದಿ ತಯಾರಿಸಿಕೊಡು ಅಂದ. ಅವಳು ತಯಾರಿಸಿ ತಂದುಕೊಟ್ಟಳು. ಅವನು ತನ್ನ ಸಹಾಯದ ಗಾಳಿಯನ್ನು ಕರೆದುಕೊಳ್ಳುತ್ತ, ಕೀಳನ್ನು ಜರೆಯುತ್ತ ನೋಟ ಮಾಡಲು ಪ್ರಾರಂಭಿಸಿದ.

ಸಹಾಯದ ಗಾಳಿ ಅವನನ್ನು ಆಕ್ರಮಿಸಿಕೊಂಡಂತೆಲ್ಲ ಅವನ ಆವೇಶ ಏರತೊಡಗಿತು. ಅವನು ಸನ್ನೆ ಮಾಡಿದ ಕೂಡಲೆ ಅಳ್ಳಂಕಿ ದೊಂದಿಯನ್ನು ಹಚ್ಚಿಕೊಟ್ಟಳು. ಹೊತ್ತಿದ ದೊಂದಿಯಿಂದ ಹನಿಯುವ ಎಣ್ಣೆಯನ್ನು ತನ್ನ ಅಂಗೈಮೇಲೆ ಬೀಳಿಸಿಕೊಂಡನು. ಎಣ್ಣೆಯ ಜೊತೆಯಲ್ಲಿ ಬೆಂಕಿಯೂ ಬೀಳುತ್ತಿತ್ತು. ಸಾಮಾನ್ಯ ಸ್ಥಿತಿಯಲ್ಲಾಗಿದ್ದರೆ ಕೈಮೇಲೆ ಗುಳ್ಳೆಗಳು ಏಳುತ್ತಿದ್ದವು. ದೆವ್ವ ಬಂದ ಕಾರಣ ಅವನಿಗೆ ಏನೂ ಆಗಲಿಲ್ಲ. ಅಂತಿಮ ಕ್ಷಣದಲ್ಲಿ ದೊಡ್ಡದಾಗಿ ಬಾಯಿ ಕಳೆದು ಆ ದೊಂದಿಯನ್ನು ಹಾಕಿಕೊಂಡುಬಿಟ್ಟನು. ಜ್ವಾಲೆ ನಂದಿತು. ಬಾಯಿಗೆ ಏನೂ ಆಗಲಿಲ್ಲ. ಕ್ರಮೇಣ ದೆವ್ವ ಸಣ್ಣದಾಗುತ್ತ ಬಂತು. ಕೈಯಿಂದ ಚಪ್ಪಾಳೆ ತಟ್ಟುತ್ತ ಆಚೆಗೂ ಈಚೆಗೂ ಒಲೆಯುತ್ತಿದ್ದ ಅವನನ್ನು ಅಳ್ಳಂಕಿ ಬೆರಗುಗಣ್ಣುಗಳಿಂದ ನೋಡುತ್ತಿದ್ದಳು.

ತಿಮ್ಮಪ್ಪ ನಾಯ್ಕ ದೀಪದ ಕಡೆ ಮುಖ ಮಾಡಿ ಆ ಹೂ ಉಫ್ ಮಾಡಿದ. ಬಾಯಿಂದ ಹೊರಟ ಗಾಳಿಗೆ ದೀಪ ನಂದುಹೋಯಿತು.

ಅಳ್ಳಂಕಿಯ ಮನೆಯಲ್ಲಿ ಕತ್ತಲು ಕವಿಯಿತು. ಅವಳು ಎದ್ದು ದೀಪ ಕಸಿಯಬೇಕು ಎಂದುಕೊಳ್ಳುತ್ತಿರುವಾಗಲೆ ತಿಮ್ಮಪ್ಪ ನಾಯ್ಕ ಎದುರಿಗೇ ಕುಳಿತ ಅವಳ ಮೇಲೆ ಹಾರಿಬಿಟ್ಟಿದ್ದ. ಅವಳು ಅವನ ಆಕ್ರಮಣವನ್ನು ಊಹಿಸುವುದರೊಳಗೆ ಅವಳನ್ನು ಅಡ್ಡ ಕೆಡವಿಬಿಟ್ಟಿದ್ದ.

ಅಂದು ಅಳ್ಳಂಕಿ ಅವಳಿಗೆ ಅದುವರೆಗೂ ಪರಿಚಯವಿರದಿದ್ದ ಪ್ರಪಂಚದೊಳಗೆ ಪ್ರವೇಶಿಸಿದ್ದಳು. ತಿಮ್ಮಪ್ಪ ನಾಯ್ಕ ಆ ನಂತರವೂ ಬರುತ್ತಿದ್ದ. ಅವನಂತೆ ಇನ್ನೂ ಕೆಲವರು ಬರಲು ಪ್ರಾರಂಭಿಸಿದರು.

* * *

ಪ್ರತಿವರ್ಷ ಯುಗಾದಿ ಮುಂಚಿನ ದಿನ ಬರುವ ವೆಂಕ್ಟನಾಯ್ಕ ನಿನ್ನೆ ಅಕಸ್ಮಾತ್ ಅಂದರೆ ಹೋಳಿಹುಣ್ಣಿಮೆ ಹಬ್ಬಕ್ಕೆ ಹದಿನೈದು ದಿನ ಇರುವಾಗಲೆ ಬಂದುಬಿಟ್ಟ. ಅವನು ಬರಬೇಕಿದ್ದರೆ ರಾತ್ರೆ ಎಂಟುಗಂಟೆ ಆಗಿಬಿಟ್ಟಿದೆ. ಹೊನ್ನಾವರದಲ್ಲಿ ಬಸ್ಸು ಇಳಿದವನು ಅಲ್ಲಿಂದ ನಡೆದುಕೊಂಡು ಬಂದ. ಆ ಹೊತ್ತಿಗೆ ಮನೆಯ ಜಗುಲಿಯ ಮೇಲೆ ಗಿಡ್ಡನಾಯ್ಕ ಮಲಗಿಕೊಂಡಿದ್ದ. ಅಳ್ಳಂಕಿ ರಾತ್ರಿ ಊಟ ಮುಗಿಸಿದವಳು ಹೊರಗೆ ಪಾತ್ರೆ ತೊಳೆಯುತ್ತಿದ್ದಳು. ದಣಪೆಯ ವರೆಗೂ ಕತ್ತಲೆಯಲ್ಲಿ ಬಳಚುತ್ತ ಬಂದ ವೆಂಕ್ಟನಾಯ್ಕ ತನ್ನ ಹೆಂಡತಿಯನ್ನು ಕೂಗಿ ದೀಪ ತೋರಿಸಲು ಹೇಳಿದ.

ವೆಂಕ್ಟನಾಯ್ಕನ ಧ್ವನಿ ಕೇಳಿದ ಗಿಡ್ಡನಾಯ್ಕನ ಎದೆ ಒಂದುಸಲ ಹಾರಿದಹಾಗೆ ಆಯ್ತು. ಆದರೆ ಅಳ್ಳಂಕಿಗೆ ಅಷ್ಟೇನು ಗಾಬರಿಯಾಗಲಿಲ್ಲ.

'ಅರೆ, ಬಂದ್ರಾ? ಅಲ್ಲೇ ನಿಲ್ಲಿ, ದೀಪ ತಂದೆ' ಎಂದು ತಾನು ಪಾತ್ರ ತೊಳೆಯುವಲ್ಲಿ ಇಟ್ಟುಕೊಂಡ ಚಿಮಣಿ ಬುರುಡಿ ಎತ್ತಿದಳು. ಅವಳು ಎತ್ತಿದ ಅಬ್ಬರಕ್ಕೆ ಅದು ನಂದಿಹೋಯಿತು. ಅವಳ ಉದ್ದೇಶವೂ ಅದೇ ಆಗಿತ್ತು.

'ಥತ್ ಇದರ, ದೀಪಾನೂ ನಂದಿಹೋಯ್ತು. ಅಲ್ಲೇ ನಿಲ್ಲಿ ಹಚ್ಕೊಂಡು ಬತ್ತೆ' ಎಂದು ಹೇಳಿ ಮನೆ ಒಳಗೆ ಹೋದಳು. ಗಿಡ್ಡನಾಯ್ಕನಿಗೆ, 'ಅಲ್ಲೇ ಜಗುಲಿ ಹಾರಿ ಬಚ್ಚಲಿಗೆ ಓಡಿಹೋಗಿ, ತನ್ನ ಗಂಡ ಮನೆಯೊಳಗೆ ಬಂದಮೇಲೆ ಹಿಂದಿನಿಂದ ಹೋಗಿಬಿಡು' ಎಂದು ತಿಳಿಸಿದಳು. ಅವಳು ಬೆಂಕಿಪೆಟ್ಟಿಗೆ ಹುಡುಕುತ್ತಿರುವಾಗಲೆ ಗಿಡ್ಡನಾಯ್ಕ ಜಗುಲಿಯಿಂದ ಮಗ್ಗುಲಿಗೆ ಹಾರಿದ. ಅವನ ಗ್ರಹಚಾರಕ್ಕೆ ಅಳ್ಳಂಕಿ ಪ್ರೀತಿಯಿಂದ ಸಾಕಿದ ಕುನ್ನಿ ಅಲ್ಲೇ ಮಲಗಿರಬೇಕೆ? ಅವನ ಕಾಲು ಅದರ ಮೇಲೇ ಬಿತ್ತು. ಕುನ್ನಿ ಕಾಲಿಗೆ ಬಾಯಿಹಾಕಿಬಿಟ್ಟಿತು. ನೋವಾದರೂ ಕೂಗುವಹಾಗಿಲ್ಲ.

ಅದೇಹೊತ್ತಿಗೆ ಅಳ್ಳಂಕಿಯ ಕೈಗೆ ಬೆಂಕಿಪೆಟ್ಟಿಗೆ ಸಿಕ್ಕಿ ಆಕೆ ಕಡ್ಡಿಕೀರಿಬಿಟ್ಟಳು. ಗಿಡ್ಡನಾಯ್ಕ ಗಡಿಬಿಡಿ ಬಿದ್ದು ಮಗ್ಗುಲಿನ ಬಚ್ಚಲಮನೆಗೆ ನುಗ್ಗಿದ. ಅಳ್ಳಂಕಿ ದೀಪಕ್ಕೆ ಕೈ ಮರೆಮಾಡಿಕೊಂಡು ದಣಪೆಗೆ ಬಂದಳು. ಗಂಡನ ಕೈಯಲ್ಲಿ ಇದ್ದ ಚೀಲ ತಾನು ತೆಗೆದುಕೊಂಡಳು.

'ನೀವು ಬರುವವ್ರು ಒಂದು ಕಾಗ್ತನಾದ್ರೂ ಹಾಕಬೇಡ್ವಾ? ಈಗ ನೋಡಿ ಹೊಸದಾಗಿ ಅಡುಗೆ ಮಾಡಬೇಕು. ನಾನು ಎಲ್ಲ ಬರಗಿಹಾಕಿಕೊಂಡು ಊಟ

ಮಾಡ್ದೆ' ಎಂದು ಶುರುಮಾಡಿದಳು. ಗಂಡ ಪತ್ರ ಹಾಕಿದ್ದರೆ ಗಿಡ್ಡನಾಯ್ಕನಿಗೆ ಬರುವುದು ಬೇಡ ಎಂದು ಹೇಳಲಿಕ್ಕೆ ಆಗ್ತಿತ್ತಲ್ಲ ಎನ್ನುವುದು ಆಕೆಯ ಯೋಚನೆ.

* * *

ಶ್ರೀನಿವಾಸ ನಾಯ್ಕ ಶಂಭುಗೌಡನಿಗೆ ವೆಂಕ್ಟ ರಾತ್ರಿಯೇ ಬಂದಿರುವುದನ್ನು ಹೇಳಿದ. ವೆಂಕ್ಟ ಊರಿಗೆ ಬಂದಿರುವುದು ಹೇಳಿದ ಕೂಡಲೆ ಶಂಭುಗೌಡನಿಗೆ ಹೊಸ ಕೋಣನ ಜೊತೆ ಕೊಳ್ಳುವ ವಿಚಾರ ನೆನಪು ಆಯ್ತು. ಹಾಗಾಗಿ, 'ಸಿನ್ನಣ್ಣ ಏಳು, ಅವನ ಮನೆಗೆ ಹೋಗಿಬಂದುಬಿಡ್ವಾ. ಕೋಣನ ವಾರ್ಲ ಎಲ್ಲಾದರೂ ನೋಡಿದ್ದಾನೋ ಹೇಗೆ ಕೇಳ್ಕಂಡಿ ಬರ್ವಾ. ಇಲ್ದೆ ಇದ್ರೆ ಈ ಸಲ ಹೋದಾಗ ಒಂದು ಜೊತೆ ನೋಡೂಕೆ ಹೇಳ್ವಾ' ಎಂದು ಶ್ರೀನಿವಾಸ ನಾಯ್ಕನನ್ನು ಎಬ್ಬಿಸಿಕೊಂಡು ಹೊರಟುಬಿಟ್ಟ.

ಇವರು ವೆಂಕ್ಟನಾಯ್ಕನ ಮನೆಗೆ ಹೋಗಬೇಕಿದ್ದರೆ ಅವನು ಜಗುಲಿ ಮಗ್ಗುಲಿನಿಂದ ಬಚ್ಚಲಮನೆಯ ವರೆಗೆ ಹುಂಡುಹುಂಡು ಬಿದ್ದ ರಕ್ತದ ಕಲೆ ಏನು ಎಂದು ತಲೆಕೆಡಿಸಿಕೊಂಡಿದ್ದ. ಹೆಂಡತಿಗೂ ಕೇಳಿದ. ಅವಳು 'ಎಂಥದೋ ಏನೋ' ಅಂದು ಬಿಟ್ಟಳು. ಗಂಡ ಕೇಳಿದ ಮೇಲೆಯೇ ತಾನು ಅವನು ಏಳುವ ಮೊದಲೇ ಅಲ್ಲಿಯ ಕಸ ಗುಡಿಸದೆ ಇದ್ದುದಕ್ಕೆ ಪಶ್ಚಾತ್ತಾಪ ಪಟ್ಟಳು. ಗಿಡ್ಡನಾಯ್ಕನ ಕಾಲಿಗೆ ಈ ಹಡಬೆ ಕುನ್ನಿ ಘನ ಕಚ್ಚಿರಬೇಕು ಅಂದುಕೊಂಡಳು.

ಅವನನ್ನು ನೋಡಲು ಗಂಡ ಬಂದಮೇಲೆ ಬಚ್ಚಲಿಗೆ ಒಂದು ಸಲ ಹೋಗಿ ಬಂದಿದ್ದಳು. ಆದರೆ ಅವನು ಆಗಲೇ ಹೋಗಿಬಿಟ್ಟಿದ್ದ.

ಶ್ರೀನಿವಾಸ ನಾಯ್ಕ, ಶಂಭುಗೌಡ ಇಬ್ಬರೂ ತನ್ನ ಮನೆ ಬಾಗಿಲಿಗೆ ಬಂದದ್ದು ಕಂಡು ವೆಂಕ್ಟ ಸಂಭ್ರಮಗೊಂಡ. 'ಅರೆ, ಬನ್ರೋ, ಬನ್ನಿ ಬನ್ನಿ' ಎಂದು ಹೇಳುತ್ತ ಅದನ್ನು ತೋರ್ಪಡಿಸಿಕೊಂಡ.

ಇಬ್ಬರೂ ವೆಂಕ್ಟನ ಹತ್ತಿರ ಘಟ್ಟದ ವಿಚಾರ ಕೇಳಿದರು. ಇವನು ಅವರ ಹತ್ತಿರ ಊರುಮನೆ ವಿಚಾರ ಕೇಳಿದ. ಇಬ್ಬರಿಗೂ ಕೇಳಲು ಆಡಲು ಸಾಕಷ್ಟು ವಿಷಯಗಳಿದ್ದವು.

ಅವರು ಮಾತನಾಡಿಕೊಳ್ಳುತ್ತಿರುವಾಗಲೆ ಅಳ್ಳಂಕಿ ಹಿಡಿಯಿಂದ ವಡುಗಿ ರಕ್ತದ ಕಲೆಗಿಲೆ ಕಾಣದ ಹಾಗೆ ಮಾಡಿಬಿಟ್ಟಳು. ಗಂಡ ಬಂದವರಿಗೂ ಎಲ್ಲಿ ತೋರಿಸುತ್ತಾನೋ ಎನ್ನುವ ಹೆದರಿಕೆ ಇತ್ತು ಅವಳಿಗೆ.

ಅವರು ಮಾತನಾಡುತ್ತ ಕೊನೆಗೆ ಕೋಣದ ವಿಷಯ ಎತ್ತಿದರು. ವೆಂಕ್ಟನಾಯ್ಕ ತಾನು ಕೆಲಸ ಮಾಡುವ ಆಸುಪಾಸಿನಲ್ಲಿ ಮೂರ್ನಾಲ್ಕು ಕೋಣಗಳನ್ನು ಕಂಡಿದ್ದ. ಆ ಧೈರ್ಯದ ಮೇಲೆ, 'ಹೊಸಹಬ್ಬ ಆದ ಕೂಡ್ಲೆ ನಾ ಮತ್ತೆ ಘಟ್ಟಕ್ಕೆ ಹೋಗ್ತೆ. ನಾ ಬರಬೇಕಿದ್ರೆ ಬಂದ್ರೂ ಸೈ, ಇಲ್ಲ ನಾಲ್ಕು ದಿನ

ಬಿಟ್ಟು ಬಂದ್ರೂ ಸೈ. ನಿಮಗೆ ಹ್ಯಾಂಗೆ ಅನುಕೂಲ ಆಗ್ತದೋ ಹಾಂಗೆ ಮಾಡಿ. ಹ್ಯಾಂಗಾದ್ರೂ ಹೊಂದಿಸಿ ಕೊಡ್ತೆ' ಎಂದ ವೆಂಕ್ಟನಾಯ್ಕ.

13

ಶಂಕರನ್ ಕೇರಳದಿಂದ ಹಳದಿಪುರಕ್ಕೆ ಬಂದು ಉಳಿದು ಸುಮಾರು ಹತ್ತು ಹನ್ನೆರಡು ವರ್ಷಗಳೇ ಆಗಿಹೋಗಿದ್ದವು. ಇಷ್ಟು ವರ್ಷಗಳ ನಂತರ ಅವನು ಆ ಊರಿನವರಿಗಂತೂ ಹೊರಗಿನವ ಆಗಿರಲಿಲ್ಲ. ಶಂಕರನ್ ಊರ ಜನರಿಗೆಲ್ಲ ಶಂಕರಣ್ಣ ಆಗಿಬಿಟ್ಟಿದ್ದ. ಊರ ನಡುವಿನಿಂದ ಮುಖ್ಯ ರಸ್ತೆ ಹಾದು ಹೊಗುವಲ್ಲಿ ಸಣ್ಣದೊಂದು ಇಮಾರತು ಕಟ್ಟಿಸಿಕೊಂಡು ತನ್ನ ಹೆಂಡತಿಯೊಂದಿಗೆ ಉಳಿದಿದ್ದ. ಮನೆಯ ಮುಂದೆ ಫೂಟು ಅಗಲದ ಹಲಗೆಯ ಮೇಲೆ 'ಜ್ಯೋತಿಷ್ಯಗಾರ, ಮಂತ್ರವಾದಿ ಶಂಕರನ್ ಕೇರಳ' ಎಂದು ಬರೆದು ತೂಗಿಟ್ಟಿದ್ದ.

ಬಂದ ಮೊದಲಿಗೆ ಅವನ ವ್ಯವಹಾರ ಅಷ್ಟೊಂದು ಸರಳವಾಗಿರಲಿಲ್ಲ. ಗಿರಾಕಿ ವಾರಕ್ಕೊಮ್ಮೆ ಹದಿನೈದು ದಿನಕ್ಕೊಮ್ಮೆ ಆಗಿದ್ದರು. ಆದರೆ ಕ್ರಮೇಣ ಖಾರ್ವಿ ಜನರು ಸಮುದ್ರಕ್ಕೆ ಬಲೆಗೆ ಹೋಗುವವರು ಅವನಲ್ಲಿಗೆ ಬರತೊಡಗಿದರು. ಇವನು ಕವಡೆ ಮಂತ್ರಿಸಿ ಆಯ ಹಾಕಿ ಬಲೆಗೆ ಹೊರಡುವ ಹೊತ್ತು ಹೇಳುತ್ತಿದ್ದ. ಮೀನು ಹೆಚ್ಚಿಗೆ ಬೀಳಲಿ ಎಂದು ಆಕ್ಕಿಕಾಳು ಮಂತ್ರಿಸಿ ಕೊಡುತ್ತಿದ್ದ. ಸಣ್ಣ ಮಕ್ಕಳಿಗೆ ಚಾಳಿ ಆದರೆ ಚೀಟಿ ಮಂತ್ರಿಸಿ ಕೊಡುತ್ತಿದ್ದ. ಯಂತ್ರ ಬರೆದು ಕೊಡುತ್ತಿದ್ದ. ಎಲ್ಲೋ ಕೆಲವು ಕಾಕತಾಳೀಯ ಘಟನೆಗಳು ಜರುಗಿ ಜನರ ನಂಬಿಕೆಯ ನೆಲದಲ್ಲಿ ಶಂಕರನ್ ಬೇರು ಇಳಿಸಿಬಿಟ್ಟಿದ್ದ.

ದಿನ ಕಳೆದಂತೆ ಶಂಕರನ್ ಹೆಸರು ಸುತ್ತಲಿನ ನಾಲ್ಕು ಹಳ್ಳಿಗಳಲ್ಲೂ ಕೇಳಿ ಬರತೊಡಗಿತು. ಅವನು ಅಂಜನವನ್ನು ಹಚ್ಚಿ ಅನೇಕ ರಹಸ್ಯಗಳನ್ನು ಭೇದಿಸಬಲ್ಲವನಾಗಿದ್ದ. ನೆಲದೊಳಗಿನ ನಿಧಿಯನ್ನೂ ಪತ್ತೆ ಹಚ್ಚಿ ಕಿತ್ತುಕೊಡಬಲ್ಲವನಾಗಿದ್ದ. ಮಾಟ ಮೋಡಿಗಳನ್ನು ಕಿತ್ತುಹಾಕುವ ಸಾಮರ್ಥ್ಯ ಹೊಂದಿದ್ದ. ನಾಗ, ಜಟ್ಟುಗ, ಮಾಸ್ತಿ ಮುಂತಾದವುಗಳ ಪ್ರತಿಷ್ಠೆಯನ್ನೂ ಅವನು ಮಾಡುತ್ತಿದ್ದ. ತನ್ನಿಂದ ಆಗದ ದೊಡ್ಡ ಕೆಲಸಗಳಿದ್ದರೆ ದೂರದಲ್ಲಿದ್ದ ತನ್ನ ಪರಿಚಯದವರನ್ನು ಕರೆಯಿಸಿ ಅವರ ಮೂಲಕ ಆ ಕೆಲಸವನ್ನು ಮಾಡಿಸಿಯೂ ಕೊಡುತ್ತಿದ್ದ.

ಇಂಥ ಶಂಕರಣ್ಣನ ಪ್ರಸಿದ್ಧಿಯನ್ನು ಯಾರ್ಯಾರ ಬಾಯಿಂದಲೋ ಕೇಳಿದ್ದ ಶಂಭುಗೌಡ ಶ್ರೀನಿವಾಸ ನಾಯ್ಕನಿಗೆ ಅವನ ಹೆಸರನ್ನು ಹೇಳಿದ್ದ. ನಾಗರ ಪ್ರತಿಷ್ಠೆ ಮಾಡಲಿಕ್ಕೆ ಅವನೇ ಸಮರ್ಥ ಎಂಬ ನಿಲುವು ಅವನದಾಗಿತ್ತು. ದೋಸ್ತನ ಮಾತನ್ನು ತಗೆದುಹಾಕಲಿಕ್ಕೆ ಶ್ರೀನಿವಾಸ ನಾಯ್ಕನಿಗೂ ಆಗಲಿಲ್ಲ.

'ನೀ ಹೇಳಿದ್ದಾಂಗೆ ಅಪ್ನಿಗೇ ಕರೆದರೆ ಸೈ' ಎಂದು ತನ್ನ ಒಪ್ಪಿಗೆಯನ್ನು ಸೂಚಿಸಿದ.

ಹಳದಿಪುರದಲ್ಲಿ ಶಂಕರನ್ನ ಮನೆಯನ್ನು ಹುಡುಕುವುದು ಯಾವ ಕಷ್ಟದ ಕೆಲವೂ ಆಗಿರಲಿಲ್ಲ. ಬಸ್ಸು ಓಡಾಡುವ ಡಾಂಬರು ರಸ್ತೆಯ ಅಂಚಿಗೇ ಅವನ ಮನೆಯಿತ್ತು. ಶ್ರೀನಿವಾಸ ನಾಯ್ಕ ಅವನಲ್ಲಿಗೆ ಹೋಗಿಮುಟ್ಟಬೇಕಿದ್ದರೆ ಮಧ್ಯಾಹ್ನ ಕಳೆದುಹೋಗಿತ್ತು. ಊಟ ಮಾಡಿ ಶಂಕರನ್ ಮಲಗಿದ್ದ. ಮುಸುರೆ ಕೆಲಸ ಮಾಡುತ್ತಿದ್ದ ಅವನ ಹೆಂಡತಿ ಮಲೆಯಾಳಿ ಧಾಟಿಯ ಕನ್ನಡದಲ್ಲಿ, 'ಕುಳಿತುಕೊಳ್ಳಿ. ಈಗ ಏಳುವ ಹೊತ್ತಾಯಿತು' ಎಂದಳು. ಆದರೆ ಗಂಡನನ್ನು ಎಬ್ಬಿಸಲಿಲ್ಲ ಆಕೆ. ಬಹಳ ದೊಡ್ಡ ಮನುಷ್ಯನೇ ಇದ್ದಿರಬೇಕು ಇವನು ಅನ್ನಿಸಿತು ಶ್ರೀನಿವಾಸ ನಾಯ್ಕನಿಗೆ. ದೊಡ್ಡ ಮನುಷ್ಯನ ದಕ್ಷಿಣೆಯೂ ದೊಡ್ಡದಿದೆಯೋ ಏನೋ ಅನ್ನಿಸಿ, ಇಲ್ಲಿಗೆ ಬರುವ ಮೊದಲು ಆ ಬಗ್ಗೆ ವಿಚಾರವೇ ಮಾಡಲಿಲ್ಲವಲ್ಲ ತಾನು ಎಂದು ಚಿಂತೆಗೊಂಡ. ನಮ್ಮೂರಿನ ಜೋಯಿಸರ ಹತ್ತಿರವೇ ಮಾಡಿಸಿಬಿಟ್ಟರೆ ಸೋವಿಯಲ್ಲೇ ಆಗುತ್ತಿತ್ತು ಎಂದೂ ಅನ್ನಿಸಿತು.

ಅವನು ಅಲ್ಲಿ ಕುಳಿತಿದ್ದರೂ ಮನಸ್ಸು ಎಲ್ಲೆಲ್ಲೋ ಸುತ್ತುತ್ತಿತ್ತು. ಶಂಭುಗೌಡ ನಾಗರ ಕಲ್ಲು ಇವತ್ತು ತಂದು ಕೊಡುತ್ತಾನೋ ಇಲ್ಲವೋ ಎಂದು ಸಂಶಯತಾಳಿದ. ನಾಗರ ಪ್ರತಿಷ್ಠೆ ಆಗುವುದರೊಳಗೇ ತನ್ನದೊಂದು ಕೋಣದ ಜೊತೆ ತರಬೇಕು ಎನ್ನುವುದು ಶಂಭುಗೌಡನ ಇಚ್ಛೆ. ಇವನು 'ಸ್ವಲ್ಪದಿನ ತಡೆ, ನಿನ್ನ ಜೊತೆ ನಾನೂ ಬರ್ತೆ' ಎಂದಿದ್ದ.

ತಾಪತ್ರಯ ತಲೆಯಲ್ಲಿ ತುಂಬಿಕೊಂಡು ಅರ್ಧ ತಾಸು ಕುಳಿತಿದ್ದನೋ ಏನೋ ಅಷ್ಟುಹೊತ್ತಿಗೆ ಶಂಕರನ್‌ಗೆ ಎಚ್ಚರವಾವಾಯಿತು. ಎದ್ದು ಮುಖ ತೊಳೆದುಕೊಂಡು ಬಂದು, ಯಾರು, ಎಲ್ಲಿಂದ, ಯಾವ ಉದ್ದೇಶಕ್ಕೆ ಬಂದದ್ದು ಎಂದು ವಿಚಾರಿಸಿಕೊಂಡ.

ಶ್ರೀನಿವಾಸ ನಾಯ್ಕ ಹಾವು ಸತ್ತ ಲಾಗಾಯ್ತಿನಿಂದ ತಮ್ಮೂರ ಜೋಯಿಸರು ಹೇಳಿದ್ದು, ತಾನು ಗೋಕರ್ಣಕ್ಕೆ ಹೋಗಿ ಬಂದದ್ದು ಎಲ್ಲವನ್ನೂ ಹೇಳಿದ. ಶಂಕರನ್‌ಗೂ ಕೂಡ ಅವನ ಮಾತಿನಲ್ಲಿ ನಂಬಿಕೆ ಬಂತು.

'ನನ್ನನ್ನೇ ಹುಡುಕಿಕೊಂಡು ಇಲ್ಲಿಯ ವರೆಗೆ ಬಂದ ಕಾರಣವೇನು?' ಎಂದು ಕೇಳಿದ.

'ಪ್ರತಿಷ್ಠೆ ಯೋಗ್ಯ ಜನರಿಂದಲೇ ಆಗಬೇಕು ಎಂದು ನನಗೆ ಅನ್ನಿಸಿದ ಕೂಡಲೆ ನನ್ನ ದೋಸ್ತ ನಿಮ್ಮ ಹೆಸರು ಹೇಳಿದ. ಅಲ್ಲದೆ ಮನೆತನದಲ್ಲೇ ಸರಿ ಇಲ್ಲ. ಹುಡುಗನೊಬ್ಬನಿಗೆ ಅಮಾಸಿಗೆ ಒಂದು ನಮೂನೆ ಹುಣ್ಣಿಮೆಗೆ ಇನ್ನೊಂದು ನಮೂನೆ. ನೀವು ಅಂಜನದಲ್ಲಿ ನೋಡುವವರು. ಜೋತಿಷ್ಯ ಹೇಳುವವರು. ಅದ್ಕೆ ಏನಾದರೂ ಪರಿಹಾರ ಕಾಣ್ಸಿದರೂ ಕಾಣ್ಸಬಹುದು ಎಂಬ

ಆಶೆ. ಇಲ್ಲಿಯ ವರೆಗೆ ಹರಕೆ ಕಟ್ಟಿಕೊಳ್ಳದ ದೇವ್ರೇ ಇಲ್ಲ. ಕಂಡಕಂಡವರು ಏನೇನು ಹೇಳ್ತಾರ್ಯೋ ಅದೆಲ್ಲ ಮಾಡ್ಸಿ ಆಯ್ತು.'

'ನಿಮ್ಮೂರಿಗೆ ಯಾವ ದಾರಿಯಿಂದ ಬರಬೇಕು? ಎಷ್ಟು ದೂರ ಆಗ್ತದೆ?'

'ಇಲ್ಲಿಂದ ಹೊನ್ನಾವರಕ್ಕೆ ಐದು ಮೈಲು. ಬಸ್ಸು ತಿರ್ಗಾಡುತ್ತದೆ. ಹೊನ್ನಾವರ ಬಂದರದಿಂದ ದೋಣಿ ಹತ್ತಿದರೆ ನಮ್ಮೂರಿಗೆ ಇಳಿಸಿಬಿಡುತ್ತಾರೆ. ಊರಿಗೆ ಬಂದಮೇಲೆ ಶ್ರೀನಿವಾಸನಾಯ್ಕನ ಮನೆ ಯಾವುದು ಎಂದು ಕೇಳಿದರೆ ಯಾರಾದರೂ ತೋರ್ಸಿ ಕೊಡುತ್ತಾರೆ.'

ಶಂಕರನ್ ಪಂಚಾಂಗ ತೆಗೆದು ಹುಡುಕಿದ. ಹದಿನೈದು ದಿನಗಳ ನಂತರದ ಒಂದು ಮುಹೂರ್ತವನ್ನು ತೆಗೆದು ಕೊಟ್ಟ. ಪ್ರತಿಷ್ಠೆಗೆ ಬೇಕಾದ ಸಾಮಾನುಗಳ ಪಟ್ಟಿ ತಯಾರಿಸಿ ಕೊಟ್ಟ. ತಾನು ಒಂದುದಿನ ಮೊದಲೇ ಬರುವುದಾಗಿ ತಿಳಿಸಿದ.

ಶ್ರೀನಿವಾಸನಾಯ್ಕ ಎಲ್ಲವನ್ನೂ ಕೇಳಿಸಿಕೊಂಡ. ಆಮೇಲೆ ಐನ ಇದ್ದದ್ದೇ ಮರೆತವನಂತೆ ತಲೆ ತುರಿಸಿಕೊಳ್ಳತೊಡಗಿದ. ಅವನು ಕೇಳಬೇಕು ಎಂದಿದ್ದದ್ದು ಹಣದ ವಿಷಯವನ್ನು. ಆದರೆ ಅದೇ ವೇಳೆಗೆ ಇಬ್ಬರು ಗಿರಾಕಿಗಳು ಬಂದರು. ಶಂಕರನ್ ಅವರ ಜೊತೆ ಮಾತನಾಡತೊಡಗಿದ. ಒಬ್ಬನಿಗೆ ವಿಭೂತಿ ಮಂತ್ರಿಸಿ ಕೊಟ್ಟ. ಇನ್ನೊಬ್ಬನಿಗೆ ಅಕ್ಕಿಕಾಳು ಮಂತ್ರಿಸಿಕೊಟ್ಟ. ಅವರು ಹೋದಮೇಲೆ 'ಏನು?' ಎಂದ.

'ಇದಕ್ಕೆಲ್ಲ ಒಂದು ಅಜಮಾಸು ಖರ್ಚು ಎಷ್ಟು ಬರೂದು ಅಂತ ಕೇಳಿ ಹೋಗ್ವಾ ಮಾಡ್ದೆ.'

'ದರ ಮಾಡಿ ಕೆಲಸ ಮಾಡುವ ರಿವಾಜು ನಂದಲ್ಲ. ನಿಮಗೆ ಎಷ್ಟು ಕೊಟ್ಟರೆ ಖುಷಿ ಅನ್ಸುತ್ತೋ ಅಷ್ಟು ಕೊಡಿ.'

'ಕೆಲ್ಸ ಮುಗಿದ ಮೇಲೆ ಮಾತಾಡಿಕೊಳ್ಳಬಾರದು. ಮನ್ಸು ಕೆಡ್ಸಿಕೊಳ್ಳಬಾರದು ಅಂತ ಕೇಳ್ದೆ' ಎಂದು ಹೇಳಿ ಮಾತು ಮುಗಿಸಿದ ಶ್ರೀನಿವಾಸ ನಾಯ್ಕ.

14

ನಾಗಮ್ಮನ ಪ್ರಕರಣದಿಂದಾಗಿ ವಾಮನ ಊರನ್ನು ಮತ್ತೆ ಹಚ್ಚಿಕೊಳ್ಳುವಂತಾಯಿತು. ಊರು ಬೇಡವೆನಿಸಿ ಎಷ್ಟೋ ವರ್ಷ ಊರಿಗೆ ಬರದೇ ಇದ್ದ. ಅಪರೂಪಕ್ಕೆ ಬಂದಾಗಲೆ ನಾಗಮ್ಮನ ದೋಸ್ತಿಯಾಗಿ ಅವಳು ಬಸಿರಾಗಿ ಸತ್ತದ್ದೂ ಆಯಿತು. ಅವಳ ಸಾವು ಅವನನ್ನು ಮತ್ತೆ ಮತ್ತೆ ಚಿಂತೆಗೆ ಗುರಿಮಾಡುತ್ತಿತ್ತು.

ತಾನು ಬುದ್ಧಿ ತಿಳಿದ ಲಾಗಾಯ್ತಿನಿಂದ ದ್ವೇಷಿಸುತ್ತ ಬಂದ ಹೊಸಬಯ್ಯ ನಾಯ್ಕನ ಮಗಳೆ ಅವಳಾಗಿರಬೇಕೆ? ಅವಳ ಮೂಲಕ ಅವಳಪ್ಪನ

ಮರ್ಯಾದೆ ಹೋಗಲಿ ಅಂದುಕೊಂಡರೆ ಅವಳೇ ಹೋಗಿಬಿಟ್ಟಳು. ಅಪ್ಪ ಇನ್ನೂ ಬದುಕಿದ್ದಾನೆ. ಅವನ ಮರ್ಯಾದೆ ಬೀದಿಪಾಲು ಮಾಡದೆ ಹೋದರೆ ನಾನು ವಾಮನನೆ ಅಂದುಕೊಳ್ಳುವನು.

ಹೊಸಬಯ್ಯ ನಾಯ್ಕನ ಕಾರಣವಾಗಿಯೇ ಅವನು ತನ್ನೂರಿನ ಒಳಗು ಹೊರಗುಗಳನ್ನು ಅರ್ಥಮಾಡಿಕೊಳ್ಳಲು ಪ್ರಯತ್ನಿಸಬೇಕಾಯಿತು. ಅವನ ಅರಿವಿನ ತೆಕ್ಕೆಗೆ ಘಟನೆಗಳೆಲ್ಲ ನಿಲುಕಬೇಕಾದರೆ ಊರು ತೀರ ಹತ್ತಿರವಾಗಬೇಕು, ಅಲ್ಲದೆ ಊರವರ ಸ್ನೇಹ ಬೇಕು. ಹಳೆ ತಲೆಗಳ ದೋಸ್ತಿಯಾದರಂತೂ ಮತ್ತೂ ಚಲೋ ಆಗುತ್ತಿತ್ತು.

ಹೊಸಹಬ್ಬ ಬರುವಾಗಲೆ ಅವನ ಶಾಲೆಗೆ ಬೇಸಿಗೆ ರಜೆ ಬಿದ್ದಿತ್ತು. ಊರಿಗೆ ಬರುವಾಗ ತನ್ನ ಮೇಲಧಿಕಾರಿಗಳನ್ನು ಕಂಡು ವರ್ಗದ ಬಗೆಗೆ ಮಾತನಾಡಿದ್ದ. ಊರಿನ ಪಕ್ಕದ ಪೇಟೆ ಹೊನ್ನಾವರದಲ್ಲಿ ಹೈಸ್ಕೂಲು ಇತ್ತು. ಅಲ್ಲಿ ಒಂದು ಜಾಗ ಖಾಲಿ ಇದ್ದರೂ ಇನ್ನೂ ತುಂಬಿರಲಿಲ್ಲ. ಆ ಜಾಗೆಗೆ ವರ್ಗ ಮಾಡಿಸಿಕೊಳ್ಳುವ ಪ್ಲಾನು ಹಾಕಿದ್ದ. ವರ್ಗ ಆದರೆ ಪ್ರತಿ ದಿನವೂ ಊರಿನಿಂದಲೇ ಹೋಗಿ ಬರಬಹುದು ಎನ್ನುವುದು ಅವನ ಲೆಕ್ಕ.

ಈ ರಜೆಯಲ್ಲೇ ಅವನಿಗೆ ಶ್ರೀನಿವಾಸ ನಾಯ್ಕನ ದೋಸ್ತಿಯಾದದ್ದು. ಶ್ರೀನಿವಾಸ ನಾಯ್ಕ ಒಳಹಕ್ಕಲದಲ್ಲಿ ಬೇರುಹುಡುಕುತ್ತ ಇದ್ದ. ವಾಮನ ಇತ್ತ ಮನೆಯಲ್ಲಿ ಕುಳ್ಳಲೂ ಆಗದೆ ಜನರ ಹತ್ತಿರ ಬೆರೆಯಲೂ ಆಗದೆ ಗುಡ್ಡದ ಹಾದಿ ಹಿಡಿದಿದ್ದ. ಗುಡ್ಡ ಹತ್ತಿ ಅವನು ಮಾಡುವುದು ಇಷ್ಟೇ, ಸ್ವಲ್ಪ ಎತ್ತರಕ್ಕೆ ಹೋಗಿ ಒಂದು ಕಲ್ಲಿನ ಮೇಲೆ ಕುಳಿತು ಬಿಡುತ್ತಿದ್ದ. ಕಣ್ಣೆದುರಿಗೆ ಕೊಳ್ಳದಲ್ಲಿ ಹೊಳೆ ಹರಿಯುತ್ತದೆ. ಅದನ್ನು ನೋಡಿಯೇ ನೋಡುವನು. ಬರೀ ನೀರು. ಅಲ್ಲೊಬ್ಬ ಇಲ್ಲೊಬ್ಬ ಗಾಳ ಹಾಕುವವರು. ನದಿಯ ಈಚಿನಿಂದ ಆಚೆಗೆ ಹಾರುವ ಕಾಗೆಗಳು. ಚಿಂವ್ ಚಿಂವ್ ಮಾಡಿ ರೆಕ್ಕೆ ಬಡಿಯುತ್ತ ಗುರಿ ಕಟ್ಟುತ್ತ ಬಾಣದಂತೆ ಎರಗಿ ಮೀನನ್ನು ಕಚ್ಚಿಕೊಂಡು ಹೋಗುವ ಮಿಂಚುಳ್ಳಿಗಳು. ನೀರಿನಿಂದ ಹೊರಗೂ ಒಂದು ಪ್ರಪಂಚವಿದೆ, ಹೇಗಿದೆ ನೋಡುವಾ ಎನ್ನುವಂತೆ ಹಾರಿ ಮುಳುಗುವ ಮೀನುಗಳು. ನೀರಿಗೆ ತಾಗಿತೋ ಎನ್ನುವಷ್ಟು ತಗ್ಗಿನಲ್ಲಿ ಅದರದೇ ಆದ ಸಾಲಿನ ಕ್ರಮದಲ್ಲಿ ತೇಲಿಹೋಗುವ ಬೆಳ್ಳಕ್ಕಿಗಳು ಇವನ್ನೆಲ್ಲ ಅವನು ನೋಡಿಯೇ ನೋಡುವನು. ಆದರೆ ಅವನ್ನೆಲ್ಲ ಒಂದು ಅನುಭವವಾಗಿ ಜೀರ್ಣಿಸಿಕೊಳ್ಳುವ ಶಕ್ತಿ ಅವನಿಗಿಲ್ಲ. ದೃಷ್ಟಿ ಶೂನ್ಯ. ಮನಸ್ಸೂ ಶೂನ್ಯ. ಅಂತೂ ನೋಡುತ್ತಾನೆ. ಹೊತ್ತು ಕಳೆಯುತ್ತಾನೆ. ಹಾಗೆ ಕುಳಿತಷ್ಟು ಹೊತ್ತು ತನ್ನ ಮನೆ, ಊರು, ಕೇರಿಗಳನ್ನೆಲ್ಲ ಮರೆಯುತ್ತಾನೆ.

ವಾಮನ ಒಳಹಕ್ಕಲದಲ್ಲಿ ಪ್ರವೇಶಿಸುವಾಗ ಶ್ರೀನಿವಾಸ ನಾಯ್ಕ ಮೊದಲೇ ಅಲ್ಲಿಗೆ ಬಂದು ಮುಟ್ಟಿದ್ದ. ಅವನು ಒಂದು ಗಿಡದ ಬೇರನ್ನು ಕೀಳಲು

ಪ್ರಯತ್ನಿಸುತ್ತಿದ್ದ. ಅವನನ್ನು ಕಂಡು ವಾಮನನಿಗೆ ಸಹಜ ಕುತೂಹಲ ಹುಟ್ಟಿತು. ಹತ್ತಿರ ಹೋಗಿ,

'ಏನು ಸಿನ್ನಣ್ಣ, ಏನು ಕೀಳೂಕೆ ಹತ್ತೀದೆ?' ಎಂದ.

ಶ್ರೀನಿವಾಸ ನಾಯ್ಕ ತಲೆ ಎತ್ತಿ ನೋಡಿದ. ವಾಮನ ನಿಂತಿದ್ದ. ಪೇಟೆಯಲ್ಲಿ ನೌಕರಿ ಮಾಡುವವನು ಅವನು. ಹಾಗಾಗಿ ತನ್ನೂರಿನ ಇತರ ಪೋರರುಗಳಿಗಿಂತ ಅವನನ್ನು ಸ್ವಲ್ಪ ಎತ್ತರದಲ್ಲಿ ಇಟ್ಟು ನೋಡುತ್ತಿದ್ದ. ಅವನ ಅವ್ವ ಅಪ್ಪನ ಸಂಗತಿ ಶ್ರೀನಿವಾಸ ನಾಯ್ಕನಿಗೆ ಗೊತ್ತಿಲ್ಲ ಅಂತೇನಲ್ಲ. ಅವ್ವ ಮಾಡಿದ ತಪ್ಪಿನಲ್ಲಿ ಮಗಂದು ಏನು ಪಾಲು? ಅಷ್ಟಕ್ಕೂ ಸರಿ ತಪ್ಪುಗಳ ನಿರ್ಧಾರದ ಮಾನದಂಡವೇನು? ಅದೂ ಸಾಪೇಕ್ಷವಲ್ಲವೆ ಎನ್ನುವ ವಿಚಾರ ಸರಣಿ ಅವನದು.

ಅಗೆಯುವುದನ್ನು ನಿಲ್ಲಿಸಿ ಪಿಕಾಸನ್ನೆ ಊರುಗೋಲಾಗಿ ಹಿಡಿದು ಎದ್ದುನಿಂತ ಶ್ರೀನಿವಾಸ ನಾಯ್ಕ. ಅಗು ಹತ್ತಿದ ಹಾಗೆ ಆಗಿತ್ತು ಅವನಿಗೆ. ಉಸಿರಾಟದ ವೇಗಕ್ಕೆ ಎದೆ ಹೊಟ್ಟೆ ಎಲ್ಲ ಮೇಲೆ ಕೆಳಗೆ ಆಗುತ್ತಿತ್ತು. ಸ್ವಲ್ಪ ಆಧರಿಸಿಕೊಂಡು, 'ಬೇರು ಕೀಳೂಕೆ ಬಂದಿದ್ನೋ' ಎಂದ.

'ಎಂಥರ ಬೇರು? ಅದು ಯಂಥದ್ಕೆ ಬರ್ತದೆ?'

'ನಂಗೊಂದು ರೋಗ ಗಂಟುಬಿದ್ದಿದೆಯಲ್ಲೋ. ಶಂಭುಗೌಡ ಒಂದು ಗಾಂವಟಿ ಮದ್ದು ಹೇಳಿದ. ಅದರ ಲಾಗಾಯ್ತಿನಿಂದ ಗುಡ್ಡ ತಿರ್ಗೂದೆ ದಂಧೆಯಾಗಿದೆ. ಎಲ್ಲಿ ಯಾವ ಬೇರು ಕಂಡ್ರೂ ಕೀಳ್ಬೇಕು.'

'ಸೀಕು ಯಾವ ನಮೂನೆಯದೋ ಏನೋ?'

'ಮತ್ತೇನಿಲ್ವೋ, ಮೇಲಿಂದ ಮೇಲೆ ಕೆಮ್ಮು ಕಫದ ಜೊತೆಗೆ ಬಗೀಲೆ ರಕ್ತವೂ ಹೋಗ್ತದೆ.'

'ಹಂಗಂದ್ರೆ ಸೀಕು ಬಗೀಲೆ ದೊಡ್ದೇ. ಡಾಕ್ಟರ ಮನೆಗೆ ಹೋಗಲಿಲ್ವಾ? ಯಾರಾದ್ರೂ ಡಾಕ್ಟ್ರಿಗೆ ತೋರ್ಸಿದ್ರೆ ಚಲೋ ಆಗ್ತಿತ್ತು.'

'ಹುಟ್ಟಿ ಇಷ್ಟು ವರ್ಷ ಆಯ್ತು. ತಲೆಕಣಿ ನೆರಿತು. ಗಡ್ಡ ನೆರಿತು. ಇನ್ನೂವರೆಗೆ ಡಾಕ್ಟರಮನೆ ಮೆಟ್ಲು ತುಳ್ದಿದ್ದು ಇಲ್ಲ. ಈಗ ಸಾಯೂ ಕಾಲಕ್ಕೆ ಆಸ್ಪತ್ರೆ ಮದ್ದು ಕುಡಿಬೇಕಾ?'

'ನೀ ಮಾಡ್ಕಂಬೂ ಔಷಧಕ್ಕೆ ಯಾವಯಾವ ಜಾತಿಬೇರು ಬೇಕಾಗ್ತದೆ?'

'ಸುಡಗಾಡು ಹದಿನೆಂಟು ಜಾತಿ. ಕಾಸರಕ, ಕಾರಿ ಇತ್ಯಾದಿ ಕಂಯಿ ಜಾತಿ ಬಿಟ್ಟು ಬಾಕಿ ಎಲ್ಲ ಬೇರು ಹಾಕಬೇಕು' ಎಂದು ಕಷಾಯ ಮಾಡುವ ವಿಧಾನ ತಿಳಿಸಿದ.

'ಬೀಡಿ ಸೇಯ್ತಿಯೇನೋ ಸಿನ್ನಣ್ಣ?' ಎಂದ ವಾಮನ.

'ಇದ್ದರೆ ತಾ.'

ಇಬ್ಬರೂ ಬೀಡಿ ಹಚ್ಚಿ ಮೂರ್ನಾಲ್ಕು ಧಂ ಎಳೆದು ಹೊಗೆಯನ್ನು ಮೂಗಿನಿಂದ, ಬಾಯಿಂದ ಬಿಡತೊಡಗಿದರು. ಬೀಡಿ ಸೇದುತ್ತ ಇರುವಾಗಲೆ ಶ್ರೀನಿವಾಸ ನಾಯ್ಕನಿಗೆ ಮತ್ತೆ ಕೆಮ್ಮು ಬರತೊಡಗಿತು.

'ಸಿನ್ನಣ್ಣ ಪಿಕಾಸು ಇತ್ಲಾಗೆ ತಾ. ನಾ ಆ ಬೇರು ಕಿತ್ತು ಕೊಡ್ತೆ' ಎಂದು ವಾಮನ ಅವನ ಕೈಯಲ್ಲಿದ್ದ ಪಿಕಾಸನ್ನು ತಾನು ತೆಗೆದುಕೊಂಡ. ಮುಂಡ ಮೇಲೆತ್ತಿ ಬಿಗಿದು ಕಟ್ಟಿಕೊಂಡು ನಿಧಾನವಾಗಿ ಪಿಕಾಸಿನ ಮೊನೆಯಿಂದ ಕೆದರಿ ಬೇರನ್ನು ಕಿತ್ತುಕೊಟ್ಟ. ಶ್ರೀನಿವಾಸ ನಾಯ್ಕ ಮತ್ತೊಂದು ಗಿಡವನ್ನು ಹುಡುಕಿ ತೆಗೆದ. ವಾಮನ ಅದನ್ನೂ ಕಿತ್ತು ಕೊಟ್ಟ. ಕೆಲಸದ ನಡುವೆ ಇಬ್ಬರೂ ಸುದ್ದಿ-ಸುಖಾಲು ಹೇಳಿಕೊಳ್ಳುತ್ತಲೆ ಇದ್ದರು.

ಮಾತಿನ ನಡುವೆ ಶ್ರೀನಿವಾಸ ನಾಯ್ಕನ ಮಗ ಸುರೇಶನಿಗೆ ತಲೆ ಸರಿ ಇಲ್ಲದೆ ಇದ್ದದ್ದು ತಿಳಿಯಿತು. ಶ್ರೀನಿವಾಸ ನಾಯ್ಕ ಹೆರಿ ಹಾವನ್ನು ಕೊಂದದ್ದು, ನಾಗರ ಪ್ರತಿಷ್ಠೆಗೆ ಶಂಕರನ್ ಬರುವುದು ಎಲ್ಲವನ್ನೂ ವಾಮನ ಅರಿತುಕೊಂಡ.

'ಹಂಗೆ ನೋಡಿದ್ರೆ ನೀ ಒಳ್ಳೇ ಚಲೋ ತಾಪತ್ರಯದಲ್ಲೇ ಸಿಕ್ಕಿ ಬಿದ್ದಿದ್ದಿ ಅಂದಂಗಾಯ್ತು' ಎಂದ ವಾಮನ.

'ತಾಪತ್ರಯ ಬಿಟ್ ದೊಡ್ಡ ತಾಪತ್ರಯ. ಜೀಂವ ಯಾವಾಗ ಹೋಗೂದು ಅಂಬಂಗೆ ಆಗದೆ' ಎಂದ ಶ್ರೀನಿವಾಸ ನಾಯ್ಕ ಬೇಸರದ ದನಿಯಲ್ಲಿ.

ಇಬ್ಬರಿಗೂ ಹಿಂದಕ್ಕೆ ತಿರುಗಬೇಕು ಅನಿಸಿತು. ಶ್ರೀನಿವಾಸ ನಾಯ್ಕನೇ,

'ಹಂಗಾದ್ರೆ ಹೋಗ್ವನಾ? ನಾ ಬಂದು ರಾಶಿ ಹೊತ್ತು ಆಯ್ತು' ಅಂದ.

'ಆಯ್ತು, ನೀ ಮುಂದಾಗು. ನಾನೂ ಮನೆಗೆ ಹೋಯ್ತೆ' ಎಂದ ವಾಮನ.

'ಅರೇ, ಎಲ್ಲೋ, ಅಪರೂಪಕ್ಕೆ ಸಿಕ್ಕಿದೆ, ಬಾ ನಮ್ಮನೆಗೆ ಹೊಕ್ಕಿ ಹೋಗು' ಎಂದು ಒತ್ತಾಯವನ್ನೇ ಮಾಡಿದ ಶ್ರೀನಿವಾಸ ನಾಯ್ಕ. ವಾಮನನಿಗೂ ಮಾಡಲು ಮತ್ತೇನು ಕೆಲಸವೂ ಇರಲಿಲ್ಲ. ಅವನ ಮನೆಗೆ ಹೋಗಿ ಬರುವುದರಲ್ಲಿ ಅಡ್ಡಿ ಏನೂ ಕಾಣಲಿಲ್ಲ. ಹಾಗಾಗಿ, 'ಬತ್ನೋ, ನಡೆ. ನಿನ್ನ ಕೈಲಿದ್ದ ಪಿಕಾಸು ಇತ್ಲಾಗೆ ತಾ. ನಾ ಹಿಡಕಂಡಿ ಬತ್ತೆ' ಎಂದು ಪಿಕಾಸು ತಗೆದುಕೊಂಡು ತನ್ನ ಹೆಗಲಿಗೇರಿಸಿ ಅವನನ್ನು ಅನುಸರಿಸಿದ.

ಇವರು ಮನೆಗೆ ಬಂದು ಮುಟ್ಟುವಾಗ ಶಂಭುಗೌಡ ಜಗುಲಿಯ ಮೇಲೆ ಕುಳಿತು ಕವಳ ಜಗಿಯುತ್ತಿದ್ದ. ವಾಮನ ಅವನನ್ನು ನೋಡಿದ್ದ. ಮಾತನಾಡಿ ಸಲಿಗೆ ಆಗಿರಲಿಲ್ಲ. ಶ್ರೀನಿವಾಸ ನಾಯ್ಕನೇ ಪರಿಚಯ ಮಾಡಿಸುವವನಂತೆ 'ಇವನು ವಾಮನ, ತಿಪ್ಪಯ್ಯನ ಮನೆ ವಾಮನ. ಪ್ಯಾಟಿ ಶಾಲಿಲಿ ನೌಕರಿ ಮಾಡ್ತಾನೆ' ಎಂದ. ಶಂಭುಗೌಡ ವಾಮನನನ್ನು ನೋಡಿ,

'ಯೆ, ಹೀಂಗೆ ಬಾ' ಎಂದು ಕರೆದು ಒಳಗೆ ಮುಖ ಮಾಡಿ, 'ಏ ದುರುಗಿ, ಒಂದು ಮಣೆ ತಕ್ಕೊಂಡು ಬಾ' ಎಂದು ಕೂಗಿದ.

ದುರುಗಿ ಬಂದ ಹೊಸಬನ ಮುಖ ನೋಡುತ್ತ ಮಣೆಯನ್ನು ತಂದಿಟ್ಟಳು. ಅವಳು ತಂದಿಟ್ಟ ಮಣೆಯ ಮೇಲೆ ಅವಳನ್ನು ನೋಡುತ್ತ ಕುಳಿತ ವಾಮನ. ಶ್ರೀನಿವಾಸ ನಾಯ್ಕ,

'ತಂಗಿ ಎರಡು ತಟ್ಟೆ ನೀರು ಎತ್ತು ಚಾ ಮಾಡೂಕೆ' ಎಂದ.

ವಾಮನ ಚಾ ಗೀ ಏನೂ ಬೇಡ ಎಂದರೂ ಕೇಳಲಿಲ್ಲ. ಚಾ ಮಾಡಿಸಿಯೇ ಬಿಟ್ಟ. ಚಾ ಕುಡಿದ ಮೇಲೆ ವಾಮನ ಅವರಿಬ್ಬರಿಗೂ ಒಂದೊಂದು ಬೀಡಿ ಕೊಟ್ಟು ತಾನೂ ಒಂದು ಬೀಡಿ ಹಚ್ಚಿದ. ಅವನು ಅಷ್ಟು ಹೊತ್ತು ಅಲ್ಲಿ ಕುಳಿತಿದ್ದರೂ ಸುರೇಶ ಮಾತ್ರ ಕಣ್ಣಿಗೆ ಬೀಳಲಿಲ್ಲ. ಅವನನ್ನು ಅಟ್ಟದ ಮೇಲೆ ಒಂದು ಕೋಣೆಯಲ್ಲಿ ಹಾಕಿ ಬಾಗಿಲು ಮುಚ್ಚಿ ಇಟ್ಟಿದ್ದರು.

ಶ್ರೀನಿವಾಸ ನಾಯ್ಕನಿಗೆ ಕೇಳಿಕೊಂಡು ವಾಮನ ಅಟ್ಟ ಹತ್ತಿದ. ಅವನ ಬೆನ್ನಿಗೆ ಶಂಭುಗೌಡ, ಶ್ರೀನಿವಾಸ ನಾಯ್ಕರೂ ಹತ್ತಿದರು. ವಾಮನ ಬಾಗಿಲು ತೆಗೆದು ಒಳಗೆ ನೋಡಿದ. ಚಾಪೆಯ ಮೇಲೆ ಸುರೇಶ ಮಲಗಿದ್ದ. ಅವನು ಕವುಂಚಿ ಮಲಗಿದ್ದ. ಗೋಡೆಯ ಮೇಲೆಲ್ಲ ಕಡ್ಡಿ, ಪೆನ್ಸಿಲ್ಲುಗಳಿಂದ ಗೀಚಿದ್ದ. ಏನೇನೋ ಚಿತ್ರಗಳನ್ನು ಬಿಡಿಸಿಟ್ಟಿದ್ದ. ಶ್ರೀನಿವಾಸ ನಾಯ್ಕ,

'ಸುರೇಶಾ, ಸುರೇಶಾ ಯಾರು ಬಂದಾರೆ ನೋಡೋ, ಶಂಭಣ್ಣ ಬಂದಾನೆ. ನಿನ್ನ ದೋಸ್ತ ವಾಮನ ಬಂದಾನೆ' ಎಂದ.

ಸುರೇಶ ಮಲಗಿದ್ದಲ್ಲಿಂದಲೆ ತಲೆ ತಿರುಗಿಸಿ ನೋಡಿದ. ಮೇಲೆ ಏಳುವ ಪ್ರಯತ್ನವನ್ನೇ ಮಾಡಲಿಲ್ಲ, ಹಾಗೇ ಉಮ್ಮಳಿಸಿ ತೀಡಲು ಹತ್ತಿದ. ವಾಮನನಿಗೆ ಕಸಿವಿಸಿಯಾಯಿತು. ಮೂವರೂ ಅಲ್ಲಿಂದ ಹೊರಗೆ ಬಂದರು.

ಸುರೇಶನನ್ನು ಕಂಡು ವಾಮನನಿಗೆ ನಿಜಕ್ಕೂ ಕೆಡಕು ಎನಿಸಿತು. ಅವನನ್ನು ಆ ರೀತಿ ಒಬ್ಬೊಂಟಿಯಾಗಿ ಇರಿಸಬಾರದು ಎಂದು ಶ್ರೀನಿವಾಸ ನಾಯ್ಕನಿಗೆ ಹೇಳಿದ. ಜನರ ಜೊತೆ ಅವನು ಬೆರೆಯುತ್ತ ಇದ್ದರೆ ವಾಸಿಯಾಗುವ ಸಾಧ್ಯತೆ ಇದೆ ಅಂದ. ಒಬ್ಬನನ್ನೇ ಬಿಟ್ಟರೆ ಅದೇ ಅದೇ ಯೋಚಿಸುತ್ತ ಅವನು ಇರುತ್ತಾನೆ. ಇತರರ ಜೊತೆ ಬೆರೆತರೆ ಮರೆಯುವ ಸಾಧ್ಯತೆ ಇದೆ ಎಂದ. ಯಾರ ಜೊತೆಯಾದರೂ ಜಗಳಕ್ಕೆ ಹೋಗಬಹುದು, ಹೊಡೆದಾಡಬಹುದು ಎಂದು ಅವನನ್ನು ಒಳಗೇ ಇಟ್ಟಿರುತ್ತಿದ್ದರು.

ಶ್ರೀನಿವಾಸ ನಾಯ್ಕನಿಗೂ ವಾಮನನ ಮಾತು ನಿಜ ಅನ್ನಿಸಿತು. ವಾಮನ ಮತ್ತೂ ಹೇಳಿದ, ಅವನಿಗೆ ತಾನು ಸೀಕಿನ ಮನುಷ್ಯ ಎಂಬ ಭಾವನೆ ಬರದಂತೆ ಉಳಿದವರ ವರ್ತನೆ ಇರಬೇಕು. ತಾನು ಎಲ್ಲರಂತೆ ಸಹಜವಾಗಿದ್ದೇನೆ ಎಂಬ ಭಾವನೆ ಅವನಲ್ಲಿ ಬಂದರೆ ಅವನ ಸೀಕು ಐವತ್ತು ಭಾಗ ಕಡಿಮೆಯಾದಂತೆ. ಪ್ರತಿದಿನ ತಾನೇ ಅವನನ್ನು ಹೊರಗೆ ಅರ್ಧ ತಾಸು ತಿರುಗಾಡಿಸಿಕೊಂಡು ಬರುತ್ತೇನೆ ಎಂದೂ ಹೇಳಿದ.

ಅಟ್ಟದಿಂದ ಕೆಳಗಿಳಿದು ಬಂದು ಮೂವರೂ ಮತ್ತೆ ಒಂದೊಂದು ಬೀಡಿ ಹಚ್ಚಿದರು. ಶಂಭುಗೌಡ ಆಗ ತಾನು ನಾಗರಕಲ್ಲು ತಂದು ಇಟ್ಟಿದ್ದನ್ನು ಹೇಳಿದ. ಕಲ್ಲನ್ನು ಶ್ರೀನಿವಾಸ ನಾಯ್ಕ ನೋಡಿದ. ಅವನಿಗೂ ಅದು ಪಾಸು ಆಯಿತು. ವಾಮನನೂ ನೋಡಿದ.

'ನಿನ್ನಾಗೇ ತಂದು ನಮ್ಮನೆಯಲ್ಲಿ ಇಟ್ಕಂಡಿದ್ದೆ. ಇವತ್ತೆ ತಕ್ಕೊಂಡು ಬಂದೆ. ನೀ ಹೋದ ಕೆಲ್ಸ ಎಂಥಾ ಆಯ್ತು? ಅವ್ನು ಸಿಕ್ಕಿದ್ನಾ? ಬತ್ತೆ ಅಂದ್ನಾ?'

'ಸಿಕ್ಕಿದ್ದ. ಬತ್ತೆ ಅಂದೂ ಹೇಳಿದ. ಆದ್ರೆ ಎಷ್ಟು ಕೊಡಬೇಕು ಅಂದಿ ಕಡೆಗೂ ಹೇಳ್ಲೇ ಇಲ್ಲ. ನಿಮಗೆ ತಿಳಿದಷ್ಟು ಕೊಟ್ಟುಬಿಡಿ ಅಂದ' ಎಂದು ಶಂಕರನ್ ಬರುವ ದಿನವನ್ನೂ ತಿಳಿಸಿದ.

'ಹಂಗಾದ್ರೆ ನಾನು ಕೋಣನ ತರೂಕೆ ಹೋಗಿ ಬರ್ಲಾ? ಒಬ್ಬ ಹೋಗೂದು ಅಲ್ಲ. ಇಬ್ರಾದ್ರೂ ಬೇಕು. ನಿನ್ಗಂತೂ ಮನೆ ಬಿಟ್ಟು ಬರೂದು ಕಷ್ಟ. ಮತ್ತೆ ಯಾರ್ಗಾದ್ರೂ ಹೇಳ್ಬೇಕು' ಎಂದ ಶಂಭು ಗೌಡ.

ವಾಮನ, 'ಎಲ್ಲಿಂದ ಕೋಣ ತರೂದು' ಎಂದು ಕೇಳಿಕೊಂಡ. ಆ ಮೇಲೆ ತಾನು ಬೇಕಾದರೆ ಬರುತ್ತೇನೆ ಎಂದು ಹೇಳಿದ. ಅವರಿಬ್ಬರೂ, ದೂರ ನಡೆಯಬೇಕು. ನಿನಗೆ ರೂಢಿ ಇಲ್ಲ ಅಂದರೂ ಕೇಳಲಿಲ್ಲ. ತಾನು ಬರುವುದೇ ಸೈ ಎಂದುಬಿಟ್ಟ. ಇಬ್ಬರು ಸಾಕು ಎಂದು ಶಂಭು ಗೌಡನೂ ಲೆಕ್ಕಹಾಕಿ ಬೇರೆಯವರಿಗೆ ಹೇಳುವ ಆಲೋಚನೆ ಕೈಬಿಟ್ಟ.

'ಶುಕ್ರವಾರ ದಿನ ತಯಾರಿ ಆಗಿ ನಿಮ್ಮನೆಗೆ ಬತ್ತೆ' ಎಂದು ಶಂಭುಗೌಡ ದಿನವನ್ನೂ ನಿಕ್ಕಿ ಮಾಡಿ ಹೇಳಿದ. ವಾಮನನು ಅಡ್ಡಿಯಿಲ್ಲವೆಂದು ತನ್ನ ಒಪ್ಪಿಗೆ ಸೂಚಿಸಿ ಅಲ್ಲಿಂದ ಹೊರಬಿದ್ದ.

15

ಅಳ್ಳಂಕಿ ದೊಡ್ಡ ಜಗಳವನ್ನೇ ಎಬ್ಬಿಸಿಬಿಟ್ಟಿದ್ದಳು. ಅವಳ ಹಿತ್ತಲಿನ ಹೊದ್ದ ಇದ್ದ ಪನ್ನ ಗೌಡನಿಗೂ ಅವಳಿಗೂ ಜಟಾಪಟಿ ಹತ್ತಿತ್ತು. ಪನ್ನಗೌಡನ ಹಿತ್ತಲು ಮೊದಲಿನಿಂದಲೂ ಅಲ್ಲಿ ಇದ್ದದ್ದೇ. ಅದಕ್ಕೆ ಲಗ್ತ ಇದ್ದ ಗದ್ದೆಯನ್ನು ಖರೀದಿ ಮಾಡಿ ವೆಂಕ್ಟ ನಾಯ್ಕ ಸಸಿ ಬಾಳೆ ಹಾಕಿದ್ದ.

ಪನ್ನಗೌಡನ ಹಿತ್ತಲದಲ್ಲಿ ವೆಂಕ್ಟ ನಾಯ್ಕನ ಗದ್ದೆಗೆ ತಾಗಿ ಹಳೆಕಾಲದ ಒಂದು ದೊಡ್ಡ ಹೆರಿ ಮಾವಿನ ಮರ ಇತ್ತು. ಆ ಮರದ ಹೆಣೆಗಳು ಇವರ ಜಾಗದ ಮೇಲೂ ಹಬ್ಬಿತ್ತು. ಸಹಜವಾಗಿಯೇ ಗಾಳಿ ಬೆಳಕುಗಳ ಅಭಾವದಿಂದ ವೆಂಕ್ಟನಾಯ್ಕನ ಹಿತ್ತಲದಲ್ಲಿ ಸುಮಾರು ದೊಡ್ಡ ಜಾಗದಲ್ಲಿ ಬಾಳೆ ಅಡಕೆ ತೆಂಗು ಏನು ಹಾಕಿದರೂ ದೇಡು ಆಗುತ್ತಿರಲಿಲ್ಲ. ಅಡಕೆ, ತೆಂಗುಗಳಂತೂ ಮೇಲಕ್ಕೆ

ಏಳದಂತೆ ಆಗಿತ್ತು. ವೆಂಕ್ಟ ನಾಯ್ಕ ಮತ್ತು ಅಳ್ಳಂಕಿ ಇಬ್ಬರೂ ನಯದಲ್ಲಿ ಪನ್ನಗೌಡನಿಗೆ ಮಾವಿನ ಮರದ ಹೆಣೆಗಳನ್ನು ಹೊಡೆಸಲು ಹೇಳಿದರು. ಹೊಡೆಯಿಸುವಾ, ಹೊಡೆಯಿಸುವಾ ಎಂದು ಅವನು ಹೇಳುತ್ತಲೇ ಉಳಿದ ಸಿವಾಯ್ ಹೊಡೆಸಲಿಲ್ಲ ಮಾತ್ರ. ಜರ್ ಗಾಳಿ ಮಳೆಗೆ ಅದರ ಹೆಣೆ ಮುರಿದು ಬಿದ್ದರೆ ಲುಕ್ಸಾನು ಆಗುವುದು ವೆಂಕ್ಟ ನಾಯ್ಕನಿಗೇ ಆಗಿತ್ತು.

ಆ ಮರದಿಂದ ತನ್ನ ಜಾಗದಲ್ಲಿ ಬೀಳುವ ದರಕನ್ನೂ ಉಡುಗುವವನು ವೆಂಕ್ಟ ನಾಯ್ಕನೇ ಆಗಿದ್ದ. ಮಾವಿನ ಹಣ್ಣು ಬಿದ್ದರೆ ಎಲ್ಲವನ್ನು ಹೆಕ್ಕಿ ಒಳಗೆ ಹಾಕುವವನು ಅವನೇ ಆಗಿದ್ದ. ಆದರೂ ಎರಡು ತೆಂಗಿನ ಮರ ಎಬ್ಬಿಸಿಬಿಡಲಿಕ್ಕೆ ಆಗ್ತಿತ್ತಲ್ಲ ಈ ಮಾವಿನಮರ ಒಂದು ಇಲ್ಲದೆ ಇದ್ದಿದ್ದರೆ ಎನ್ನುತ್ತಿತ್ತು ಅವನ ಮನಸ್ಸು.

ಪನ್ನಗೌಡ ಮರ ಕಡಿಸದೆ ಇದ್ದುದಕ್ಕೆ ಕಾರಣ, ಅವನಿಗೆ ವೆಂಕ್ಟ ನಾಯ್ಕ ಅಲ್ಲಿ ಜಾಗ ಖರೀದಿ ಮಾಡಿ ಬಿಡಾರ ಕಟ್ಟಿದ್ದೇ ಮನಸ್ಸಿಗೆ ಬಂದಿರಲಿಲ್ಲ. ಅವನಿಗೆ ಲಗ್ತ ಇದ್ದ ಜಾಗವನ್ನು ಅವನೇ ಖರೀದಿ ಮಾಡುವ ಹುನ್ನಾರದಲ್ಲಿ ಇದ್ದ. ಆದರೆ ಆ ಗದ್ದೆಯ ಮಾಲೀಕ ಸುಬ್ಬುವಿಗೂ ಅವನಿಗೂ ಮನಸ್ತಾಪ ಇದ್ದುದರಿಂದ ಅವನು ಪನ್ನಗೌಡನಿಗೆ ಗದ್ದೆಯನ್ನು ಕೊಡದೆ ವೆಂಕ್ಟ ನಾಯ್ಕನಿಗೆ ಕೊಟ್ಟಿದ್ದ.

ಹೊಸದೊಂದು ನೆರೆ ಆದರೆ ಇಲ್ಲದ ತಾಪತ್ರಯವೇ ಆಗುತ್ತದೆ. ಬೇಲಿ ಸವರುವುದು, ಅಡಕೆ ಬಿದ್ದರೆ, ಕಾಯಿ ಬಿದ್ದರೆ ಸಿಗದೆ ಹೋಗುವುದು, ಹಗ್ಗವಿಲ್ಲದೆ ಬಾವಿಗೆ ನೀರಿಗೆ ಬರುವುದು, ನೆಲ ಸಾರಿಸಲು ಎಂದು ಸೆಗಣಿಯ ಮುದ್ದೆ ಮುದ್ದೆಯನ್ನೇ ಹೊರುವುದು ಇತ್ಯಾದಿ ಕಿರಿಕಿರಿ. ಅದೆಲ್ಲ ಪನ್ನಗೌಡನಿಗೆ ಬೇಡವಾಗಿತ್ತು. ಅಲ್ಲದೆ ಈಗೀಗ ಅಳ್ಳಂಕಿಯ ಚಾಳಿ ಅವನಿಗೆ ಗೊತ್ತಾಗಿಬಿಟ್ಟಿತ್ತು. ಅವನ ಮನೆಯಲ್ಲಿ ಇಬ್ಬರು ಹುಡುಗರು ಹೊಂತ್ಕಾರಿಗಳಾಗಿದ್ದರು. ಅವರ ಮದುವೆ ಆಗಿರಲಿಲ್ಲ. ಅವರನ್ನು ಎಲ್ಲಾದರೂ ತನ್ನ ಬಲೆಗೆ ಬೀಳಿಸಿಕೊಳ್ಳುವಳೋ ಎನ್ನುವ ಸಂದೇಹವೂ ಅವನಿಗೆ ಇತ್ತು. ಹಾಗಾಗಿ ತನ್ನ ಮನೆಯವರು ಅವಳ ಜೊತೆ ಅನ್ಯೋನ್ಯವಾಗಿ ಇರುವುದಕ್ಕಿಂತ ಮನಸ್ತಾಪದಲ್ಲಿ ಇದ್ದರೇ ಒಳ್ಳೆಯದೆಂದು ಅವನ ವಯಸ್ಸಿನ ಅನುಭವ ಹೇಳುತ್ತಿತ್ತು. ಮರ ಕಡಿಸದೆ ಇದ್ದರೆ ಒಳಗಿಂದೊಳಗಾದರೂ ಮನಸ್ತಾಪ ಇದ್ದೇ ಇರುತ್ತದೆ ಎಂದು ಅವನು ಲೆಕ್ಕ ಹಾಕಿ ಅದನ್ನು ಹಾಗೆಯೇ ಬಿಟ್ಟು ಇಟ್ಟಿದ್ದ.

ಅಳ್ಳಂಕಿಗೆ ಪುಢಾರಿ ಗಿಡ್ಡನಾಯ್ಕನ ಸಾಟಿಯಾದ ಮೇಲೆ ಅವಳು ಸ್ವಲ್ಪ ಕೊಬ್ಬಿದಳು. ನಾಲ್ಕು ಕಾಸಿನ ಪುಡಿಯೂ ಕೈಯಲ್ಲಿ ಓಡಾಡುತ್ತಿತ್ತು. ಮಾವಿನ ಮರದ ಪ್ರಕರಣ ಒಂದು ದಿನ ಅವನ ಮಗ್ಗುಲಲ್ಲಿ ಮಲಗಿದಾಗ ಹೇಳಿದಳು. ಅವನು ಅವಳಿಗೆ ಇಂಗದ ಪ್ರಯೋಗ ಮಾಡಲು ಹೇಳಿದನು. ಒಂದುವೇಳೆ ಪನ್ನಗೌಡ ಮೈಮೇಲೆ ಬೀಳಲು ಬಂದರೆ ತನಗೆ ಹೇಳಿಕಳುಹಿಸು ಎಂದೂ ಹೇಳಿದ್ದ.

ಮರಕ್ಕೆ ರುಮ್ಮದಿಂದ ತೂತು ಕೊರೆದು ಇಂಗವನ್ನು ಸೇರಿಸಿಬಿಟ್ಟರೆ ಮರ ಕ್ರಮೇಣ ಒಣಗಿ ಸತ್ತೇ ಹೋಗುತ್ತದೆ. ತೊರ್ಕಿ ಮೀನಿನ ಬಾಲದ ಮುಳ್ಳನ್ನು ಮರಕ್ಕೆ ಕಪ್ಪಿಸಿದರೆ ಆ ಮುಳ್ಳು ತಾನಾಗಿಯೇ ಒಳಗೆ ಸೇರಿ ಆ ಮರವನ್ನು ಸಾಯಿಸಿ ಬಿಡುತ್ತದೆ. ಇವೆರಡರಲ್ಲಿ ಅಳ್ಳಂಕಿ ಆರಿಸಿಕೊಂಡಿದ್ದು ಮೊದಲನೆಯದನ್ನೇ.

ಹೋಳಿ ಹುಣ್ಣಿಮೆಗೆ ಹದಿನೈದು ದಿನಗಳು ಇರುವಾಗ ಮನೆಗೆ ಬಂದಿದ್ದ ವೆಂಕ್ಟ ನಾಯ್ಕ ಯುಗಾದಿ ಮುಗಿಸಿಕೊಂಡು ಮತ್ತೆ ಘಟ್ಟಕ್ಕೆ ಹೋಗಿದ್ದ. ಅವನು ಬಂದ ದಿನ ಕುನ್ನಿಯಿಂದ ಕಚ್ಚಿಸಿಕೊಂಡು ಓಡಿ ಹೋದ ಗಿಡ್ಡನಾಯ್ಕ ವೆಂಕ್ಟ ಹೋಗಿ ಎಂಟು ದಿನಗಳಾದರೂ ಅಳ್ಳಂಕಿಯ ಮನೆಯ ಬದಿಗೆ ಸುಳಿದಿರಲಿಲ್ಲ.

ಗಿಡ್ಡನಾಯ್ಕನಿಗೆ ಕುನ್ನಿ ಕಚ್ಚಿದ ಗಾಯ ಗುಣವಾಗಿತ್ತು. ಎಂಟು ದಿನ ಮನೆಯಲ್ಲೇ ಉಳಿಯಬೇಕಾಯಿತು. ಯಾರ ಹತ್ತಿರವೋ ಗುಟ್ಟಿನಲ್ಲಿ ನಾಟಿ ಔಷಧ ತರಿಸಿಕೊಂಡು ಕುಡಿದ. ಆದರೆ ಅವನ ಮನಸ್ಸಿನ ನೆಮ್ಮದಿ ಕೆಡಿಸಿದ ಸಂಗತಿಯೊಂದು ಈ ನಡುವೆ ಜರುಗಿ ಹೋಯಿತು. ಊರವರ ಪಾಲಿಗೆ

ಆ ಸಂಗತಿ ಯಾವ ಲೆಕ್ಕಕ್ಕೂ ಇರಲಿಲ್ಲ. ಆದರೆ ಅದು ಗಿಡ್ಡನಾಯ್ಕನನ್ನು ಅಲ್ಲಾಡಿಸಿಬಿಟ್ಟಿತು.

ಅಳ್ಳಂಕಿಯ ಕುನ್ನಿ ಹೋಳಿ ಹುಣ್ಣಿಮೆ ಹಬ್ಬದಲ್ಲಿ ಯಾರಯಾರದೋ ಮನೆಗೆ ಎಂಜಲು ಬಾಳಿ ನೆಕ್ಕಲು ಹೋದದ್ದು ಯಾವಯಾವದೋ ಕುನ್ನಿಗಳ ಜೊತೆಗೆಲ್ಲ ಜಗಳವಾಡಿ ಕಚ್ಚಿಸಿಕೊಂಡು ರಾಮಾರಕ್ತ ಮಾಡಿಕೊಂಡು ಬಂತು. ಎಂಟೇ ದಿನಗಳಲ್ಲಿ ಗಾಯದಲ್ಲೆಲ್ಲ ಹುಳುಆಗಿ ಯುಗಾದಿ ಬರುವುದರೊಳಗೇ ಸತ್ತು ಹೋಯಿತು. ಅಳ್ಳಂಕಿ ಮನೆಯ ಕುನ್ನಿ ಸತ್ತುಹೋಯಿತು ಎಂದು ಬೇರೆಯವರ ಮೂಲಕ ತಿಳಿದ ಗಿಡ್ಡ ನಾಯ್ಕನಿಗೆ ಅದು ಒಳ್ಳೆಯ ಶಕುನ ಎಂದು ಅನ್ನಿಸಲಿಲ್ಲ. ಸದ್ಯ ಅವಳ ಮನೆಗೆ ಬರುವುದನ್ನು ನಿಲ್ಲಿಸಿರಲಿಕ್ಕೂ ಅದೇ ಕಾರಣವಾಗಿತ್ತು.

ಅಳ್ಳಂಕಿಗೆ ಅದೆಲ್ಲ ಎಲ್ಲಿ ತಿಳಿಯಬೇಕು. ಗಿಡ್ಡನಾಯ್ಕ ಹೇಗೂ ನನ್ನ ಬಲಕ್ಕೆ ಇದ್ದಾನೆ ಅಂದುಕೊಂಡು ಪನ್ನಗೌಡನ ಮಾವಿನ ಮರಕ್ಕೆ ಇಂಗದ ಪ್ರಯೋಗ ಮಾಡಲು ಶುರುಮಾಡಿದ್ದಳು. ಮರಕ್ಕೆ ತೂತು ಕೊರೆಯುತ್ತಿದ್ದಳು. ಅವಳ ಹಿತ್ತಲದಲ್ಲೇ ಅವಳು ನಿಂತಿದ್ದಳು. ಕಾಣುವವರ ಕಣ್ಣಿಗೆ ಅವಳು ಏನೋ ಬೇಲಿ ಗೂಟ ಸರಿಮಾಡುತ್ತ ಇದ್ದಾಳೆ ಎಂಬಂತೆ ಅನ್ನಿಸುತ್ತಿತ್ತು. ಪನ್ನಗೌಡನ ಮಗ ಅಡಕೆ ಹೆಕ್ಕಲು ಹಿತ್ತಲಿಗೆ ಬಂದವನು ಅವಳ ಕರಾಮತ್ತು ಕಂಡು ಅಪ್ಪನಿಗೆ ಹೇಳಿದನು.

ಪನ್ನಗೌಡ ವಯಸ್ಸಾದರೂ ಓಡುತ್ತಬಂದಹಾಗೆ ಬಂದ. ಹಡಬೆ, ಮುಂಡೆ, ಬೋಸುಡಿ ಏನೇನು ಬಾಯಿಗೆ ಬರುತ್ತದೋ ಅದೆಲ್ಲವನ್ನೂ ಬಯ್ದ. ಅವಳೂ ಬಯ್ಯದೇ ಬಿಡಲಿಲ್ಲ. ಬಾಯೊಂದು ಇದ್ದರೆ ಎಲ್ಲಿ ಹೋದರೂ ಬದುಕುವೆ ಎನ್ನುವವರ ಸಾಲಿಗೆ ಸೇರಿದವಳು ಅವಳು. ಆಚೆ ಈಚೆಯ ಮನೆಯವರೆಲ್ಲ ಈ ಕಾಕಿ ಬಾಯಲ್ಲಿ ಕೋಲು ಹೆಟ್ಟಿದವರು ಯಾರಪ್ಪಾ ಎಂದುಕೊಳ್ಳುತ್ತಿದ್ದರು.

ಜಗಳದ ನಡುವೆಯೇ ಅಳ್ಳಂಕಿ ನೆರೆಮನೆಯ ಒಬ್ಬ ಹುಡುಗನನ್ನು ಗಿಡ್ಡನಾಯ್ಕನಲ್ಲಿಗೆ ಕಳುಹಿಸಿದಳು. ಅವಳ ಗ್ರಹಚಾರಕ್ಕೆ ಅವನು ಆಗ ಮನೆಯಲ್ಲಿ ಇರಲಿಲ್ಲ. ಪನ್ನಗೌಡ ತನ್ನ ಒಬ್ಬ ಮಗನನ್ನು ಶಂಭುಗೌಡನನ್ನು ಕರೆ ತರಲು ಕಳುಹಿಸಿದ. ಶಂಭುಗೌಡ ಕೋಣನ ವಾರ್ಲ ತರಲು ಘಟ್ಟಕ್ಕೆ ಹೋಗಿದ್ದ. ಹಾಗಾಗಿ ಅವನನ್ನು ಕರೆಯಲು ಹೋದವನು ಶ್ರೀನಿವಾಸ ನಾಯ್ಕನನ್ನು ಕರೆದುಕೋಡು ಬಂದನು.

ಶ್ರೀನಿವಾಸ ನಾಯ್ಕ ಅಳ್ಳಂಕಿಗೂ ಹೊಸಬನಲ್ಲ. ಪನ್ನಗೌಡನಿಗೂ ಹೊಸಬನಲ್ಲ. ಇಬ್ಬರೂ ಒಬ್ಬರನ್ನೊಬ್ಬರು ಬಯ್ಯುತ್ತಲೇ ದೂರು ಹೇಳುತ್ತ ಅವನನ್ನು ಗೃಹಸ್ಥನನ್ನಾಗಿ ಮಾಡಿದರು. ಶ್ರೀನಿವಾಸ ನಾಯ್ಕ ಪನ್ನಗೌಡನಿಗೆ ಕೇಳಿದ,

'ಇಷ್ಟು ದಪ್ಪ ಮರವನ್ನು ನೀನು ಯಾವತ್ತಾದ್ರೂ ಹತ್ತಿದ್ಯಾ? ಹತ್ತಿ ಕಾಯಿ ಕೊಯ್ದಿದ್ಯಾ?'

'ಇಲ್ಲ.'

'ಇದರ ಕಾಯಿ ಈಸಾಡಾ? ಭಾರೀ ಸಿಹಿಯಾ?'

'ಇಲ್ಲಪ್ಪಾ ಸಣ್ಣ ಸಣ್ಣ ಕಾಯಿ. ಹುಳಿಕಿಚ್ಚು.'

'ಅಂದ್ರೆ ಅದು ತಾನಾಗಿ ಬಿದ್ದದ್ದಷ್ಟನ್ನೇ ನೀವು ಹೆಕ್ಕಿಕೊಂಡು ತಿನ್ನುವವರು ಅಂದಂಗಾಯ್ತು.'

'ಅಷ್ಟೇ ಸೈ.'

'ಹಣ್ಣು ಯಾರ ಹಿತ್ಲಲ್ಲಿ ಬೀಳುತ್ತದೆ?'

'ಅರ್ಧಕ್ಕಿಂತ ಹೆಚ್ಚು ಈ ಬೋಸುಡಿ ಹಿತ್ತಲಲ್ಲೇ ಬೀಳ್ತದೆ. ಅದರ ಹಿತ್ಲಲ್ಲಿ ಬಿದ್ದದ್ದು ಒಂದೂ ನಮಗೆ ಸಿಗೂದಿಲ್ಲ.'

'ಪನ್ನಗೌಡ ಸುಮ್ಮಸುಮ್ಮನೆ ಬೈಯಬೇಡ. ಅದು ಒಬ್ಬೊಂಟಿ ಹೆಂಗಸು.'

'ಒಬ್ಬೊಂಟಿ ಎಂಥದ್ದು? ದೊಡ್ಡ ಹಾದರಗಿತ್ತಿ.'

'ನಿಂಗೆ ಜಗಳ ಮಾಡೂದೇ ಮನ್ಸು ಆದರೆ ನಂಗೆ ಕರೆಸಿದ್ದು ಯಾಕೆ? ನೀವುನೀವೇ ನಿಖಾಲಿ ಮಾಡ್ಕೊಳ್ಳಿ.'

'ಹಂಗಲ್ವೋ, ನೀ ಸಿಟ್ಟಾಗಬೇಡ. ನೀ ಏನು ಹೇಳ್ತೆ ಹೇಳು' ಎಂದ ಪನ್ನಗೌಡ.

'ಈ ಮರದ ಹಣ್ಣು ಹುಳಿ. ಸಣ್ಣದು. ಮರ ಹತ್ತಿ ಕೊಯ್ಯೊಕೆ ಆಗೂದಿಲ್ಲ. ಹೆಚ್ಚಿನ ಪಾಲು ಅವಳ ಹಿತ್ಲಲ್ಲೇ ಬೀಳೂದು. ಅವಳು ಬಿದ್ದದ್ದು ಕೊಡುವುದಿಲ್ಲ. ಮಾವಿನ ಮರ ಅದೆ ಅಂದಕೂಡ್ಲೆ ಮಂಗನ ಕಾಟವೂ ಜೋರಾಗುತ್ತದೆ. ಮಾವಿನ ಮರಕ್ಕೆ ಬಂದದ್ದು ಬಾಳೆಕಾಯಿಗೂ ಚಕ್ರಕೊಡುತ್ತದೆ. ಅಂದಮೇಲೆ ನಿನಗೆ ಮರ ಕಡಿಸಿದರೆ ಏನು ತೊಂದ್ರೆ?'

ಪನ್ನಗೌಡ ಮಾತನಾಡಲಿಲ್ಲ. ಶ್ರೀನಿವಾಸ ನಾಯ್ಕನೇ ಮತ್ತೆ ಹೇಳಿದ,

'ಮಾವಿನ ಸೊಪ್ಪು ತೆಂಗಿನ ಮರಕ್ಕೆ ಚಲೋದು. ಹತ್ತು ಮರದ ಬುಡಸೊಪ್ಪಿಗೆ ಬರ್ತದೆ. ವರ್ಷಬಿಟ್ಟು ವರ್ಷ ಸವರಿಸಿ ಬಿಡು. ಬುಡಗೂಡ ಮರ ಕಡಿಯುವುದು ಬೇಡ. ಅಳ್ಳಂಕಿ ಕರಕರೆಯೂ ನಿಂತುಹೋಗುತ್ತದೆ. ಹೌದಾ ನಾ ಹೇಳಿದ್ದು?'

'ಮಾವಿನ ಮರದ ನಾಟಾಕ್ಕೂ ಚಲೋ ರೇಟು ಬಂದಿದೆ. ಮಚ್ವೆ ದುರಸ್ತಿಗೆ ಬಳಸುತ್ತಾರೆ. ಮಾವಿನ ಮರ ಉಪ್ಪು ನೀರಿಗೆ ಚಲೋ ತಾಳಿಕೆ ಬರ್ತದೆ. ಗಣಪಯ್ಯ ಮೇಸ್ತ್ರಿಗೆ ಹೇಳಿದರೆ ಒಳ್ಳೆ ರೇಟು ಕೊಡದೆ ಇರೋದಿಲ್ಲ' ಎಂದ.

ಪನ್ನಗೌಡನಿಗೂ ಅವನ ಮಾತು ನಿಜ ಅನ್ನಿಸಿತು. ಅಳ್ಳಂಕಿಗೆ ಶ್ರೀನಿವಾಸ ನಾಯ್ಕ ದೇವರಾಗಿ ಕಾಣತೊಡಗಿದ.

'ನಾನು ಈ ಮರ ಈಗ್ಲೇ ಕಡಿಸೂದಿಲ್ಲ. ಚವತಿ ಕಳೆದಾದಮೇಲೆ ತೆಂಗಿನ ಮರಕ್ಕೆ ಬುಡಸೊಪ್ಪು ಮಾಡುವಾಗ ಕಡಿಸೂದು' ಎಂದ ಪನ್ನಗೌಡ.

ಅದಕ್ಕೆ ಅಳ್ಳಂಕಿಯೂ ಒಪ್ಪಿದಳು. ಶ್ರೀನಿವಾಸ ನಾಯ್ಕ, ಒಂದು ಕರಕರೆ ತೀರಿತಲ್ಲ ಎಂದುಕೊಂಡು ಮನೆಗೆ ಬಂದ.

16

ಹಿರಿಯ ಮಗಳ ಗಂಡ ಸಾಯಲಿ ಕರೆಯುವ ಎಮ್ಮೆಯ ಕರು ಸಾಯಲಿ ಎಂದು ಹಾರೈಸುವವರೂ ಇರುತ್ತಾರೆ. ಹಿರಿಯ ಮಗಳ ಗಂಡ ಸತ್ತರೆ ಮನೆ ಕೆಲಸ ಮಾಡಲಿಕ್ಕೆ ಪುಕ್ಕಟ್ಟಿನ ಆಳು ಒಬ್ಬಳು ದೊರೆಯುತ್ತಾಳೆ, ಎಮ್ಮೆಯ ಕರು ಸತ್ತರೆ ಕರುವಿಗೆ ಬಿಡುವ ಹಾಲನ್ನೂ ತಾವೇ ಹಿಂಡಿಕೊಳ್ಳಬಹುದಲ್ಲ? ಇದು ಜಿಪುಣರ, ಸ್ವಾರ್ಥಿಗಳ ಪ್ರಪಂಚದ ಮಾತು.

ಇದನ್ನೆಲ್ಲ ಇಲ್ಲಿ ಯಾಕೆ ಹೇಳಬೇಕಾಯಿತು ಅಂದರೆ ಶಂಭುಗೌಡ ಕೋಣನ ವಾರ್ಲ ತರಲು ಘಟ್ಟಕ್ಕೇ ಯಾಕೆ ಹೋದ ಎನ್ನುವುದನ್ನು ಸ್ಪಷ್ಟಪಡಿಸಲು. ಊರಬದಿಯಲ್ಲಿ ಅವನಿಗೆ ಕೋಣಗಳು ಸಿಗುತ್ತಿರಲಿಲ್ಲವೆ? ಸಿಗುತ್ತಿತ್ತು. ಆದರೆ ಆಯ್ಲಿಪೊಯ್ಲಿ ಮಾಲು ಅವನಿಗೆ ಪಾಸು ಆಗುತ್ತಿರಲಿಲ್ಲ. ಮತ್ತೆ ಇಲ್ಲಿ ಎಳೆಯ ಮರಿಗಳನ್ನು ಮಾರುವವರು ತೀರ ಕಡಿಮೆ. ಎಲ್ಲರಿಗೂ ಸ್ವಲ್ಪ ಅಲ್ಲ ಸ್ವಲ್ಪ ಗದ್ದೆ ಇದ್ದೇ ಇರುತ್ತದೆ. ತಾವೇ ದೊಡ್ಡ ಮಾಡಿ ವಾರ್ಲ ಮಾಡುತ್ತಾರೆ. ಆದರೆ ಘಟ್ಟದ ಮೇಲೆ ಆದರೆ ಹಾಗಲ್ಲ. ಅಲ್ಲಿ ಗದ್ದೆ ಕಡಿಮೆ. ಅಡಕೆ ತೋಟ ಜಾಸ್ತಿ. ಮನೆಗೆ ಕೆಲಸಕ್ಕೆ ಬರುವ ಆಳುಗಳೂ ಹೆಚ್ಚು. ಹಾಲಿನ ಸಮೃದ್ಧಿ ಬೇಕು. ಮರಕ್ಕೆ ಗೊಬ್ಬರವೂ ಬೇಕು. ಹಾಗಾಗಿ ಕೈಯಲ್ಲಿ ದುಡ್ಡು ಓಡಾಡುವ ಹೆಗಡೆಗಳು ಎರಡು ಮೂರು ಎಮ್ಮೆಗಳನ್ನು ಕಟ್ಟುವರು. ತರುಪಿನ ಎಮ್ಮೆಗಳನ್ನು ಮಾರುವುದು ಎಳಗಂದಿ ತರುವುದು. ಒಟ್ಟಿನಮೇಲೆ ಮನೆಯಲ್ಲಿ ಹಾಲು ಕಡಿಮೆಯಾಗಬಾರದು. ಕೆಲವರು ಎರಡು ಮೂರು ಎಮ್ಮೆ ಇದ್ದವರು ಎಮ್ಮೆಯನ್ನು ಅವರೇ ಗಬ್ಬಕಟ್ಟಿಸಿ ತರುಪಿನಲ್ಲಿಯೂ ಸಾಕುವರು. ಅದಕ್ಕೇನಾದರೂ ಮಣಕ (ಹೆಣ್ಣು ಕರು) ಇದ್ದರೆ ತಾವೇ ಇಟ್ಟುಕೊಳ್ಳುವರು. ಹೋರಿ ಇದ್ದರೆ ಘಟ್ಟದ ಕೆಳಗಿನವರು ಯಾರಾದರೂ ಕೇಳಲು ಹೋದರೆ ಹೇಗಾದರೂ ಹೊಂದಿಸಿಕೊಟ್ಟುಬಿಡುವರು. ವ್ಯವಹಾರದಲ್ಲಿ ಎಳೆದಾಟ ಮಾಡುವ ಜನ ಅಲ್ಲ ಆವರು. ತರಲು ಹೋದವರಿಗೆ ಅವರು ಹೇಳುವ ದರ ಸೋವಿಯಾಗಿ ಕಾಣುತ್ತದೆ.

ಶಂಭುಗೌಡನಿಗೆ, ವಾಮನನಿಗೆ ವೆಂಕ್ಟನಾಯ್ಕ ತನ್ನ ಬಿಡಾರಕ್ಕೇ ಕರೆದುಕೊಂಡು ಹೋದ. ಅದು ತಂಡದವರ ಬಿಡಾರ. ಹೆಗಡೆಯವರು

ಅಡಕೆ ತೋಟದ ಲಗ್ತ ಇದ್ದ ಬೇಣದಲ್ಲಿ ಬಿಡಾರ ಕಟ್ಟಿಸಿ ಇಟ್ಟಿದ್ದರು. ವೆಂಕ್ಟನಾಯ್ಕ ತಂಡದ ಯಜಮಾನ. ಅವನ ತಂಡದಲ್ಲಿ ಒಟ್ಟೂ ಎಂಟು ಜನ ಇದ್ದರು.

ಕಾಂದ್ಲಿ ಹೆಗಡೆಯವರದು ಸಿದ್ದಾಪುರ ತಾಲೂಕಿನಲ್ಲೇ ದೊಡ್ಡ ಹೆಸರು. ನಲ್ವತ್ತು ಖಂಡಿ ಅಡಕೆ ತೋಟ ಅವರದು. ಇಡೀ ವರ್ಷ ಹತ್ತು ಹದಿನೈದು ಜನರಿಗೆ ಕಾಯಂ ಕೆಲಸ ಇರುತ್ತದೆ. ಮನೆಯೋ ಮಾದೊಡ್ಡ ಮನೆ. ಸುಮಾರು ಐವತ್ತು ಲಗ ದನಕರುಗಳು ಇದ್ದವು. ಐದು ಎಮ್ಮೆಗಳು ಇದ್ದವು. ಸುಮಾರು ಹತ್ತು ಎಕರೆ ಬೇಣಕ್ಕೆ ಪಾಗಾರ ಹಾಕಿ ಕರಡ ಬೆಳೆಯಲಿಕ್ಕೆ ಬಿಟ್ಟಿದ್ದರು.

ಅವರ ಮನೆಯಲ್ಲೇ ಎರಡು ಕೋಣ ಮರಿಗಳು ಇದ್ದವು. ವೆಂಕ್ಟನಾಯ್ಕ ಶಂಭುಗೌಡನನ್ನು ಕರೆದುಕೊಂಡು ಹೋಗಿ ಕೋಣಗಳನ್ನು ತೋರಿಸಿದ. ಅದರ ಕೋಡು, ಮುಳುಪು, ಬಾಲ, ಕೊಳಚು, ಸುಳಿ ಎಲ್ಲವನ್ನೂ ನೋಡಿ ಅವನು ಪಾಸು ಮಾಡಿದ. ಹೆಗಡೆಯವರ ಹತ್ತಿರ ದರ ಮಾಡಲು ಹೋದರು. ಅವರು ಬಾಯಿಬಿಡಲೇ ಇಲ್ಲ. 'ನೀವೇ ಎಷ್ಟು ಅಂತ ತಿಳಿದು ಕೊಟ್ಟುಬಿಡಿ' ಅಂದರು. ತೀರಾ ಕಡಿಮೆ ಕೊಡುವ ಹಾಗೂ ಇರಲಿಲ್ಲ. ಹಾಗಾಗಿ ವೆಂಕ್ಟ ನಾಯ್ಕ ಶಂಭುಗೌಡ ಇಬ್ಬರೂ ಮಾತನಾಡಿಕೊಂಡು ಒಂದು ಮಾತು ಹೇಳಿದರು. ಹೆಗಡೆಯವರು ಅದಕ್ಕೇ ಹೂಂ ಅಂದುಬಿಟ್ಟರು.

'ಇವತ್ತಿನ ದಿನ ಚಲೋ ಅದೆ. ಇವತ್ತು ರಾತ್ರಿಯೇ ಹೊರಟುಬಿಡಿ' ಎಂದೂ ಹೇಳಿದರು.

ಗೇರಸಪ್ಪಾ ವರೆಗೆ ನಡೆದುಕೊಂಡು ಹೋಗಿ ಅಲ್ಲಿಂದ ಹಲಗೆ ದೋಣಿಯನ್ನು ಹತ್ತಿಸಿಕೊಂಡು ಬರಬೇಕೆಂದು ನಿರ್ಧರಿಸಿದರು. ತಿಂಗಳ ಬೆಳಕು ಸುಮಾರಾಗಿ ಇತ್ತು. ಅಮಾವಾಸ್ಯೆ ಆಗಿ ಆರೇಳು ದಿನ ಕಳೆದು ಹೋಗಿತ್ತು. ಮಲೆಮನೆ ಘಟ್ಟ ಸೇರುವವರೆಗೂ ತಿಂಗಳ ಬೆಳಕು ಸುಮಾರಾಗಿ ಸಿಗುತ್ತದೆ ಎಂದು ಲೆಕ್ಕಹಾಕಿದರು. ಕೋಣ ಮರಿಗಳಿಗೆ ಚೆನ್ನಾಗಿ ಹುಲ್ಲು ತಿನ್ನಿಸಿ ಕುಡಿವಷ್ಟು ನೀರು ಕುಡಿಸಿ ಬಿಸಿಲು ಸ್ವಲ್ಪ ಬಾಡಿತು ಎಂದ ಕೂಡಲೆ ಅವುಗಳ ಹಗ್ಗ ಬಿಚ್ಚಿದರು. ಹೆಗಡೆಯವರು ಹೊರಡುವಾಗ ಒಂದು ಮಾತು ಹೇಳಿದರು,

'ಅದರ ಪ್ರಾಯ ಇರುವಷ್ಟು ದಿನ ನೀವು ಹೂಡಿಕೊಂಡು ಮುದಿಕಾಲದಲ್ಲಿ ಯಾರಿಗಾದ್ರೂ ಕಬ್ಬಿನ ಗಾಣ ಹೂಡಲು ಕೊಡಬೇಡಿ. ಅದು ಇರುವಷ್ಟು ದಿನ ನೀವೇ ಇಟ್ಟುಕೊಳ್ಳಿ.'

'ಆಗೂದ್ರಾ. ಮಾರುವ ಪಂಚಾಯ್ತಿ ಇಲ್ಲ. ನಮ್ಮನೆಗೆ ಹೋದಮೇಲೆ ನಮ್ಮನೆ ಮಕ್ಕಳ ಹಾಗೇ ಇದು' ಎಂದ ಶಂಭುಗೌಡ.

'ನಿನ್ನಿಂದ ಒಂದು ದೊಡ್ಡ ಉಪಕಾರ ಆಯ್ತು ಮಾರಾಯ' ಎಂದು ವೆಂಕ್ಟನಾಯ್ಕನಿಗೆ ಹೇಳಿದ.

'ಊರವರು ಅಂದುಕೊಂಡು ಇಲ್ಲಿದ್ದಮೇಲೆ ಇಷ್ಟೂ ಮಾಡ್ದೆ ಇದ್ರೆ ಹ್ಯಾಂಗೋ?' ಎಂದ ವೆಂಕ್ಟನಾಯ್ಕ.

ಕಾಂದ್ಲಿ ಊರ ಗಡಿ ದಾಟುವವರೆಗೂ ವೆಂಕ್ಟನಾಯ್ಕ ಅವರ ಬೆನ್ನಿಗೆ ಬಂದ. 'ದಾರಿಮೇಲೆ ಹುಷಾರಿ. ಸಿಕ್ಕಾಪಟ್ಟೆ ಜಾಗದಲ್ಲೆಲ್ಲ ನಿಲ್ಲಬ್ಯಾಡಿ' ಎಂದು ಹೇಳಿ ಹಿಂತಿರುಗಿದ.

ಮಾವಿನಗುಂಡಿಗೆ ಬರಬೇಕಿದ್ದರೆ ರಾತ್ರಿ ಹತ್ತು ಗಂಟೆ ಆಗಿಬಿಟ್ಟಿದೆ. ವೆಂಕ್ಟನಾಯ್ಕ ಬಿಡಾರದಲ್ಲಿ ಕಟ್ಟಿಕೊಟ್ಟ ಅವಲಕ್ಕಿ ಪೊಟ್ಲೆ ಬಿಚ್ಚಿ ಇಬ್ಬರೂ ತಿಂದರು. ಒಂದು ಅರ್ಧತಾಸು ಆರಾಂ ಮಾಡಿ, ಅಲ್ಲೊಬ್ಬರ ಮನೆಯಲ್ಲಿ ಹುಲ್ಲು ತೆಗೆದುಕೊಂಡು ಕೋಣಗಳಿಗೆ ತಿನ್ನಿಸಿದರು. ಮತ್ತೆ ನಡೆಯತೊಡಗಿದರು. ಮಲೆಮನೆ ಕಾನಿನಲ್ಲಿ ಒಳದಾರಿಯಲ್ಲಿ ಮೊದಲು ಒಂದೆರಡು ಸಲ ಶಂಭುಗೌಡ ಬಂದಿದ್ದ. ರಾತ್ರಿಹೊತ್ತಿನಲ್ಲಿ ಬಂದದ್ದು ಇದೇ ಮೊದಲ ಸಲ. ವಾಮನನಿಗೆ ಇದಂತೂ ತೀರ ಹೊಸದು.

ಅಷ್ಟುಹೊತ್ತಿಗಾಗಲೇ ತಿಂಗಳು ನೆತ್ತಿಯಿಂದ ತಿರುಗಿತ್ತು. ಕೋಣಮರಿಗಳು ಮಲಕು ಹಾಕುತ್ತ ನಿಧಾನವಾಗಿ ಹೆಜ್ಜೆ ಇಡತೊಡಗಿದ್ದವು. ಶಂಭುಗೌಡ ವಾಮನನಿಗೆ ತನ್ನ ಪರಾಕಿನ ಕಾಲದ ಸುದ್ದಿ ಹೇಳುತ್ತಿದ್ದ. ಊರ ಜನರ ಒಬ್ಬೊಬ್ಬರ ಗುಣದೋಷಗಳನ್ನೆಲ್ಲ ವಿಮರ್ಶೆ ಮಾಡುತ್ತಿದ್ದ. ಒಮ್ಮೊಮ್ಮೆ ನಗುತ್ತ ಹೇಳುತ್ತಿದ್ದ. ಒಮ್ಮೊಮ್ಮೆ ಅವನ ಧ್ವನಿ ಭಾರವಾಗುತ್ತಿತ್ತು. ಒಮ್ಮೊಮ್ಮೆ ಸಿಟ್ಟು ವ್ಯಕ್ತವಾಗುತ್ತಿತ್ತು.

ವಾಮನ ಕೇಳುತ್ತ ಆಚೆ ಈಚೆ ಬೆಳದಿಂಗಳಿನಲ್ಲಿ ಕಾನನ್ನು ನೋಡುತ್ತ ಸಾಗುತ್ತಿದ್ದ. ತಂಪಿದ್ದರೂ ಚಳಿ ಇರಲಿಲ್ಲ. ಗಾಳಿ ಮೆಲ್ಲಗೆ ಬೀಸುತ್ತಿತ್ತು. ಬೆನ್ನುಹುಳುಗಳು ಮರದ ಮೇಲೆಲ್ಲ ಎಲ್ಲೆಂದರಲ್ಲಿ ಬಂಗಾರದ ಬಿಲ್ಲೆಯನ್ನು ಅಂಟಿಸಿದ ಹಾಗೆ ಕಾಣುತ್ತಿತ್ತು. ಇನ್ನುವರೆಗೆ ಅವನು ಕೇಳದೆ ಇದ್ದ ಹಕ್ಕಿಯ ಕೂಗುಗಳನ್ನು ಕೇಳುತ್ತಿದ್ದ. ಅದು ಯಾವ ಹಕ್ಕಿಯದು, ಇದು ಯಾವ ಹಕ್ಕಿಯದು ಕೂಗು ಎಂದು ಶಂಭುಗೌಡನನ್ನು ಕೇಳುತ್ತಿದ್ದ. ಶಂಭುಗೌಡ ಗೊತ್ತಿದ್ದರೆ ಹೇಳುತ್ತಿದ್ದ. ಇಲ್ಲದಿದ್ದರೆ, 'ಯಾವ್ದೋ ಏನೋ? ನಾನೂ ಇದೇ ಮೊದಲ ಸಲ ಕೇಳ್ತಾ ಇರೋದು' ಅನ್ನುತ್ತಿದ್ದ.

ಹೀಗೆ ಅವರು ನಡೆದು ಬರುತ್ತಿರಬೇಕಿದ್ದರೆ ದಾರಿ ಬದಿಯ ಹಿಂಡಿನಲ್ಲಿ ಗುಲಗುಂಜಿ ಕಾಳಿನಂತೆ ಏನೋ ಕೆಂಪಗೆ ಹೊಳೆದ ಹಾಗೆ ಆಯ್ತು. ವಾಮನ ತಡೆದು ನಿಂತು ಏನು ಎಂದು ನೋಡಿದ. ಅದು ಯಾವುದೋ ಹಕ್ಕಿಯ ಕಣ್ಣು ಎಂಬುದು ತಿಳಿಯಿತು.

'ಶಂಭಣ್ಣ, ಅದು ನೋಡು. ಎಂಥ ಹಕ್ಕಿ ನೋಡು' ಎಂದ ವಾಮನ.

ಶಂಭುಗೌಡ ಮತ್ತೂ ಬಗ್ಗಿ ನೋಡಿದ. ಅದು ಕೆಂಬೂತ ಎಂದು ತಿಳಿಯಿತು. 'ಇದು ಕೆಂಬೂತವೋ' ಎಂದ.

ಕೆಂಬೂತ ಶಬ್ದ ಕಿವಿಗೆ ಬಿದ್ದ ಕೂಡಲೆ ವಾಮನನಿಗೆ ತಟ್ಟನೆ ನೆನಪಿಗೆ ಬಂದದ್ದು ಶ್ರೀನಿವಾಸ ನಾಯ್ಕನ ಕಷಾಯ. ಅವನ ಕಷಾಯಕ್ಕೆ ಕೆಂಬೂತವೂ ಬೇಕಿತ್ತು. ಅದನ್ನು ಹಿಡಿದುಕೊಂಡು ಹೋಗಿ ಅವನಿಗೆ ಕೊಟ್ಟರೆ ಖುಷಿಯಾಗುವನು ಎಂದು ಲೆಕ್ಕ ಹಾಕಿದ.

'ಶಂಭಣ್ಣ ಇದು ಊರ ಬದಿಗೆ ಸಿಗುತ್ತದೆಯಾ?'

'ಸಿಗದೆ ಏನು? ಬೇಕಷ್ಟು ಸತ್ತುಬಿದ್ದದೆ.'

'ಹಿಡಿಯೂಕೆ ಸಿಕ್ತದೆಯಾ?'

'ರೆಕ್ಕಿ ಇದ್ದದ್ದುಅದು. ಹಾಗೆ ಸಿಕ್ತದ್ಯಾ? ಕೈ ಹಚ್ಚಿದರೆ ಕತ್ತರಿಸಿ ಒಗೆಯೂದು.'

'ಹಂಗಾದ್ರೆ ಇದ್ನ ಈಗ ಹಿಡಕೊಂಡು ಹೋಗಿ ಶಿನ್ನಣ್ಣನಿಗೆ ಕೊಡ್ವಾ. ಅವನ ಕಷಾಯಕ್ಕೆ ಬೇಕು ಅಲ್ವಾ ಇದು?' ಎಂದ. ವಾಮನನ ದೂರದೃಷ್ಟಿ ಶಂಭುಗೌಡನಿಗೆ ಮೆಚ್ಚುಗೆ ಆಯ್ತು.

'ಹಂಗಾದ್ರೆ ಹಿಡಿತ್ಯಾ? ರಾತ್ರಿಗೆ ಹಿಡೂಕೆ ಸಿಕ್ತದೆ ಅಂತ ಹಗಲೀಕೆ ಸಿಕ್ಕೂದಿಲ್ಲ ಅದು. ಏನೋ ಗಿರಾಚಾರ ತೀರಿಬಂದು ನಿನ್ನ ಕಣ್ಣಿಗೆ ಬಿದ್ದದೆ' ಅಂದ.

ವಾಮನ ಬಗ್ಗಿ ಹಿಂಡಿನಲ್ಲಿ ಕೈಹಾಕಿ ಗಭಕ್ಕನೆ ಹಿಡಿದುಬಿಟ್ಟ. ಜೀವದಾಸೆಗೆ ಅದು ಅವನ ಕೈಯನ್ನು ಕುಕ್ಕಲು ನೋಡಿತು. ವಾಮನ ತುಂಬಾ ಬೆರ್ಕಿ. ಹಾಗಾಗಿ ತಕ್ಷಣ ಒಂದು ಕೈಲಿ ಅದರ ಎರಡೂ ಕಾಲು ಹಿಡಿದು ಇನ್ನೊಂದು ಕೈಲಿ ಅದರ ಕೊಕ್ಕನ್ನು ಹಿಡಿದುಕೊಂಡ. ಶಂಭುಗೌಡ ಆಗಲೇ ಬಳ್ಳಿ ತಯಾರು ಮಾಡಿದ್ದ. ಕಾಲಿಗೆ ಒಂದು ಬಳ್ಳಿ ಕೊಕ್ಕಿಗೆ ಒಂದು ಬಳ್ಳಿ ಹಾಕಿ ಕೂಡಿಸಿ ಕಟ್ಟಿ ವಾಮನ ಕೈಯಲ್ಲಿ ನೇಲಿಸಿಕೊಂಡ.

ಮಾಸ್ತಿ ಮನೆಗೆ ಎರಡು ಮೈಲು ಇರಬೇಕಿದ್ದರೆ ತಿಂಗಳು ಮುಳುಗಿತು. ಆದರೂ ಬಾನ್ಬೆಳಕು ಇತ್ತು. ಹಾಗಾಗಿ ನಡೆಯಲು ತೊಂದರೆ ಆಗಲಿಲ್ಲ. ಆ ಇರುಳ ನೀರವತೆಯಲ್ಲಿ ಕೆಳಗಿನ ಕೊಳ್ಳದಲ್ಲಿ ಹೊಳೆ ಹರಿಯುತ್ತಿತ್ತು. ಅದರ ಹರಿವಿನ ಸದ್ದು ಇವರ ನಡಿಗೆಯ ಲಯಕ್ಕೆ ಹಿನ್ನೆಲೆ ಸಂಗೀತದಂತೆ ಇತ್ತು. ನಡೆದು ನಡೆದು ಸಾಕಾದ ಅವರಿಗೆ ಗೇರಸೊಪ್ಪೆಯ ಕಲ್ಲುಬೇಲೆಗೆ ಎಷ್ಟುಹೊತ್ತಿಗೆ ಹೋಗಿ ಮುಟ್ಟುತ್ತೇವೋ ಅನ್ನಿಸಿಬಿಟ್ಟಿತ್ತು. ಕಣ್ಣ ರೆಪ್ಪೆಗಳು ಭಾರವಾಗಿದ್ದವು.

ಇಂಥದರಲ್ಲಿ ಶಂಭುಗೌಡನಿಗೆ ಮುಂದೆ ನೋಡಿದಾಗ ಅವರಿಗಿಂತ ಇಪ್ಪತ್ತು ಹೆಜ್ಜೆ ಮುಂದೆ ಯಾರೋ ಹೋಗುತ್ತಿರುವ ಹಾಗೆ ಭಾಸವಾಯಿತು. ಬಿಳಿಬಿಳಿ ಕಂಡಹಾಗೆ ಆಯ್ತು. ಮುಂದೆ ಯಾರೋ ಹೋಗುತ್ತಿದ್ದಾರೆ ಎಂದು ವಾಮನನಿಗೆ ಹೇಳಿದ. ಅವನಿಗೆ ಏನೂ ಕಾಣಲಿಲ್ಲ. 'ಜೊತೆಗೆ ಒಬ್ಬ ಆದ ಹಾಗೆ ಆಯ್ತು. ಮಾತನಾಡಿಸಿ ನೋಡುವಾ' ಎಂದು ಶಂಭುಗೌಡನಿಗೆ ಅನ್ನಿಸಿ,

'ಯಾರೋಯ್, ಕೂ ಹೂಯ್' ಎಂದ.

ಎದುರಿನಿಂದ ಪ್ರತ್ಯುತ್ತರ ಬರಲಿಲ್ಲ. ಮತ್ತೊಮ್ಮೆ ಕರೆದು ನೋಡಿದ. ಆದರೂ ಪ್ರತ್ಯುತ್ತರವಿಲ್ಲ. ಮುಂದಿನ ಆಕಾರ ಹಿಂದಕ್ಕೆ ತಿರುಗಿ ನೋಡಿದ ಹಾಗೂ ಕಾಣಲಿಲ್ಲ. ಆಗ ಶಂಭುಗೌಡನಿಗೆ ಒಂದು ಸಂದೇಹ ಬಲವಾಯಿತು. ಅದು ದೆವ್ವವಿರಬೇಕೆಂದೇ ತೀಮರ್ಣಾಟಿಜಜಜಿಟಿಜಜನಿಸಿದ. ಎದೆಯ ಬಡಿತದ ವೇಗ ಹೆಚ್ಚಾಯಿತು. ಸಣ್ಣಗೆ ಬೆವರಿಬಿಟ್ಟ. ವಾಮನನ ಹತ್ತಿರಹತ್ತಿರ ಸರಿದು ಸಣ್ಣಗೆ ಪಿಸುಗುಟ್ಟಿ ತನ್ನ ಮನದ ಅಭಿಪ್ರಾಯ ತಿಳಿಸಿದ. ವಾಮನನಿಗೆ ಅದು ಹೊಸ ಅನುಭವ. ಏನೂ ಕಾಣಿಸುತ್ತಲೂ ಇರಲಿಲ್ಲ ಅವನಿಗೆ. ನಂಬಬೇಕೋ ಬಿಡಬೇಕೋ ತಿಳಿಯಲಿಲ್ಲ. ವಾಮನ,

'ಹೆದರಬೇಡ ನೋಡುವಾ' ಎಂದು ಬಗ್ಗಿ ಒಂದು ಕಲ್ಲುಗುಂಡು ಎತ್ತಿಕೊಂಡ. ಅವನು ಏನು ಮಾಡುತ್ತಾನೆ ಎಂದು ಊಹಿಸಿ ಶಂಭುಗೌಡ ಅವನನ್ನು ತಡೆಯುವುದರೊಳಗೆ ಅವನು ಅದನ್ನು ಎದುರು ದಿಕ್ಕಿಗೆ ಬೀಸಿ ಒಗೆದುಬಿಟ್ಟ. ಶಂಭುಗೌಡ ಕಂಗಾಲು. ವಾಮನ ದೊಡ್ಡ ಅವಾಹುತ ಮಾಡಿಬಿಟ್ಟ ಅನ್ನಿಸಿತು ಅವನಿಗೆ. ಕಾನುಗೋಡು ಕೇಶವ ದೇವರಿಗೆ, ಇಡಗುಂಜಿ ಗಣಪತಿಗೆ ಏನೇನೆಲ್ಲ ಹರಕೆ ಹೊತ್ತನು. ಕೋಣ ಮರಿಗಳ ಜೊತೆಗೆ ಸುರಳೀತ ಮನೆಗೆ ಹೋಗಿ ಬಿದ್ದರೆ ಸಾಕು ಎಂದು ಬಡಬಡಿಸತೊಡಗಿದ.

ವಾಮನ ಎಸೆದ ಕಲ್ಲು ಮುಂದೆ ಕೊಳ್ಳದಲ್ಲಿ ಬಿದ್ದು ಉರುಳುತ್ತ ಹೋಯಿತು. ಅಲ್ಲಿ ನೀರು ಕುಡಿಯಲು ಗಮಯನ ಹಿಂಡು ಬಂದಿತ್ತು. ಅವು ಹೆದರಿ ಈಚೆಯಿಂದ ಹಾಯುತ್ತ ಹಾಯುತ್ತ ಆಚೆ ದಡಕ್ಕೆ ಓಡಿದವು. ವಾಮನ, ಶಂಭುಗೌಡರಿಗೆ ಸದ್ದು ಮಾತ್ರ ಕೇಳಿಸಿತೇ ಹೊರತು ಅದು ಏನೆಂದು ತಿಳಿಯಲಿಲ್ಲ. ವಾಮನ ಅದು ಯಾವುದೋ ಪ್ರಾಣಿ ಎಂದು ತಿಳಿದ. ಆದರೆ ಶಂಭುಗೌಡ ಮಾತ್ರ ಅದು ದೆವ್ವವೆಂದೇ ತಿಳಿದಿದ್ದ. ಗುಂಡಬಾಳದ ಮುಖ್ಯಪ್ರಾಣನೇ ಕಾಪಾಡಿದ ಎಂದು ಬಡಬಡಿಸಿದ. ಅಷ್ಟೊತ್ತಿಗೆ ಅವನ ಮಂಪರು ಪೂರ್ತಿ ಹರಿದ ಕಾರಣ ಮುಂದೆ ಹೋಗುತ್ತಿದ್ದ ಆಕಾರವೂ ಕಣ್ಣಿಗೆ ಕಾಣಲಿಲ್ಲ. ದೊಡ್ಡದೊಂದು ಗ್ರಹಚಾರ ಕಳೆಯಿತು ಎಂದುಕೊಂಡ. ಆದರೂ ವಾಮನನಿಗೆ, ಹಿಂದೆ ತಿರುಗಿ ನೋಡದೆ ಬರಲು ತಿಳಿಸಿದ.

ಗೇರಸೊಪ್ಪೆಯ ಕಲ್ಲುಬೇಲೆಗೆ ಅವರು ಬಂದು ಮುಟ್ಟಬೇಕಿದ್ದರೆ ಕೋಳಿ ಸ್ವರಗೆಯ್ಯುವ ಹೊತ್ತು. ಕರಿಕುರ್ವಾದ ಅಂಬಿಗರ ಗಣಪು ತನ್ನ ಹಲಗೆ ದೋಣಿ ಬಿಡಲು ತಯಾರಿ ನಡೆಸಿದ್ದ. ಇವರಿಬ್ಬರೂ ಅಲ್ಲೇ ಕಲ್ಲುಬೇಲೆಯ ಮೇಲೆ ತಮ್ಮ ಬೆಳಗಿನ ನಿತ್ಯಕರ್ಮಗಳನ್ನು ಮುಗಿಸಿಕೊಂಡು ತಾವೂ ಹಲಗೆದೋಣಿ ಏರಿದರು. ಕೋಣಮರಿಗಳನ್ನೂ ಏರಿಸಿಕೊಂಡರು.

ಶಂಭುಗೌಡ ದೋಣಿಯಲ್ಲಿ ಕುಳಿತಿದ್ದರೂ ಅವನ ಮನಸ್ಸು ಮನೆಯನ್ನು ತಲುಪಿತ್ತು. ಎಷ್ಟುಹೊತ್ತಿಗೆ ಹೋಗಿ ಎಲ್ಲ ಸುದ್ದಿಗಳನ್ನು ಶ್ರೀನಿವಾಸನಾಯ್ಕನಿಗೆ ತಿಳಿಸಿಯೇನು ಎಂದು ಅವನು ಚಡಪಡಿಸುತ್ತಿದ್ದ.

17

ಹಳದೀಪುರದಲ್ಲಿ ಬಂದು ಉಳಿದ ಕೇರಳದ ಶಂಕರನ್ ಶ್ರೀನಿವಾಸ ನಾಯ್ಕನಿಗೆ ಹೇಳಿದಂತೆ ನಾಗರ ಪ್ರತಿಷ್ಠೆಗೆ ನಿಗದಿಯಾದ ಹಿಂದಿನ ದಿನವೇ ಬಂದು ತಲುಪಿದ. ಕೇರಳದ ಒಬ್ಬ ಮಂತ್ರವಾದಿ, ಜ್ಯೋತಿಷ್ಯಗಾರನೊಬ್ಬ ತಮ್ಮೂರಿಗೆ ಬರುವನು ಎಂದು ತಿಳಿದ ಕೂಡಲೆ ಎಷ್ಟೋ ಜನರಿಗೆ ತಮ್ಮ ಕಷ್ಟಕೋಟಲೆಗಳೆಲ್ಲ ನೆನಪಿಗೆ ಬಂದುಬಿಟ್ಟವು. ಅವುಗಳಿಗೆಲ್ಲ ಶಂಕರನ್ ಕಾರಣ ಹೇಳಿ ಪರಿಹಾರವನ್ನು ಸೂಚಿಸಬಹುದೇನೋ ಎಂಬ ದೂರದ ಆಸೆ ಹೊಂದಿದ್ದರು. ಹಾಗಾಗಿ ಆ ದಿನ ಶ್ರೀನಿವಾಸನಾಯ್ಕನ ಮನೆಯಲ್ಲಿ ಶಂಕರನ್ನನ್ನು ಕಾಣಲು ಜನರೇ ಜನರು.

ಈ ಸೂಕ್ಷ್ಮವನ್ನು ಮೊದಲೇ ತಿಳಿದಿದ್ದ ಶಂಕರನ್ ತನ್ನ ಜೊತೆಯಲ್ಲಿ ವಿಭೂತಿ, ಯಂತ್ರ ಇತ್ಯಾದಿಗಳನ್ನು ತಂದಿದ್ದ. ತೊಂದರೆ ತಾಪತ್ರಯಗಳನ್ನು ಸಹನೆಯಿಂದ ಕೇಳಿ ಕವಡಿಯಿಂದ ಆಯ ಹಾಕಿ ಕೆಲವರಿಗೆ ವಿಭೂತಿ, ಕೆಲವರಿಗೆ ಯಂತ್ರ ಮುಂತಾದವನ್ನು ಕೊಡುತ್ತಿದ್ದ. ಅಳ್ಳಂಕಿಯು ಕೂಡ ತನ್ನ ಮಗಳಿಗೆ ಬಾಲಗ್ರಹ ತಾಗಿದೆ ಎಂದು ತೋರಿಸಲು ಕರೆದುಕೊಂಡು ಹೋಗಿದ್ದಳು. ಅವಳಿಗೆ ಒಂದು ಯಂತ್ರವನ್ನು ಕೊಟ್ಟು ಮಗುವಿಗೆ ಕಟ್ಟಲು ಹೇಳಿದ. ಮೈಲಿಗೆಯಾಗದ ಹಾಗೆ ದಿನಾಲೂ ಯಂತ್ರಕ್ಕೆ ಗೋಮೂತ್ರ ಸಿಂಪಡಿಸಲು ಹೇಳಿದ. ವಾರಕ್ಕೊಮ್ಮೆ ಲೋಬಾನದ ಹೊಗೆ ತೋರಿಸಬೇಕು ಎಂದ.

ಈ ಕೇರಳದ ಮಂತ್ರವಾದಿಯಲ್ಲಿ ಹುಕ್ಕಿಹನುಮಂತನಿಗೂ ಆಸಕ್ತಿ ಮೂಡಿತು. ಮದುವೆಯಾಗಿ ಹತ್ತು ವರ್ಷ ಕಳೆದರೂ ಅವನಿಗೆ ಇನ್ನೂ ಮಕ್ಕಳಾಗಿರಲಿಲ್ಲ. ಸಣಕಲು ಹನುಮಂತನಿಗೆ ಗೊರಲು ಬೇರೆ ಇತ್ತು. ಅವನ ಹೆಂಡತಿ ಪದುಮಿ ಪುಟಿಪುಟಿಯಾಗಿಯೇ ಇದ್ದಳು. ಮದುವೆಯಾದಮೇಲಂತೂ ಅವಳಿಗೆ ಮೈ ಬಂದು ಹೇರಿದ ಹಾಗೆ ಆಗಿತ್ತು. ತಾನು ಸಣಕಲು ಆಗಿರಬೇಕಿದ್ದರೆ ತನ್ನ ಹೆಂಡತಿ ದುಣ್ಣಿಯಾಗಿ ಬೆಳೆದದ್ದು ಅವನ ಅಂತರಂಗದ ಅಸೂಯೆಗೂ ಕಾರಣ ಆಗಿತ್ತು. ಕೆಲವರು ಅವನ ಹಿಂಬದಿಗೆ ಅವನ ಗಂಡಸುತನದ ಬಗ್ಗೆಯೇ ಆಡಿಕೊಳ್ಳುವುದೂ ಅವನಿಗೆ ತಿಳಿದಿತ್ತು. ಈ ಎಲ್ಲ ಕಾರಣಗಳಿಂದ ತನಗೆ ಮಕ್ಕಳಾಗುವ ಉಪಾಯವನ್ನು ಕೇರಳದ ಈ ಮಂತ್ರವಾದಿ ಸೂಚಿಸಬಹುದೇನೋ ಎನ್ನುವ ದೂರದ ಆಸೆ ಅವನಲ್ಲಿತ್ತು.

ಹುಕ್ಕಿಹನುಮಂತ ತನ್ನ ಹೆಂಡತಿ ಪದುಮಿಯನ್ನು ಕರೆದುಕೊಂಡು ಶ್ರೀನಿವಾಸ ನಾಯ್ಕನ ಮನೆಗೆ ಬಂದಿದ್ದ. ಒಂದು ತಾಸು ಕಾದು ಕುಳಿತಮೇಲೆಯೇ ಅವನ ಪಾಳಿ ಬಂತು. ಹೆಂಡತಿಯನ್ನು ಕರೆದುಕೊಂಡು ಶಂಕರನ್ ಎದುರು ಹೋಗಿ ಕುಕ್ಕುರುಗಾಲಿನಲ್ಲಿ ಕುಳಿತ. ಅವನ ಹಿಂದೆಯೇ ಪದುಮಿಯೂ ಹೋಗಿ ಕುಳಿತಳು. ಇಬ್ಬರನ್ನೂ ಶಂಕರನ್ ನೋಡಿದ. ಪದುಮಿ ಅವನ ಕಣ್ಣು ತುಂಬಿದಳು. ಅವಳ ಬಂಜೆತನದ ಕಾರಣ ಅವನಿಗೆ ಹೊಳೆದುಹೋಯಿತು. ಈ ಊರು ಇಷ್ಟೊಂದು ಸಭ್ಯವಾಗಿದೆಯೇ. ಬೇಲಿ ಮುರಿಯುವ ಹೋರಿಗಳ್ಯಾವವೂ ಇಲ್ಲಿಲ್ಲವೇ ಎಂದು ಆಶ್ಚರ್ಯಗೊಂಡ.

ಏನು ಬಂದಿದ್ದು ಎನ್ನುವಂತೆ ಅವರ ಕಡೆ ನೋಡಿದ. ಹನುಮಂತ ವಿಷಯ ತಿಳಿಸಿದ. 'ಜಾತಕಗೀತಕ ಇದೆಯಾ?' ಕೇಳಿದ. ನಮಗ್ಯಾವ ಜಾತಕ ಹೇಳಿ? ಹಣೆಬರೆಹ ಗಟ್ಟಿ ಇದ್ದರೆ ಗೇಯ್ದು ತಿನ್ನುವ ಜನ ನಾವು ಎಂದ ಹುಕ್ಕಿಹನುಮಂತ. ಜಾತಕ ಇಲ್ಲವೆಂದು ಗೊತ್ತಾದ ಮೇಲೆ ಗಂಡ ಹೆಂಡತಿ ಇಬ್ಬರದೂ ಹಸ್ತ ನೋಡಿದ.

'ಇವಳ ಹಸ್ತದಲ್ಲಿ ಸಂತಾನಫಲ ಎದ್ದು ಕಾಣುತ್ತದೆ. ಮಕ್ಕಳು ಆಗೇ ಆಗುತ್ತದೆ. ಇನ್ನೂ ಕಾಲ ಬರಲಿಲ್ಲ' ಎಂದ.

ಕಂಡಕಂಡ ದೇವರಿಗೆಲ್ಲ ಹರಕೆ ಹೊತ್ತಿದ್ದನ್ನು ಗಂಡ ಹೆಂಡತಿ ಇಬ್ಬರೂ ಹೇಳಿದರು. ಈಗ ಏನು ಮಾಡಬೇಕು ಎಂದೂ ಕೇಳಿದರು. ಶಂಕರನ್ ಅವರಿಗೆ ವಿಭೂತಿ ಕೊಟ್ಟು 'ಒಂದು ವಾರ ಇಬ್ಬರೂ ರಾತ್ರಿ ಮಲಗುವಾಗ ನೀರಿನಲ್ಲಿ ಕರಡಿಕೊಂಡು ಕುಡಿಯಿರಿ; ನಾನು ಸ್ವಲ್ಪದಿನ ಬಿಟ್ಟು ಒಂದು ಯಂತ್ರ ಕೊಡುತ್ತೇನೆ. ಅದಕ್ಕೆ ವಿಶೇಷ ಪೂಜೆ ಮಾಡಬೇಕು. ನಾಳೆ ನಾನು ಹೋಗುವ ಮೊದಲು ಸಿಗು. ಯಾವಾಗ ನಾನು ಮತ್ತೆ ಬರುವುದು ಎಂದು ಹೇಳುತ್ತೇನೆ' ಎಂದ.

ಗಂಡ ಹೆಂಡಿರಿಬ್ಬರೂ ಪೂರ್ಣ ವಿಶ್ವಾಸದಿಂದ ಅದನ್ನು ತೆಗೆದುಕೊಂಡರು. ಪದುಮಿಯಂತೂ ತನಗೆ ಮಕ್ಕಳಾದಷ್ಟೇ ಸಂತೋಷಪಟ್ಟಳು.

ಮಾರನೆ ದಿನ ನಾಗರ ಪ್ರತಿಷ್ಠೆಗೆ ಶಂಭುಗೌಡ, ವಾಮನ, ಊರಿನಲ್ಲಿ ಸೂತಕಗೀತಕ ಆದರೆ ಪಂಚಗವ್ಯ ಕೊಟ್ಟು ಶುದ್ಧಿ ಮಾಡುವ ಜೋಯಿಷರು ಇನ್ನೂ ಮೊದಲಾದವರು ಬಂದಿದ್ದರು. ಶಂಕರನ್ ತನ್ನ ಪಾಂಡಿತ್ಯವನ್ನು ಅವರೆಲ್ಲರ ಎದುರಿಗೆ ಬಹಳ ಚೆನ್ನಾಗಿಯೇ ಪ್ರದರ್ಶಿಸಿದ್ದ.

ಅಷ್ಟು ದೂರದಿಂದ ಅವನನ್ನು ಕರೆದುಕೊಂಡು ಬಂದುದಕ್ಕೆ ಶ್ರೀನಿವಾಸನಾಯ್ಕನಿಗೂ ಸಂತೋಷವಾಯಿತು. 'ಆಸಾಮಿ ಪಡಪೋಶಿಯಲ್ಲ' ಎಂದು ಶಂಭುಗೌಡನ ಹತ್ತಿರ ಬಾಯಿಬಿಟ್ಟು ಹೇಳಿದ.

ಒಟ್ಟೂ ಕಾರ್ಯಕ್ರಮ ನಾಲ್ಕೈದು ತಾಸುಗಳದ್ದು. ಖರ್ಚಾದದ್ದು ಒಂದೆರಡು ಕಿಲೋ ಅರಸಿನದ ಹುಡಿ ಮತ್ತು ಕುಂಕುಮ. ಪಡಿಅಕ್ಕಿ ಕಾಯಿ

ಹದಿನೈದು ಇಪ್ಪತ್ತು ಮಾಡಿದ್ದ ಎಲ್ಲವನ್ನೂ ಶಂಕರನ್ ತನ್ನ ಚೀಲಕ್ಕೆ ಸೇರಿಸಿದ. ಆ ದಿನ ರಾತ್ರಿ ಅವನು ಅಲ್ಲಿಯೇ ಉಳಿದು ಮಾರನೆ ದಿನ ಹೋಗುವ ನಿರ್ಧಾರ ಮಾಡಿದ.

18

ನಾಗರ ಪ್ರತಿಷ್ಠೆಗೆ ಹೋಗಿದ್ದ ಜೋಯಿಸರು ವಾಮನನ ಮನೆಯ ದಾರಿಯಲ್ಲೇ ಬಂದರು. ಜೊತೆಯಲ್ಲಿ ಅವನೂ ಇದ್ದ. 'ಭಟ್ಟರಿಗೆ ಬಿಟ್ಟ ತೆಂಗಿನ ಮರಕ್ಕೆ ಕಾಯಿ ಒಣಗಿದೆ. ತೆಗೆದುಕೊಂಡು ಹೋಗಿ' ಎಂದು ಅವನು ಹೇಳಿದುದೇ ಅವರು ಹಾಗೆ ಬರಲು ಕಾರಣವಾಗಿತ್ತು. ಸೂತಕ, ಅಮೆ ಆದರೆ ಜೋಯಿಸರು ಅವರ ಮನೆಗೆ ಬಂದು ಪಂಚಗವ್ಯ ಕೊಡಬೇಕು. ವರ್ಷಕ್ಕೆ ಒಂದು ಸತ್ಯನಾರಾಯಣ ವ್ರತ ಓದಬೇಕು. ಅದಕ್ಕೆ ಅವರು ದಕ್ಷಿಣೆ ತೆಗೆದುಕೊಳ್ಳುವುದಿಲ್ಲ. ಅವರಿಗಾಗಿ ಬಿಟ್ಟ ಮರದ ಕಾಯನ್ನು ಕೊಯ್ಯಿಸಿಕೊಂಡು ಹೋಗುತ್ತಾರೆ. ಆ ಕೇರಿಯಲ್ಲಿ ಹೆಚ್ಚುಕಡಿಮೆ ಮನೆಗೊಂದರಂತೆ ಭಟ್ಟರಿಗೆ ಬಿಟ್ಟ ಮರ ಇದೆಯೋ ಏನೋ.

ಜೊಯಿಷರ ಸತ್ಯನಾರಾಯಣ ವ್ರತದ ಪ್ರಸಾದ ಕಾಯಿಸುವ ಹದ ಸುತ್ತಮುತ್ತಲಿನ ನಾಲ್ಕು ಊರುಗಳಲ್ಲಿ ಪ್ರಸಿದ್ಧ. ವ್ರತದ ನಂತರ ಅವರು ಪ್ರಸಾದ ತುಂಬಿಕೊಂಡು ಹೋಗುವ ತಂಬಿಗೆಯೂ ಪ್ರಸಿದ್ಧ. ಕಥೆಯ ಪ್ರಸಾದ ತಿಂದು ಅದರದೇ ಬಣ್ಣ ಅವರಿಗೆ ಬಂದುಬಿಟ್ಟಿದೆ ಎಂದು ಜನ ಆಡಿಕೊಳ್ಳುವುದೂ ಇತ್ತು.

ದಾರಿಯಲ್ಲಿ ಬರುವಾಗ ವಾಮನ ಬೇಕೆಂದೇ ಅವರಲ್ಲಿ,

'ಭಟ್ಟರೆ, ಈ ಶಂಕರನ್ ಹ್ಯಾಗೆ?' ಎಂದ.

'ಮನ್ಸನ ಕಂಡ್ರೆ ಅಡ್ಡಿಲ್ಲಾ ಅಂಬೆ. ಸಾಕಷ್ಟು ಓದ್ಕೊಂಡಿದ್ದಾನೆ ಅಂತ ಕಾಣ್ತದೆ. ಇಂಥದ್ದೆಲ್ಲ ಸುಮಾರದ ಜನರ ಹತ್ತಿರ ಆಗುವ ಬಾಬಲ್ಲ.'

ಅವರ ಮಾತನ್ನು ಕೇಳಿದ ಮೇಲೆ ವಾಮನ ತನ್ನ ತಲೆಯಲ್ಲಿ ನಿನ್ನೆಯಿಂದ ಕೊರೆಯುತ್ತಿದ್ದ ವಿಷಯ ಎತ್ತಬೇಕು ಅಂದುಕೊಂಡ. ಶಂಕರನ್ ಹುಕ್ಕಿಹನುಮಂತನಿಗೂ ಪದುಮಿಗೂ ವಿಭೂತಿ ಕೊಟ್ಟು ಮಕ್ಕಳಾಗುತ್ತದೆ ಅಂದನಲ್ಲ; ಅದು ಸಾಧ್ಯವೆ? ಅದೇ ಅವನ ಪ್ರಶ್ನೆ.

'ಭಟ್ಟರೆ, ಎಷ್ಟೇ ದೊಡ್ಡ ಮಂತ್ರವಾದಿಯಾದರೂ ಮಂತ್ರಮಾಡಿ ಮಾವಿನಕಾಯಿ ಉದುರಿಸಲಿಕ್ಕೆ ಆಗುತ್ತದೆಯೇನ್ರಾ? ಗುರಿ ಇಟ್ಟು ಕಲ್ಲು ಬೀಸಿದರೆ ಬಿದ್ದರೂ ಬೀಳಬಹುದು. ಏನಂತೀರಿ?' ಎಂದ.

ಜೋಯಿಸರಿಗೆ ಅವನು ಯಾಕಾಗಿ ಹಾಗೆ ಹೇಳುತ್ತಾನೆ ಎನ್ನುವುದು ತಿಳಿಯಲಿಲ್ಲ. ಅದಕ್ಕೇ, 'ಏನೋ ಅದು? ಸ್ವಲ್ಪ ಅರ್ಥವಾಗುವ ಹಾಗೆ ಹೇಳೋ.

ಮುಸುಕಿನೊಳಗೆ ಬೆರಳು ಮಡಚಿದರೆ ಎಷ್ಟು ಬೆರಳು ಅಂತ ಹೇಳೋದು ಹ್ಯಾಗೋ?' ಎಂದರು.

ವಾಮನ ಎಲ್ಲ ಹಕೀಕತ್ತು ಬಿಡಿಸಿ ಹೇಳಿದ. ವಿಭೂತಿ ಕುಡಿದೋ ಯಂತ್ರ ಕಟ್ಟಿಸಿಕೊಂಡೋ ತಾಯಿಯಾಗುವುದು ಸಾಧ್ಯವೇ? ಜೋಯಿಸರೇ, ಇದಕ್ಕೆ ತಾವು ಉತ್ತರ ಹೇಳಬೇಕು ಎಂದ. ಸ್ವಲ್ಪ ಮೊದಲು ಶಂಕರನ್ ವಿಷಯದಲ್ಲಿ ಮೆಚ್ಚುಗೆಯ ಮಾತನಾಡಿದ ಜೋಯಿಸರು ಇದಕ್ಕೆ ಹೇಗೆ ಪ್ರತಿಕ್ರಿಯಿಸಬೇಕು ಎಂದು ಗೊತ್ತಾಗದೆ ಚಡಪಡಿಸಿದರು.

'ಅಂಗೈ ಹುಣ್ಣಿಗೆ ಕನ್ನಡಿ ಎಂಥಾದಕ್ಕೋ? ಗೊತ್ತಾಗ್ತದೆ ಅಲ್ವಾ? ಸ್ವಲ್ಪ ತಡಿ' ಎಂದು ಸುಮ್ಮನಾದರು.

* * *

ರಾತ್ರಿ ಶ್ರೀನಿವಾಸ ನಾಯ್ಕ ತನ್ನ ಮನೆತನದ ತಾಪತ್ರಯ ಎಲ್ಲ ಹೇಳಿದ. ಮಗನ ಸೀಕಿನ ವಿಷಯ ಇನ್ನೊಮ್ಮೆ ಹೇಳಿದ. ಶಂಕರನ್ ಕವಡೆಯ ಡಬ್ಬಾ ತೆಗೆದು ಆಯ ಹಾಕಿ ನೋಡಿದ. ಸುಮಾರು ಹೊತ್ತು ಹಾಳೆ ತೆಗೆದುಕೊಂಡು ಗುಣಾಕಾರ ಭಾಗಾಕಾರ ಮಾಡಿದ ಮೇಲೆ,

'ನಿಮಗೆ ಆಗದವರು ಯಾರೋ ನಿಮ್ಮಮೇಲೆ ಮೋಡಿ ಮಾಡಿಹಾಕಿದ್ದಾರೆ. ಅದಕ್ಕಾಗೇ ನಿಮಗೆ ಎಲ್ಲಿಹೋದ್ರೂ ಮುಖ ಕಟ್ಟಿದ ಹಾಗೆ ಆಗ್ತಿದೆ. ಮಗನ ಸೀಕಿಗೂ ಅದೇ ಕಾರಣ' ಅಂದ.

ಶ್ರೀನಿವಾಸ ನಾಯ್ಕನಿಗೆ ಇದಂತೂ ತೀರ ಹೊಸ ವಿಷಯ ಆಗಿತ್ತು. ಒಂದುಸಲ ಅವನು ಹೆದರಿದ. ಇದನ್ನು ಯಾರು ಮಾಡಿರಬಹುದು, ತನಗೆ ಆಗದವರು ಯಾರು ಎಂದೆಲ್ಲ ವಿಚಾರ ಮಾಡಿದ. ಒಂದೂ ಹೊಳೆಯಲಿಲ್ಲ.

'ಅದ್ಕೆ ಏನು ಪರಿಹಾರ ಇಲ್ವೆ?' ಕೇಳಿದ.

'ಪರಿಹಾರ ಅಂದ್ರೆ ಮೋಡಿ ಕೀಳಿಸಬೇಕು. ಖರ್ಚು ಸ್ವಲ್ಪ ಹೆಚ್ಚು ಆಗೂದು.'

'ಖರ್ಚಿನ ಪ್ರಶ್ನೆ ಅಲ್ಲ. ಖರ್ಚು ಎಷ್ಟೂ ಆಗ್ಲಿ. ಇಲ್ಲಿವರೆಗೆ ಖರ್ಚು ಮಾಡಿದ್ದಕ್ಕೆ ಲೆಕ್ಕವೇ ಇಲ್ಲಾಗಿ ಹೋಗಿದೆ. ಒಟ್ಟಿನಮೇಲೆ ಸೀಕು ಗುಣ ಆಗ್ಬೇಕಾದದ್ದು ಮುಖ್ಯ' ಎಂದು ಶಂಕರನ್ನ ಮುಖ ನೋಡಿದ. ಅವನು ಅದಕ್ಕೆ ಏನೂ ಹೇಳಲಿಲ್ಲ.

'ಮೋಡಿ ನೀವು ಕಿತ್ತು ಕೊಡ್ತಾ್ರ?' ಕೇಳಿದ ಶ್ರೀನಿವಾಸನಾಯ್ಕ.

'ಇಂಥದ್ದು ಸಾವಿರ ಕಿತ್ತು ಆಗಿದೆ. ಅದೇನು ದೊಡ್ಡ ಕೆಲ್ಸ ಅಲ್ಲ. ಮಾಡುವ ವಿಧಾನ ಮಾತ್ರ ಮುಖ್ಯ. ಒಬ್ಬರಲ್ಲ ಇಬ್ಬರು ಬೇಕಾಗ್ತಾರೆ.'

'ಯಾವ ವಿಧಾನದಿಂದ ಮಾಡ್ಬೇಕು?'

'ಮೊದ್ಲು ಮೋಡಿ ಎಲ್ಲಿ ಇದೆ ಅಂತ ಹುಡುಕಬೇಕು. ಅದಕ್ಕೆ ಅಂಜನ ಹಚ್ಚಬೇಕಾಗುತ್ತದೆ. ಕೀಳುವ ಮೊದಲು ನಿಮ್ಮ ಮಗನಷ್ಟೇ ದೊಡ್ಡದಾದ ಮರದ ಒಂದು ಬೊಂಬೆ ಮಾಡಿಸಬೇಕು. ಮೋಡಿಕಿತ್ತು, ಅವನ ಮೇಲೆ ಇದ್ದ ಗ್ರಹಚಾರವನ್ನು ಬೊಂಬೆಯ ಮೇಲೆ ಹತ್ತಿಸಬೇಕು.'

'ನೀವು ಕಿತ್ತುಕೊಡುವಹಾಗೆ ಇದ್ದರೆ ಒಂದು ಒಳ್ಳೆಯ ದಿನ ನೋಡಿ ಹೇಳಿ. ಏನೇನು ಸಾಮಗ್ರಿ ಬೇಕು ಎಂದು ಪಟ್ಟಿ ಮಾಡಿಹೇಳಿ' ಎಂದ ಶ್ರೀನಿವಾಸ ನಾಯ್ಕ. ಶಂಕರನ್ನ ಮೇಲೆ ಅವನಿಗೆ ಈಗಾಗಲೇ ವಿಶ್ವಾಸ ಹುಟ್ಟಿತ್ತು. ಪ್ರತಿಷ್ಠೆಯ ಕೆಲಸಕ್ಕೆ ಇವನು ವೀಳ್ಯದೆಲೆ ಪಟ್ಟಿಯಲ್ಲಿ ಹಾಕಿಕೊಟ್ಟ ಹಣವನ್ನು ಅವನು ಬಿಡಿಸಿಯೂ ನೋಡದೆ ಕಿಸೆಯಲ್ಲಿ ಹಾಕಿಕೊಂಡಿದ್ದ.

ವೈಶಾಖದ ಅಮಾವಾಸ್ಯೆಯ ಹಿಂದಿನ ದಿನ ಮೋಡಿಕೀಳುವುದು ಎಂದು ನಿಶ್ಚಯವಾಯಿತು. ಸುರೇಶನಷ್ಟೇ ದೊಡ್ಡ ಬೊಂಬೆ ಮತ್ತು ಇತರ ಸಾಮಗ್ರಿಗಳನ್ನು ತರಬೇಕಾದುದನ್ನು ಬರೆದುಕೊಟ್ಟ.

ರಾತ್ರಿ ಬಹಳ ಆದುದರಿಂದ ಅವರು ಮಲಗಿದರು. ಮಾರನೆದಿನ ಬಾವಿಯಬಳಿಗೆ ಮುಖ ತೊಳೆಯಲು ಹೋದ ಶಂಕರನ್ ತಂಬಿಗೆಯಲ್ಲಿ ನೀರು ಸೇದುವಾಗ ಬಾವಿಯಲ್ಲಿ ಸಣ್ಣ ಸೀಸೆಯೊಂದನ್ನು ಬೀಳಿಸಿದ್ದು ಯಾರೂ ನೋಡಲಿಲ್ಲ.

ಚಾ ಕುಡಿದು ದೋಣಿ ಹತ್ತುವ ತಯಾರಿಯಲ್ಲಿ ಶಂಕರನ್ ಇದ್ದಾಗ ಹುಕ್ಕಿಹನುಮಂತ ಬಂದನು.

'ಮತ್ತೆ ಯಾವಾಗ ಬರೂದು?' ಕೇಳಿದ.

'ಇವರ ಮನೆಯಲ್ಲಿ ಮೋಡಿ ಕಿತ್ತ ಮಾರನೆ ದಿನ ಅಂದರೆ ವೈಶಾಖ ಅಮಾವಾಸ್ಯೆಯ ರಾತ್ರಿ ನಿಮ್ಮನೆಯಲ್ಲಿ ಕಾರ್ಯಕ್ರಮ ನಡೆಸುವಾ. ಅದಕ್ಕೆ ಬೇಕಾದುದನ್ನು ನಾನು ಬರುವಾಗ ತರ್ತೆ. ನಾಳೆನೇ ಯಂತ್ರ ಬರೆದು ಪೂಜೆಗೆ ಇಡ್ತೆ' ಎಂದು ಹೇಳಿದ.

ಅವನು ದೋಣಿ ಹತ್ತಿ ಹೋಗುವ ವರೆಗೂ ಅಲ್ಲೇ ನಿಂತಿದ್ದ ಶ್ರೀನಿವಾಸ ನಾಯ್ಕ ಮತ್ತು ಹುಕ್ಕಿಹನುಮಂತರು ನಂತರ ತಮ್ಮತಮ್ಮ ಮನೆಗಳಿಗೆ ಹಿಂತಿರುಗಿದರು.

19

ವೈಶಾಖದ ಚತುರ್ದಶಿ ಬರಲು ತಡವಾಗಲಿಲ್ಲ. ರಣಗುಡುವ ಬಿಸಿಲಿನ ಆ ದಿನದಲ್ಲಿ ಆಸರ ದಾಹ ಅಂದರೆ ಅಷ್ಟಿಷ್ಟಲ್ಲ. ಗಳಿಗೆ ಗಳಿಗೆಗೂ ನೀರುಕುಡಿಯಬೇಕು ಅನ್ನಿಸುತ್ತಿತ್ತು. ನೀರುಕುಡಿದಷ್ಟೇ ಮತ್ತೆ ಬೆವರು. ಮೈಮೇಲೆ

ಗಂಜಿಪರಾಕೂ ಇಟ್ಟುಕೊಳ್ಳಲು ಆಗುತ್ತಿರಲಿಲ್ಲ. ಮುಗಿಲು ಹನಿಸುವ ಹನಿಗೆ ನೆಲ ಬಾಯ್ದೆರೆದು ಕನಸುಕಾಣುತ್ತಿತ್ತೋ ಏನೋ? ಮೈತುಂಬ ಹಸಿರು ಹೊತ್ತು ಮೆರೆಯುವ ಬಯಕೆ ಅಸ್ವಾಭಾವಿಕವಾದುದೇನೂ ಆಗಿರಲಿಲ್ಲ.

ಶ್ರೀನಿವಾಸ ನಾಯ್ಕ ತನ್ನ ಇಪ್ಪತ್ತು ವರ್ಷಗಳ ಹೊಂತಕಾರಿ ಮಗನಷ್ಟೇ ಎತ್ತರದ ಕಟ್ಟಿಗೆಯ ಬೊಂಬೆಯೊಂದನ್ನು ಮಾಡಿಸಿದ್ದ. ಶಂಕರನ್ ಹೇಳಿದ ಸಾಮಾನುಗಳನ್ನೆಲ್ಲ ತಂದಿದ್ದ. ಶಂಕರನ್ ಬರುವಾಗ ತನ್ನ ಭಾವನೆಂಟನನ್ನು ಕರೆದುಕೊಂಡು ಬಂದಿದ್ದ. ಒಬ್ಬ ಸಹಾಯಕ್ಕೆ ಇರಲಿ ಎನ್ನುವುದು ಅವನ ಉದ್ದೇಶ. ಬರುವಾಗಲೆ ಅವನಿಗೆ ಕೆಲವಷ್ಟು ಸೂಚನೆಗಳನ್ನು ಕೊಟ್ಟಿದ್ದ.

ಅಂದಿನ ಮೊದಲ ಕಾರ್ಯಕ್ರಮ ಅಂಜನ ಹಚ್ಚಿ ಮೋಡಿ ಎಲ್ಲಿ ಇದೆ ಎಂದು ಕಂಡುಹಿಡಿಯುವುದಾಗಿತ್ತು. ಅಂಜನದ ಮಹತ್ವವನ್ನು ಅಲ್ಲಿದ್ದವರಿಗೆಲ್ಲ ತಿಳಿಸಬೇಕೆಂದು, 'ಇದು ದೊಡ್ಡವರಿಗೆ ಹಚ್ಚಿದರೆ ಕಾಣುವುದಿಲ್ಲ, ಚಿಕ್ಕ ಮಕ್ಕಳಿಗೆ ಹಚ್ಚಬೇಕು. ಸರಿಯಾದ ಶುದ್ಧಿ, ಆಚರಣೆಯಲ್ಲಿದ್ದ ದೊಡ್ಡವರಿಗೆ ಹಚ್ಚಿದರೂ ಕಾಣುತ್ತದೆ. ಅಕಸ್ಮಾತ್ ಇಲ್ಲಿ ಯಾರಿಗೂ ಹತ್ತದೆ ಹೋದರೆ ಅಂದುಕೊಂಡು ಇವನನ್ನು ಕರೆದು ತಂದಿದ್ದೇನೆ' ಎಂದು ತನ್ನ ನೆಂಟನನ್ನು ತೋರಿಸಿದ.

ಹತ್ತು ಹನ್ನೆರಡು ವರ್ಷಗಳ ಒಂದು ಮಗುವನ್ನು ಕರೆಸಿದರು. ಅವಳ ಹೆಬ್ಬೆರಳಿಗೆ ಅಂಜನ ಹಚ್ಚಿದ ಶಂಕರನ್. ಅವಳಿಗೆ ಅಂಗೈ ಮರೆಮಾಡಿ ಅಂಜನವನ್ನೇ ನೋಡುತ್ತ ಇರುವ ಹಾಗೆ ಹೇಳಿದ.

'ಒಂದು ಮುದುಕಿ ಬರಲಿ' ಎಂದ ಶಂಕರನ್. ಮಗುವಿನ ಹತ್ತಿರ, ಮುದುಕಿ ಕಾಣಿಸುತ್ತಾಳೆಯೇ ಎಂದು ಕೇಳಿದ. ಅವಳು ಹೌದು ಎಂದಳು.

'ಮುದುಕಜ್ಜಿ ಕಸ ಗುಡಿಸು' ಎಂದ.

ಮುದುಕಿ ಕಸಗುಡಿಸುತ್ತಿರುವಂತೆ ಮಗುವಿಗೆ ಭಾಸವಾಯಿತು. ಹೌದು ಅಜ್ಜಿ ಕಸ ಗುಡಿಸುತ್ತಿದ್ದಾಳೆ ಎಂದಳು.

'ಮುದುಕಿ ಮಾಯ ಆಗು, ಜೈ ಭಜರಂಗಬಲಿ ನೀ ಬಾ' ಅಂದ. ಮಗುವಿಗೆ ಹನುಮಂತ ಕಾಣಿಸಿಕೊಂಡ.

ಈ ಮಗು ಹಿಂದೆ ಬಹಳಸಾರೆ ಶ್ರೀನಿವಾಸನಾಯ್ಕನ ಮನೆಗೆ ಬರುತ್ತಿದ್ದವಳೇ ಎಂದು ಕೇಳಿದ ಶಂಕರನ್. ಜನರು ಇಲ್ಲ ಎಂದರು. 'ಮಗು ಮನೆಯ ಹಿಂಬದಿಯ ಗೋಡೆಗೆ ತಾಗಿ ಏನು ಇದೆ?' ಕೇಳಿದ.

'ಏಣಿ ಕಾಣ್ತಾ ಇದೆ' ಅಂದಳು.

'ಏಣಿಗೆ ಎಷ್ಟು ಕಾಲು ಇದೆ ಅಂತ ಲೆಕ್ಕಮಾಡಿ ಹೇಳು.'

'ಹದಿಮೂರು' ಎಂದು ಲೆಕ್ಕಮಾಡಿ ಹೇಳಿದಳು.

ಅಲ್ಲಿದ್ದವರಲ್ಲಿ ಕೆಲವರು ಹೋಗಿ ಏಣಿಯ ಕಾಲು ಎಣಿಸಿಕೊಂಡು ಬಂದರು. ಅವಳು ಹೇಳಿದಷ್ಟೇ ಕಾಲುಗಳು ಇದ್ದವು. ಎಲ್ಲರಿಗೂ ತುಂಬಾ ಆಶ್ಚರ್ಯವಾಯಿತು.

'ಈ ಹುಡುಗನಿಗೆ ಬಂದ ಗ್ರಹಚಾರ ಯಾವ ಮೂಲದ್ದು? ದೆವ್ವ ಮೂಲದ್ದಾದರೆ ಒಂದು ತೆಂಗಿನ ಕಾಯಿ ಕಾಣಲಿ, ಮಾಟ ಮೋಡಿಯಾದರೆ ಹಲಸಿನ ಕಾಯಿ ಕಾಣಲಿ, ರೋಗಪಾಲು ಆದರೆ ಸಿಂಗಾರ ಕಾಣಲಿ' ಎಂದ ಶಂಕರನ್.

ಮಗು ತನಗೆ ಏನೂ ಕಾಣುವುದಿಲ್ಲ ಎಂದಳು. ದಿಟ್ಟಿಸಿ ನೋಡಿನೋಡಿ ಅವಳ ಕಣ್ಣುಗಳು ಮಂಜಾಗತೊಡಗಿದ್ದವು.

ಮತ್ತೆ ಯಾರಾದರೂ ಚಿಕ್ಕವರಿದ್ದಾರೆಯೇ ಎಂದು ಕೇಳಿದ ಶಂಕರನ್. ಯಾರೂ ಇರಲಿಲ್ಲ. ಒಂದಿಬ್ಬರು ದೊಡ್ಡವರಿಗೆ ಹಚ್ಚಿದ. ಆದರೆ ಅವರಿಗೂ ಕಾಣಲಿಲ್ಲ. ಕೊನೆಗೆ ಅನಿವಾರ್ಯ ಎಂಬಂತೆ ತನ್ನ ಭಾವನಿಗೆ ಹಚ್ಚಿದ.

ಮುದುಕಿಯನ್ನು ಕರೆದ. ಮಾರುತಿಯನ್ನೂ ಕರೆದ. ಕೊನೆಗೆ, ಈ ರೋಗ ಯಾವ ಮೂಲದ್ದು ಈ ರೋಗ ಎಂದು ಮಗುವಿಗೆ ಕೇಳಿದಂತೆ ಕೇಳಿದ. ಅವನು ಹಲಸಿನ ಕಾಯಿ ಕಾಣುತ್ತದೆ ಅಂದ.

ಮೋಡಿ ಮಾಡಿಸಿದ್ದಾರೆ ಎಂಬುದನ್ನು ಶಂಕರನ್ ಶ್ರೀನಿವಾಸ ನಾಯ್ಕನಿಗೆ ಖಾತ್ರಿಗೊಳಿಸಿದ.

'ಮೋಡಿಮಾಡಿದವರು ಯಾರು?' ಕೇಳಿದ ಶಂಕರನ್

'ಏನೂ ಕಾಣಿಸುತ್ತಿಲ್ಲ' ಎಂದ ಅವನ ನೆಂಟ.

'.ಗಂಡಸರೋ ಹೆಂಗಸರೋ? ಗಂಡು ಆದರೆ ಸುಲಿದ ತೆಂಗಿನಕಾಯಿ, ಹೆಂಗಸಾದರೆ ಬಾಳೆಹಣ್ಣು ಕಾಣಿಸಲಿ' ಎಂದ.

'ಸುಲಿದ ತೆಂಗಿನಕಾಯಿ ಕಾಣ್ತಿದೆ.'

'ಮಾಡಿದವನು ಮುದುಕನೋ ಪ್ರಾಯದವನೋ?'

'ಮುದುಕ'

'ಅವನ ಮುಖ ಕಾಣ್ತಿದೆಯಾ?'

'ಇಲ್ಲ, ಬೆನ್ನುಭಾಗ.'

'ಎಂಥ ಬಣ್ಣದ ಅಂಗಿ ಹಾಕಿದ್ದಾನೆ?'

'ಗೆರೆಗೆರೆ ಇರುವ ಹಸಿರು ಅಂಗಿ.'

'ಮೋಡಿ ಜಲ ಸ್ಥಾನದಲ್ಲಿ ಅದೆಯೋ, ನೆಲದಲ್ಲಿ ಅದೆಯೋ ವೃಕ್ಷವರ್ಗದಲ್ಲಿ ಅದೆಯೋ?'

'ಒಂದು ಬಾವಿ ಕಾಣಿಸ್ತಿದೆ.

'ಬಾವಿಯ ಆಚೆ ಈಚೆ ಏನೇನು ಇದೆ?' ಗಡಗಡೆ ಬಾವಿನೋ ನೆಲಬಾವಿನೋ?'

'ಗಡಗಡೆ ಹಾಕಿದ ಬಾವಿ. ಉತ್ತರ ದಿಕ್ಕಿಗೆ ಬಾಳೆಗಿಡ, ಪಶ್ಚಿಮ ದಿಕ್ಕಿಗೆ ತೆಂಗಿನ ಮರ, ಪೂರ್ವಕ್ಕೆ ಕೆಂಪು ದಾಸವಾಳದ ಗಿಡ ಇದೆ.'

ಅದು ಶ್ರೀನಿವಾಸನಾಯ್ಕನ ಮನೆಯ ಬಾವಿಯೇ ಆಗಿತ್ತು. ಅಂಜನವನ್ನು ಅಲ್ಲಿಗೆ ನಿಲ್ಲಿಸಿದ ಶಂಕರನ್ ಬಾವಿಯ ನೀರು ಖಾಲಿ ಮಾಡಿ ಮೋಡಿಯನ್ನು ಹುಡುಕಿ ತೆಗೆಯಬೇಕು ಎಂದನು.

ಎರಡಾಳು ಕಂತ ನೀರು ಇದ್ದ ಬಾವಿಗೆ ಎರಡು ಮೂರು ಕಡೆ ಹೊಸ ದಂಡಿಗೆಗಳನ್ನು ಹಾಕಿದರು. ಆರೇಳು ಜನ ಕೊಡಗಳಲ್ಲಿ ನೀರು ಎತ್ತಿ ಎತ್ತಿ ಸುರಿಯತೊಡಗಿದರು. ತಾಸೆರಡುತಾಸಿನ ಕೆಲಸವೇ ಅದು. ಇನ್ನೂ ಅರ್ಧ ಆಳು

ನೀರು ಇರುವಾಗಲೇ ಮುಳುಗಬಲ್ಲ ಒಬ್ಬ ಬಾವಿಗೆ ಇಳಿದು ಬಳಚತೊಡಗಿದ. ಸುಮಾರು ಹದಿನೈದು ನಿಮಿಷ ಬಳಚಿದ ಮೇಲೆ ಒಂದು ಸೀಸೆಯನ್ನೂ ಮೇಲೆ ತೆಗೆದುಕೊಂಡು ಬಂದ.

ಅದನ್ನು ಕಂಡ ಶಂಕರನ್ಗೆ ತುಂಬಾ ಖುಷಿ ಆಯಿತು. ಬಾವಿಯ ದಂಡೆಯ ಮೇಲೆಯೇ ಅದನ್ನು ಇರಿಸಿ ಸುತ್ತಲೂ ಕುಂಕುಮ, ಅರಸಿಣ, ಕಪ್ಪನ್ನು ಬೀರಿ ದಿಗ್ಬಂಧನ ಮಾಡಿದ ಹಾಗೆ ಮಾಡಿದನು.

ಈಗ ಎಲ್ಲರ ದೃಷ್ಟಿಯೂ ಶಂಕರನ್ ಮೇಲೆಯೇ ಕೇಂದ್ರೀಕೃತ ಆಯಿತು. ಅವನು ಮಾಡಲಿರುವ ಪವಾಡವನ್ನು ನೋಡಲು ಎಲ್ಲರೂ ಕಾತುರಗೊಂಡಿದ್ದರು.

ಶಂಕರನ್ ಒಂದು ಕೆಂಪು ದಾರವನ್ನು ತೆಗೆದು ಸುರೇಶನ ಸೊಂಟಕ್ಕೆ ಕಟ್ಟಿದ. ಅದರ ಇನ್ನೊಂದು ತುದಿಯನ್ನು ಬೊಂಬೆಯ ಕುತ್ತಿಗೆಗೆ ಕಟ್ಟಿದ. ಬೊಂಬೆಯನ್ನು ಎತ್ತಿಕೊಳ್ಳಬೇಕು ಎಂದ. ಯಾರೂ ಆಗಬಹುದು ಎಂದ. ನೋಡುವುದಕ್ಕೆ ಬಂದ ವಾಮನ ತಾನು ಎತ್ತಿಕೊಳ್ಳುವೆನು ಎಂದು ಮುಂದೆ ಬಂದ.

ವಾಮನ ಅಷ್ಟೊಂದು ನಿರ್ಲಕ್ಷ್ಯದಿಂದ ಮುಂದೆ ಬಂದುದನ್ನು ಕಂಡು ಶಂಕರನ್ಗೆ ಅವನನ್ನು ಹೆದರಿಸಬೇಕು ಎಂದು ಅನಿಸಿತು.

'ಬೊಂಬೆ ಹಿಡಿದುಕೊಂಡವರು ಜಾಗೃತೆ ಇರಬೇಕು. ಯಾಕೆಂದರೆ ಈಗ ಸುರೇಶನ ಎಲ್ಲ ಗ್ರಹಚಾರ ದಾರದ ಮೂಲಕ ಈ ಬೊಂಬೆಯಲ್ಲಿ ಪ್ರವೇಶವಾಗುತ್ತದೆ. ಮಧ್ಯದಲ್ಲಿ ಬೊಂಬೆ ಕೈಬಿಟ್ಟರೆ ಹಿಡಿದವನ ಬಲಿ ಬೇಡುತ್ತದೆ. ಹುಷಾರಿಯಿಂದ ಇರಬೇಕು' ಎಂದ.

ಅದರಿಂದೇನು ವಾಮನ ಹೆದರಿದ ಹಾಗೆ ಕಾಣಲಿಲ್ಲ.

'ನಾನು ಮಂತ್ರ ಹೇಳುತ್ತ ಹೋದಹಾಗೆ ಬೊಂಬೆಯಲ್ಲಿ ಆವೇಶ ಏರುತ್ತದೆ. ಅದು ಹೊತ್ತವನನ್ನು ಮುಂದೆ ನಡೆಸುತ್ತದೆ. ಕಲಶ ಹೊತ್ತವನು, ಬೊಂಬೆ ಹೊತ್ತವನು ಮತ್ತು ಸುರೇಶ ಮೂರೂ ಜನರೂ ಬಾವಿಗೆ ಮೂರುಸುತ್ತು ಪ್ರದಕ್ಷಿಣೆ ಬರಬೇಕು' ಎಂದ.

ಕಲಶಹೊತ್ತುಕೊಂಡು ಶಂಕರನ್ನ ಭಾವ ಮುಂದಿದ್ದ. ಅವನ ಹಿಂದೆ ಬೊಂಬೆ ಹೊತ್ತು ವಾಮನ ಇದ್ದ. ಅವನ ಬೆನ್ನಿಗೆ ಸುರೇಶ. ಬೊಂಬೆಯ ಕುತ್ತಿಗೆ ಹಾಗೂ ಅವನ ಸೊಂಟವನ್ನು ಕೆಂಪುದಾರದಿಂದ ಜೋಡಿಸಲಾಗಿತ್ತು. ಶಂಕರನ್ ಮಂತ್ರ ಹೇಳಲು ಪ್ರಾರಂಭಿಸಿದ. ವಾಮನನ ಮೇಲೆ ಅಕ್ಕಿ, ಸಿಂಗಾರದ ಹುಸಿ ಎಲ್ಲವನ್ನೂ ಆವೇಶದಿಂದ ಎಂಬಂತೆ ಎಸೆಯತೊಡಗಿದ.

ಕಲಶ ಹೊತ್ತವನು ಮುಂದೆ ನಡೆದ. ವಾಮನ ಹೆಜ್ಜೆ ಕಿತ್ತವನು ಅಲ್ಲೇ ಇಟ್ಟ. ಬೊಂಬೆಯೇ ನಡೆಯಿಸುತ್ತದೆ ಎಂದು ಇವನು ಹೇಳಿದ್ದಾನೆ ಅಲ್ಲವಾ? ನೋಡೋಣ ಎಂದು ನಿಂತೇ ಇದ್ದ.

'ಆವೇಶ ಕಲಶದಲ್ಲಿ ತುಂಬಿದೆ. ಕಲಶ ಹೊತ್ತವನ ಬೆನ್ನಿಗೆ ನೀವೂ ಹೋಗಬೇಕು' ಎಂದ ಶಂಕರನ್.

ಅನಿವಾರ್ಯ ಎಂಬಂತೆ ವಾಮನ ಬಾವಿಯ ಮೂರು ಸುತ್ತು ತಿರುಗಿ ಬಂದ. ಅವನ ಬೆನ್ನಿಗೆ ಸುರೇಶನೂ ತಿರುಗಿದ.

ಆ ವಿಧಿ ಆದಮೇಲೆ ಮನೆಯ ಅಂಗಳಕ್ಕೆ ಎಲ್ಲರನ್ನೂ ಶಂಕನ್ ಕರೆದುತಂದ. ಬರುವಾಗ ಮೋಡಿ ಮಾಡಿದ ಸೀಸೆಯನ್ನೂ ಅವನು ತಂದನು.

ಅಂಗಳದಲ್ಲಿ ಅಂಕಣದಷ್ಟು ಜಾಗೆಗೆ ಸೇಡಿಯಿಂದ ಬರೆದು ಗುರುತು ಮಾಡಿ ಅದರಲ್ಲಿ ಅರಸಿಣ, ಕಪ್ಪು, ಕುಂಕುಮಗಳನ್ನು ಬೀರಿದ. ಅಕ್ಕಿಕಾಳನ್ನೂ

ಬೀರಿದ. ಹದಿನಾರು ಪಡಿಅಕ್ಕಿ ಕಾಯಿ ಮಾಡಿ ಒಂದೊಂದು ಇಟ್ಟ. ಮಧ್ಯದಲ್ಲಿ ಬಾಳೆದಿಂಡನ್ನು ಕೂಡಿಸಿ ಯಜ್ಞಕುಂಡ ಮಾಡಿದ. ಮಂತ್ರ ಹೇಳುತ್ತ ಅರ್ಧ ತಾಸು ಹೋಮ ಮಾಡಿದ. ಕೊನೆಯ ಹಂತದಲ್ಲಿ ಎಲ್ಲರ ಸಮಕ್ಷಮದಲ್ಲಿ ಸೀಸೆಯ ಮುಚ್ಚಳ ತೆಗೆದ. ಸೀಸೆಯಲ್ಲಿ ತಲೆಕೂದಲು, ಕೈ ಕಾಲುಗಳ ಉಗುರುಗಳು, ಒಂದು ಕಬ್ಬಿಣದ ಮೊಳೆ ಇತ್ತು. ಎಲ್ಲರಿಗೂ ಶಂಕರನ್ ಅದನ್ನು ತೋರಿಸಿ ಒಂದೊಂದಾಗಿ ದೊಡ್ಡ ಧ್ವನಿಯಲ್ಲಿ ಮಂತ್ರ ಹೇಳುತ್ತ ಹೋಮಕುಂಡದ ಅಗ್ನಿಗೆ ಅರ್ಪಿಸಿದ.

ಕೊನೆಯ ಕಾರ್ಯಕ್ರಮ ಎನ್ನುವಂತೆ ಒಂದು ಬೆಳ್ಳಿಯ ಯಂತ್ರವನ್ನು ತೆಗೆದು ಅದರಲ್ಲಿ ಯಜ್ಞಕುಂಡದ ಬೂದಿಯನ್ನು ಸ್ವಲ್ಪ ತುಂಬಿ ಸುರೇಶನ ಕೊರಳಿಗೆ ಕಟ್ಟಿದ. ಇನ್ನುಮೇಲಾಗಿ ಎಲ್ಲ ಗ್ರಹಚಾರ ಕಡಿಮೆಯಾಗಿ ಅವನ ಸೀಕು ಗುಣವಾಗುತ್ತದೆ ಎಂದು ಹೇಳಿದ.

ಶಂಕರನ್ ಮಾಡುವ ಪವಾಡ ನೋಡುವವರಂತೆ ಬಂದ ಜನ ತಲೆಗೊಂದು ಮಾತು ಆಡುತ್ತ ತಮ್ಮ ಮನೆಗಳಿಗೆ ತೆರಳಿದರು. ವಾಮನ ಮತ್ತು ಶಂಭುಗೌಡರು ಕೂಡ ಅರ್ಧತಾಸು ತಡೆದು ಹೋದರು. ಶಂಕರನ್ ಪಡಿಅಕ್ಕಿ ಕಾಯಿ ಎಲ್ಲ ಸೇರಿಸಿ ಚೀಲದಲ್ಲಿ ತುಂಬಿದ. ಹುಕ್ಕಿಹನುಮಂತನ ಮನೆಯ ಕಾರ್ಯಕ್ರಮಕ್ಕೆ ತನ್ನ ಭಾವನೆಂಟ ಬೇಡ ಎಂದು ಅವನ್ನೆಲ್ಲ ಅವನ ಕೂಡ ಕೊಟ್ಟು ಕಳುಹಿಸಿಬಿಟ್ಟ.

ಶ್ರೀನಿವಾಸ ನಾಯ್ಕ ಎಷ್ಟು ಕೊಡಬೇಕು ಎಂದು ಕೇಳಿದ್ದಕ್ಕೆ ಹಿಂದಿನಸಲದಂತೆ ಎಷ್ಟೂ ಕೊಡಿ ಎಂದು ಹೇಳದೆ ಮುನ್ನೂರ ಐವತ್ತು ಕೊಡಿ ಎಂದು ಶಂಕರನ್ ಹೇಳಿದ.

'ಬೋಳು ಕೆತ್ತಿಸಿಕೊಂಡು ವಾರ ಕೇಳಿದ' ಎಂಬ ಗಾದೆ ಮಾತು ಶ್ರೀನಿವಾಸ ನಾಯ್ಕನಿಗೆ ನೆನಪಾಯಿತು. ಒಂದು ಉಮೇದಿಯಲ್ಲಿ ಖರ್ಚು ಎಷ್ಟೂ ಬೀಳಲಿ, ಆ ಬಗ್ಗೆ ಚಿಂತೆ ಇಲ್ಲ ಅಂದಿದ್ದ. ಬೊಂಬೆ ಮಾಡಿಸುವುದು, ಪಡಿಅಕ್ಕಿ ಕಾಯಿ, ತಾಮ್ರದ ತಟ್ಟೆ, ತಂಬಿಗೆ ಅಂತ ಸುಮಾರು ಖರ್ಚು ಬಂದಿತ್ತು. ಕೆಲಸ ಮಾಡಿಸಿಕೊಂಡು ಪಿರಿಪಿರಿ ಮಾಡುವುದರಲ್ಲಿ ಅರ್ಥವಿಲ್ಲ ಎಂದುಕೊಂಡು 'ನಾಳೆ ಹೋಗುವಾಗ ಕೊಡ್ತೆ' ಎಂದು ಹೇಳಿದ.

20

ಹುಕ್ಕಿಹನುಮಂತ ತನ್ನ ಮನೆಯ ಕಾರ್ಯಕ್ರಮ ಯಾರಿಗೂ ಹೇಳಿರಲಿಲ್ಲ. ಶ್ರೀನಿವಾಸ ನಾಯ್ಕನ ಮೂಲಕ ಶಂಭುಗೌಡ ಮತ್ತು ವಾಮನ ಇಬ್ಬರಿಗೆ ಗೊತ್ತಾಗಿತ್ತು. ವಾಮನ ತನ್ನ ಮನಸ್ಸಿನಲ್ಲೆ ಒಂದು ನಿರ್ಧಾರ ಮಾಡಿಕೊಂಡಿದ್ದ.

ವೈಶಾಖದ ಅಮಾವಾಸ್ಯೆಯ ಮುಸ್ಸಂಜೆಯ ಹೊತ್ತಿಗೆ ಹುಕ್ಕಿಹನುಮಂತನ ಮನೆಯಲ್ಲಿ ಶಂಕರನ್ನ ಕಾರ್ಯಕ್ರಮ ಆರಂಭವಾಯಿತು. ಮನೆಯೇನು ದೊಡ್ಡದಾಗಿರಲಿಲ್ಲ. ಎರಡಂಕಣದ ಒಳ. ಮಾರಗಲದ ಅಡುಗೆ ಓರಿ. ಅಷ್ಟೇ ಅಗಲದ ಜಗುಲಿ. ಅದರ ಮೇಲೆ ಕೋಳಿಗೂಡೂ ಅಡಿಯಲ್ಲಿ ಇದ್ದ ಒಂದು ಹಕ್ಕೆಜಗುಲಿ. ಗೋಡೆ ಕಲ್ಲಿನದೂ ಅಲ್ಲ; ಮಣ್ಣಿನದೂ ಅಲ್ಲ. ವಾಂಟೆ ಗಳುವನ್ನು ನೇಯ್ದು ಮಣ್ಣು ಮೆತ್ತಿದ್ದು.

ಶಂಕರನ್ ಪದುಮಿಗೆ ಸ್ನಾನಮಾಡಿ ಬರಲು ಹೇಳಿದ. ಅಲ್ಲಿಯವರೆಗೆ ಅವನು ಒಳಗೆಲ್ಲ ಕುಂಕುಮ, ಅರಸಿಣದ ಹುಡಿಯನ್ನು ಪಟ್ಟಿಪಟ್ಟಿಯಾಗಿ ಬೀರಿದ್ದ. ನಡುಮಧ್ಯದಲ್ಲಿ ಹೋಮದಕುಂಡ. ಕುಂಡದಲ್ಲಿ ಅಗ್ನಿಯನ್ನು ಹೊತ್ತಿಸಿದ ಅವನು ಪೂರ್ವಕ್ಕೆ ಒಂದು ಮಣೆ, ಪಶ್ಚಿಮಕ್ಕೆ ಒಂದು ಮಣೆ ಇರಿಸಿದ.

ಪದುಮಿಗೆ ಹೊಸ ಸೀರೆ ಉಟ್ಟು ಬರಲು ತಿಳಿಸಿದ. ಅವಳು ಉಟ್ಟು ಬಂದಳು. ಅವಳಿಗೆ ಅವನ ಎದುರಿಗೆ ಇಟ್ಟಿರುವ ಮಣೆಯ ಮೇಲೆ ಕುಳಿತುಕೊಳ್ಳುವಂತೆ ಹೇಳಿದ. ಮುಂದೆ ಬಾಗಿ ಅವಳ ಹಣೆಗೆ ತಾನೇ ದೊಟ್ಟದಾಗಿ ಕುಂಕುಮ ಇರಿಸಿದ. ಕೋಣೆಯ ಒಳಗೆ ಯಾರಿಗೂ ಬಿಡಬೇಡ ಎಂದು ಹುಕ್ಕಿಹನುಮಂತನಿಗೆ ಹೇಳಿ ಬಾಗಿಲು ಮುಚ್ಚಿದ. ಹುಕ್ಕಿಹನುಮಂತ ಹಕ್ಕೆಜಗುಲಿಯ ಮೇಲೆ ಕುಳಿತು ಕವಳ ಜಗಿಯತೊಡಗಿದ.

ಸೂರ್ಯ ಪಡುವಣ ದಿಗಂತದಲ್ಲಿ ಉಳಿಸಿಹೋದ ಕೆಂಪು ಕ್ರಮೇಣ ಕರಗಿ ಕಪ್ಪು ಅಡರತೊಡಗಿತು. ಹೊರಗೆ ಜಗುಲಿಯಮೇಲೆ ಹುಕ್ಕಿಹನುಮಂತ ಚಿಮಣಿಬುರಡಿ ಹಚ್ಚಿಟ್ಟಿದ್ದ. ಒಳಗೆ ಹೋಮಕುಂಡದಲ್ಲಿ ಅಗ್ನಿ ಉರಿಯುತ್ತಿತ್ತು. ಅದರ ಬೆಳಕಿನ ಹೊರತು ಬೇರೆ ದೀಪವಿರಲಿಲ್ಲ. ಎದುರುಬದುರಾಗಿ ಶಂಕರನ್ ಮತ್ತು ಪದುಮಿ ಕುಳಿತಿದ್ದರು. ನಡುವೆ ಹೋಮಕುಂಡದಲ್ಲಿ ಬೆಂಕಿ ಉರಿಯುತ್ತಿತ್ತು. ತುಪ್ಪ ಸುರಿದ ಕಾರಣ ಅದರ ಜ್ವಾಲೆ ಮೇಲೇಳುತ್ತಿತ್ತು.

ಬರಿ ಮೈಯಲ್ಲಿದ್ದ ಶಂಕರನ್ನ ಕರಿಯ ದೇಹ ಆ ಜ್ವಾಲೆಗೆ ಮಿಂಚುತ್ತಿತ್ತು. ಉರಿ ಅವನ ಮೈಯಲ್ಲಿ ಪ್ರತಿಫಲಿಸುತ್ತಿತ್ತು. ನಿಮೀಲಿತನಯನನಾಗಿ ಸಮೇಧಗಳನ್ನು ಕುಂಡಕ್ಕೆ ಅರ್ಪಿಸುತ್ತ, ತುಪ್ಪ ಸುರಿಯುತ್ತಿದ್ದ ಅವನ ತುಟಿಗಳು ಹ್ರಾಂ ಹ್ರೀಂ ಫಟ್ ಎಂಬಿತ್ಯಾದಿ ಮಂತ್ರಗಳನ್ನು ಉಸುರುತ್ತಿದ್ದವು. ಪದುಮಿಗೆ ಅದೇನೆಂದು ಅರ್ಥವಾಗುತ್ತಿರಲಿಲ್ಲ. ಅವಳು ತದೇಕಚಿತ್ತಳಾಗಿ ಅವನನ್ನೇ ನೋಡುತ್ತಿದ್ದಳು. ತನ್ನ ಉದ್ಧಾರಕ್ಕೆ ಬಂದ ಮಹಾನುಭಾವ ಅವನು ಎಂಬ ಭಾವನೆ ಅವಳಲ್ಲಿ ಮೂಡತೊಡಗಿದಂತೆ ಅವಳನ್ನು ಅವನು ಇಡಿಯಾಗಿ ಆಕ್ರಮಿಸತೊಡಗಿದ. ಹೊಗೆಯಿಂದಾಗಿ ಕಣ್ಣಾಲಿಗಳಲ್ಲಿ

ತುಂಬಿದ ನೀರಿನಲ್ಲಿ ಶಂಕರನ್ ಅವಳಿಗೆ ಎರಡಾಗಿ ನಾಲ್ಕಾಗಿ ಕಾಣತೊಡಗಿದ.

ಕುಪ್ಪಸ ತೊಡದೆ ಹೊಸ ಸೀರೆಯುಟ್ಟು ಮೈತುಂಬ ಸೆರಗನ್ನು ಹೊದ್ದ ಅವಳ ಬೆನ್ನಮೇಲೆ ತಲೆಕೂದಲು ಹರಡಿಕೊಂಡಿತ್ತು. ತಲೆಯಮೇಲೆ ನೀರು ಹಾಕಿಕೊಂಡಿದ್ದರಿಂದ ಆಕೆ ಅದನ್ನು ಕಟ್ಟದೆ ಒಣಗಲು ಬಿಟ್ಟಿದ್ದಳು. ಅಗ್ನಿಯ ಜಳಕ್ಕೆ ಅವಳ ಗೋದಿ ವರ್ಣದ ಮುಖ ಮಿಂಚುತ್ತಿತ್ತು. ಅವಳೊಬ್ಬ ಯೋಗಿಣಿಯ ಹಾಗೆ ಕಂಡಳು ಶಂಕರನ್ಗೆ. ಮಂತ್ರಗಳು ಯತ್ವಾತದ್ವಾ ಆದವು.

ಅಗ್ನಿಯ ಮುಂದೆ ಕುಳಿತ ಅವರ ಹೊರಗಿನ ಅಂಗಗಳು ಬಿಸಿಯಾಗಿದ್ದು ಸಹಜ. ಆದರೆ ಅದಕ್ಕೂ ಮಿಗಿಲಾಗಿ ಅವರಿಬ್ಬರೂ ಒಳಗೊಳಗೇ ಬಿಸಿಯಾದರು. ಮನಸ್ಸಿನ ವಿಕಾರ ಕಣ್ಣಿನ ಮೂಲಕ ಮಾತಾಯಿತು.

ಶಂಕರನ್ ಹೋಮದ ಕುಂಡದಲ್ಲಿ ತುಪ್ಪವನ್ನು ಹಾಕದೆ ಬರೀ ಸಮೇಧಗಳನ್ನೇ ಹಾಕಲಾರಂಭಿಸಿದ. ಪೂರ್ಣಾಹುತಿಗೆ ಸುಲಿದ ತೆಂಗಿನ ಕಾಯನ್ನೂ ಹಾಕಿದ. ಅವನ ಗಂಟಲಿನಿಂದ ಹೊರಡುತ್ತಿದ್ದ ಮಂತ್ರ ಹೊರಗೆ ಜಗುಲಿಯ ಮೇಲೆ ಕಾಲುನೀಡಿ ಕವಳ ಜಗಿಯುತ್ತಿದ್ದ ಹುಕ್ಕಿಹನುಮಂತನಿಗೂ ಕೇಳುತ್ತಿತ್ತು.

ಬೆಂಕಿಯ ಜ್ವಾಲೆ ನಿಂತಿತು. ದಟ್ಟ ಹೊಗೆ ಕೋಣೆಯನ್ನು ತುಂಬಿತು. ಕತ್ತಲೆಯೋ ಕತ್ತಲೆ.

ಶಂಕರನ್ ಪದುಮಿಯ ಬಳಿ ಬಂದಿದ್ದ. ಅವಳ ಬೆತ್ತಲೆ ಎದೆಯ ಮೇಲೆ ಕೈಯಾಡಿಸಿದ. ಅವಳು ಪ್ರತಿಭಟಿಸಲಿಲ್ಲ. ಅವನು ಕಾಣದಿದ್ದರೂ ಅದುವರೆಗೆ ಕಣ್ಣಿನಲ್ಲಿ ತುಂಬಿಕೊಂಡ ಅವನು ಪ್ರತ್ಯಕ್ಷವಾಗಿಯೇ ಕಾಣತೊಡಗಿದ. ಅವನಿಗೂ ಅದೇ ಅನುಭವ.

ವೈಶಾಖದ ಬಿರುಬಿಸಿಲಿಗೆ ಬಾಯ್ಬಿಟ್ಟ ನೆಲಕ್ಕೆ ಕೆಸರೇಳುವಷ್ಟು ಹನಿಸಿತ್ತು ಕಾರ್ಮೋಡ. ಪೂರ್ಣಾಹುತಿಗೆ ಹಾಕಿದ ಕಾಯಿ ಟಪ್ ಎಂಬ ಸಪ್ಪಳದೊಡನೆ ಒಡೆಯಿತು.

ಇಬ್ಬರೂ ಬೇರೆಯಾದರು. ಕ್ಷಣ ತಡೆದು ಬಾಗಿಲನ್ನು ತೆರೆದು ಒಳಗೆ ಬರಲು ಹುಕ್ಕಿಹನುಮಂತನಿಗೆ ಶಂಕರನ್ ಕರೆದ. ಅವನು ದೀಪ ತೆಗೆದುಕೊಂಡು ಬಂದ. ಅವನ ಕೈಯಿಂದ ಆಕೆಯ ತೋಳಿಗೆ ಒಂದು ಯಂತ್ರವನ್ನು ಕಟ್ಟಿಸಿದ. ಇನ್ನೊಂದು ಯಂತ್ರವನ್ನು ಕೊಟ್ಟು ರಾತ್ರಿ ಅವಳ ಸೊಂಟಕ್ಕೆ ಕಟ್ಟುವಂತೆ ತಿಳಿಸಿದ.

ಈ ಎಲ್ಲ ವಿದ್ಯಮಾನಗಳನ್ನು ವಾಂಟಿಗಳುವಿನ ಸಂದಿನಲ್ಲಿ ಕಿಂಡಿ ಮಾಡಿಕೊಂಡು ಒಂದುಜೊತೆ ಕಣ್ಣುಗಳು ನೋಡುತ್ತಿದ್ದವು. ಅವು ವಾಮನನದೆಂದು ಬೇರೆ ಹೇಳಬೇಕಾಗಿಲ್ಲ.

21

ವೈಶಾಖದ ಅಮಾವಾಸ್ಯೆಯ ಎರಡು ದಿನಗಳ ನಂತರ ವಾಮನ ಸುರೇಶನನ್ನು ಮಾತನಾಡಿಸಿಕೊಂಡು ಬರೋಣ ಎಂದುಕೊಂಡು ಶ್ರೀನಿವಾಸನಾಯ್ಕನ ಮನೆಯಕಡೆ ಹೋದ. ಅವನು ಮನೆಯಲ್ಲಿಯೇ ಇದ್ದ. ಇಬ್ಬರೂ ಕುಳಿತು ಮಾತನಾಡುತ್ತಿರುವಾಗ ಗುಟ್ಟಿನಲ್ಲಿ ವಾಮನ ಹುಕ್ಕಿಹನುಮಂತನ ಮನೆಯಲ್ಲಿ ನಡೆದ ಸಂಗತಿಯನ್ನು ಹೇಳಿದ. ಅದನ್ನು ಕೇಳಿದ ಶ್ರೀನಿವಾಸ ನಾಯ್ಕನಿಗೆ ಒಂದುಸಲ ಎದೆಯೇ ಹಾರಿದ ಅನುಭವವಾಯಿತು.

'ಹೌದೋ ಬಲ್ಯಾ ನೀನು ಆಗ್ಗಿಂದಾಗೆ ಬಂದು ಆದ್ರೂ ಹೇಳಬಾರದಿತ್ತಾ?'

'ಹೇಳ್ಬೇಕಾದ ಗರಜು ನನಗೆ ಕಾಣಲಿಲ್ಲ.'

'ಅಂದ್ರೆ?'

'ಅಂದ್ರೆ ಇಷ್ಟೇ, ಹುಕ್ಕಿಹನುಮಂತನಂಥವರಿಗೆ ಹಾಗೆ ಆದದ್ದು ಸರಿಯೇ ಸೈ. ಯಾವಾಗ ಕಂಡ್ರೂ ಊರೊಳಗಿನ ರಾಡಿಯಲ್ಲಿ ಕೋಲುಹೆಟ್ಟಿ ಕೆದರುತ್ತಿರುವುದೇ ಅವನ ದಂಧೆಯಾಗಿತ್ತು. ಈಗ ಅವನ ಮನೆಯಲ್ಲೇ ರಾಡಿ ಆಯ್ತೋ ಇಲ್ವೋ? ಇಲ್ದೆ ಹೋದ್ರೆ ನಾನು ಜಗುಲಿಯ ಮೇಲೆ ಕುಳಿತ ಅವನಿಗೆ ಹೋಗಿ ಹೇಳಿ ಬಾಗಿಲು ತೆಗೆಸುತ್ತಿರಲಿಲ್ಲವೆ?'

'ಆದ್ರೂವ '

'ಆದ್ರೂಗೀದ್ರೂ ಇಲ್ಲ. ಇನ್ನೂ ಒಂದು ಒಂದೂವರೆ ತಿಂಗಳು ಕಳೆಯಲಿ. ಅಲ್ಲಿವರೆಗೆ ನಾವೂ ಗೌಜಿ ಮಾಡುವುದು ಬೇಡ. ನಮ್ಮಷ್ಟಕ್ಕೆ ನಾವು ಸುಮ್ಮನೆ ಇದ್ದು ಬಿಡುವ.'

'ನೀನು ಆಗಿಂದಾಗೆ ಇಲ್ಲಿ ಬಂದು ಹೇಳಿದಿದ್ದರೆ ನನ್ನ ಮುನ್ನೂರೈವತ್ತು ರುಪಾಯಿ ಉಳೀತಿತ್ತು.'

'ನಿಮ್ಮನೆ ಕೆಲ್ಸಕ್ಕೆ ಮುನ್ನೂರ ಐವತ್ತು ತಗೊಂಡನಾ? ಎಲಾ ಮಾದರಚೂತ್.'

'ಅಲ್ಲಿ ಮಾಡಿದ ದಂಧೆ ಅಂಥದ್ದು ಅಂದಮೇಲೆ ಸುರೇಶನ ಸೀಕು ಕಡಿಮೆಯಾದಹಾಗೇ ಇದೆ.'

'ಸಿನ್ನಣ್ಣ, ಅವನಿಗೆ ದೆವ್ವ ಭೂತ ಹಿಡಿದಿದೆ ಅಂತ ನೀ ನಂಬ್ತ್ಯಾ?'

'ಇಲ್ದೆ ಹೋದ್ರೆ ಗುಣ ಆಗ್ದೆ ಹೋಗ್ತಿತ್ತಾ?'

'ಯಾರಾದ್ರೂ ಚಲೋ ಡಾಕ್ಟ್ರಿಗೆ ತೋರ್ಸಿದ್ಯಾ? ಅವ್ರ ಔಷಧ ಮಾಡಿದ್ಯಾ?'

'ಡಾಕ್ಟ್ರ ಔಷಧ ಮಾಡ್ದೆ ಇದ್ನಾ? ಆದ್ರೆ ಅವ್ರು ಚಲೋರೊ ಹಾಳೋ ಅಂತ ಗೊತ್ತಾಗೂದು ಹೇಗೆ?'

'ಜ್ವರಕ್ಕೆ ಥಂಡಿಗೆ ಕೆಮ್ಮಿಗೆ ಔಷಧ ಕೊಡುವವರೆಲ್ಲ ಇಂಥ ಸೀಕಿಗೆ ಔಷಧ ಕೊಟ್ರೆ ಎಲ್ಲಿ ತಾಗಬೇಕು? ಅದಕ್ಕೂ ಹೆಚ್ಚಾಗಿ ನಾವು ಆಲೋಚ್ನೆ ಮಾಡೋದು ಬೇರೊಂದು ವಿಷ್ಯ ಇದೆ.'

'ಎಂಥದ್ದು?'

'ಸುರೇಶನಿಗೆ ಎಷ್ಟನೇ ವರ್ಷಕ್ಕೆ ಈ ಸೀಕು ಶುರು ಆಯ್ತು?'

'ಸುಮಾರು ಹದಿನಾರನೆ ವರ್ಷಕ್ಕೆ.'

'ಅಂದ್ರೆ, ಅರ್ಥ ಆಯ್ತಾ?' ಹದಿನಾರು ಮನುಷ್ಯನ ಆಯಸ್ಸಿನಲ್ಲಿ ಸಂಧಿಕಾಲ. ಬಾಲ್ಯಾವಸ್ಥೆ ಕಳೆದು ಯೌವನಾವಸ್ಥೆಗೆ ಕಾಲಿಡುವ ಸಂದರ್ಭ ಅದು. ಹೊಟ್ಟೆಯ ಹಸಿವಿನ ಜೊತೆಗೆ ಕಾಮದ ಹಸಿವೂ ಹೆಚ್ಚಾಗುತ್ತದೆ. ಅವನ ಕೋಣೆಯಲ್ಲಿ ಗೋಡೆಗಳ ಮೇಲೆ ಅವನು ಗೀಚಿದ ಚಿತ್ತರಗಳನ್ನು ನೋಡಲಿಲ್ಲವಾ ಏನೇನು ಚಿತ್ರಗಳೆಂದು? ಅದ್ಕೇ ನಾನು ಹೇಳೂದು ಅವನಿಗೆ ಒಂದು ಮದುವಿ ಮಾಡಿಸಿಬಿಡಿ ಎಂದು' ಅಂದ ವಾಮನ.

'ಹುಚ್ಚನಿಗೆ ಮದುವಿ ಮಾಡೂದು ಹ್ಯಾಂಗೋ. ಹೆಣ್ಣು ಯಾರು ಕೊಡ್ತಾರ್ಯೋ?'

'ಮದುವೆಯಾದಹೊರ್ತು ಹುಚ್ಚು ಬಿಡೂದಿಲ್ಲ, ಹುಚ್ಚು ಬಿಟ್ಟ ಹೊರ್ತು ಮದುವೆಯಾಗೂದಿಲ್ಲ. ದೊಡ್ಡ ಗಳಪಾಶ ಆಯ್ತಲ್ಲ ಇದು. ಆದ್ರೆ ಒಂದು ಮಾಡೂಕೆ ಬರುತ್ತದೆ.'

'ಏನು?'

'ಅವನ ತಲೆಗೆ ಹತ್ತಿದ ಕಾಮ ಇಳೀಬೇಕು ಅಂದ್ರೆ ಅದ್ರ ಸುಖ ಅವ್ನಿಗೆ ಸಿಗಬೇಕು. ಸಿಗು ಹಂಗೆ ನಾವು ವ್ಯವಸ್ಥೆ ಮಾಡಬೇಕು.'

ಶ್ರೀನಿವಾಸ ನಾಯ್ಕನಿಗೆ ಅವನ ಮಾತು ಅರ್ಥವಾಗದೆ,

'ವ್ಯವಸ್ಥೆ ಮಾಡೂದು ಅಂದ್ರೆ?'

'ಅಂದ್ರೆ, ತುರ್ತಕ್ಕೆ ಯಾವ್ದಾದ್ರೂ ಒಂದು ಅವನಿಗೆ ಗಂಟುಹಾಕಿಕೊಡಬೇಕು. ಹುಚ್ಚು ಇಳೀತು ಅಂದಕೂಡ್ಲೆ ಬೇರೆ ಚಲೋ ಮನೆತನದ ಹುಡುಗಿ ತಂದು ಮದುವೆ ಮಾಡಬೇಕು.'

ವಾಮನನ ವಿಚಾರಸರಣಿಯಿಂದ ಶ್ರೀನಿವಾಸ ನಾಯ್ಕನಿಗೆ ಆಶ್ಚರ್ಯವಾಗಿ ಬಾಯಿಂದ ಒಂದು ಗಳಿಗೆ ಮಾತೇ ಹೊರಡಲಿಲ್ಲ. ದುಡ್ಡು ತೆಗೆದುಕೊಂಡಾದರೂ ಹುಚ್ಚನ ಜೊತೆ ಯಾರು ಮಲಗೂಕೆ ತಯಾರಿ ಆಗ್ತಾರೆ ಎಂದುಕೊಂಡು, ಅದೇ ಧಾಟಿಯಲ್ಲಿ ವಾಮನನಿಗೂ ಹೇಳಿದ.

'ಸಿನ್ನಣ್ಣ ನೀ ಮನ್ಸು ಮಾಡಿದ್ರೆ ಜನವನ್ನು ಎಲ್ಲಿಂದಾದ್ರೂ ಕರ್ಕೊಂಡ ಬರ್ವಿ. ಈ ಊರಲ್ಲಿ ಅಂಥವರೇನು ಸತ್ತು ಹೋಗಾರೇನು?' ಎಂದ ವಾಮನ. ತುಟಿ ಮೀರಿ ಬಂದ ಆ ಮಾತನ್ನು ಹೇಳಿದ

ಬಳಿಕ ಅವನ ಅಂತರಂಗದಲ್ಲಿ ಎಲ್ಲೋ ಕುಟುಕಿದ ಹಾಗೆ ಆಯಿತು ಅವನಿಗೆ.

'ಯಾರು ಇದ್ದಾರಪ್ಪ?'

'ನಿನಗೆ ಗೊತ್ತಿಲ್ವಾ? ನನ್ನ ಬಾಯಲ್ಲೇ ಹೇಳಿಸಬೇಕು ಅಂತ ಇದ್ದಹಾಗೆ ಕಾಣ್ತದೆ. ಮಾವಿನ ಮರದ ಪಂಚಾಯ್ತಿ ಮಾಡೂಕೆ ಹೋಗಿದ್ಯಲ್ಲೋ ಆ ಪುಂಡಿ ಮನೆಗೆ. ಅಪ್ಪಿಗೆ ಕೇಳಿ ನೋಡು.'

'ಯಾರು, ಅಳ್ಳಂಕಿನಾ?'

'ಹಾಂ, ಅವ್ನೇ.'

'ಅದರ ಬುಡ್ಕೆ ಹೋಗಿ ಏನಂತ ಕೇಳಲಿ? ಹ್ಯಾಗೆ ಕೇಳಲಿ?' ಎಂದ ಶ್ರೀನಿವಾಸ ನಾಯ್ಕ. ಅದಕ್ಕೆ ವಾಮನ ಏನೂ ಹೇಳಲಿಲ್ಲ. ಶಂಕರನ್ನಿಂದ ಆರಂಭವಾದ ಸುದ್ದಿ ಅಳ್ಳಂಕಿ ತನಕ ಬಂದು ಮುಟ್ಟಿದ ಮೇಲೆ ಮತ್ತೂ ಸ್ವಲ್ಪ ಹೊತ್ತು ಕುಳಿತ ವಾಮನ ಸುರೇಶನನ್ನು ಸ್ವಲ್ಪ ತಿರುಗಾಡಿಸಿಕೊಂಡು ಬರುತ್ತೇನೆ ಎಂದು ಅವನನ್ನು ಕರೆದುಕೊಂಡು ಹೊರಟ. ಸ್ವಲ್ಪ ಹೊರಗೆ ಅಡ್ಡಾಡುವುದರಿಂದ ಅವನ ಮನಸ್ಸಿಗೆ ನೆಮ್ಮದಿ ಸಿಕ್ಕರೂ ಸಿಗಬಹುದೆಂದುಕೊಂಡ ಶ್ರೀನಿವಾಸ ನಾಯ್ಕನು ಕೂಡ ಅದಕ್ಕೆ ಏನೂ ಹೇಳಲಿಲ್ಲ.

ದನಗಳಿಗೆ ಹೆಜ್ಜೆ ಹೊಯ್ಯುತ್ತಿದ್ದ ದುರುಗಿ ತನ್ನಣ್ಣನನ್ನು ಕರೆದುಕೊಂಡು ಹೋಗುತ್ತಿದ್ದ ವಾಮನನನ್ನೇ ನೋಡುತ್ತಿದ್ದಳು.

22

ಮಕ್ಕಳಿಗೆ ಹೆಣ್ಣು ನೋಡಲು ಹೋಗುವವರು ಇದ್ದಾರೆ. ಮಕ್ಕಳು ಅಡ್ಡ ದಾರಿ ಹಿಡಿದರೆ ತಪ್ಪಿಸಲು ಪ್ರಯತ್ನಿಸುವವರು ಇದ್ದಾರೆ. ಅದರೆ ಸ್ವಂತ ಮಗನಿಗೆ ಸೂಳೆಯೊಂದನ್ನು ಹುಡುಕಲು ಹೋಗುವ ಅಪ್ಪಂದಿರು ಜಗತ್ತಿನಲ್ಲಿ ಇದ್ದಾರೋ ಇಲ್ಲವೋ? ಹಿಂದೆ ಆಗಿಹೋಗಿದ್ದಾರೋ ಗೊತ್ತಿಲ್ಲ. ಆದರೆ ಸದ್ಯ ಶ್ರೀನಿವಾಸ ನಾಯ್ಕ ಆ ಕೆಲಸ ಮಾಡಲು ಮುಂದಾದ. ಅವನು ಅಂದುಕೊಂಡಿರುವುದು ಮಗನ ಉದ್ಧಾರ ಮಾಡಬೇಕೆಂದು.

ಮಾಡಿದ್ದು ಒಂದೂ ನಿರೀಕ್ಷಿತ ಪರಿಣಾಮ ಬೀರದೆ ಇದ್ದಾಗ ಕಂಗಾಲಾದ ಮನಸ್ಸು ಯಾರು ಏನು ಹೇಳಿದರೂ ಮಾಡಲು ಮುಂದಾಗುತ್ತದೆ ಎನ್ನುವುದಕ್ಕೆ ಶ್ರೀನಿವಾಸ ನಾಯ್ಕನೇ ಸಾಕ್ಷಿ. ಅವನ ವಂಶದ ಏಕಮಾತ್ರ ಗಂಡು ಸಂತಾನ, ಮುಂದೆ ಆತನ ನಂತರ ಮನೆಯಲ್ಲಿ ದೀಪವನ್ನು ಹಚ್ಚಬೇಕಾದ ವ್ಯಕ್ತಿ ಸುರೇಶನ ಸಲುವಾಗಿ ಇದೆಲ್ಲ ಹಗರಣದಲ್ಲಿ ಬಿದ್ದದ್ದು ಅವನು.

ವಾಮನ ಹೇಳಿದ ನಂತರ ಬಹಳ ದಿನಗಳ ಕಾಲ ವಿಚಾರದಲ್ಲಿ ಬಿದ್ದ ಶ್ರೀನಿವಾಸ ನಾಯ್ಕ. ಅವಳ ಮನೆಗೆ ಹೇಗೆ ಹೋಗುವುದು? ಏನೆಂದು ಪೀಠಿಕೆ ಹಾಕುವುದು? 'ನಿನ್ನ ಮಗಳ ಸಮಾನ ನಾನು. ನನ್ನ ಕೂಡ ಹೀಂಗೆ ಕೇಳೂಕೆ ನಾಚಿಕೆ ಆಗೂದಿಲ್ವಾ?' ಎಂದು ಅವಳು ದಬಾಯಿಸಿದರೆ? ನಾನು ಹೀಗೆ ಕೇಳಲು ಬಂದಿದ್ದ ಎಂದು ಊರಿಗೆಲ್ಲ ಡಂಗುರ ಹೊಡೆದರೆ? ಹಂಗೇಕೆ ಕೇಳುತ್ತಾಳೆ, ಅಪ್ಪಟ ಪತಿವ್ರತೆನಾ ಅವಳು? ದಂಧೆಯಲ್ಲಿ ಪಳಗಿರುವವಳಲ್ಲವಾ? ಗಂಡ ಇದ್ದ ಹೆಂಗಸಲ್ಲವೆ ಆಕೆ?

ಹೀಗೆ ವಿಚಾರಗಳ ದ್ವಂದ್ವದಲ್ಲಿ ಸಿಲುಕಿದ ಶ್ರೀನಿವಾಸ ನಾಯ್ಕ ಕೊನೆಯ ನಿರ್ಧಾರ ತೆಗೆದುಕೊಂಡು ಅಳ್ಳಂಕಿಯ ಮನೆಗೆ ಹೋಗಲು ಸಿದ್ಧನಾದಾಗ ಜೇಷ್ಠದ ದಿನಗಳು ಆರಂಭವಾಗಿದ್ದವು. ಅಪರೂಪಕ್ಕೆ ಮನೆಗೆ ಬಂದ ಅವನನ್ನು ಅಳ್ಳಂಕಿ ಆದರದಿಂದಲೇ ಬರಮಾಡಿಕೊಂಡಳು. ಮುಂಡಕಿಹುಲ್ಲಿನ ಚಾಪೆ ಹಾಸಿಕೊಟ್ಟಳು. ಕವಳದ ಚೊಬ್ಬೆ ತಂದು ಅವನ ಎದುರು ಇಟ್ಟಳು. ಅವನಿಗೆ ಚಾ ಮಾಡುವ ಉದ್ದೇಶದಿಂದ ಒಲೆಯಮೇಲೆ ನೀರು ಎತ್ತಿದಳು.

'ಏನು ಸಿನ್ನಣ್ಣ ಅಪರೂಕ್ಕೆ ಬಂದದ್ದು ನಮ್ಮನೆಗೆ?' ಎಂದು ಆತ್ಮೀಯಳಾಗಿ ಲೋಕಾಭಿರಾಮದ ಮಾತನಾಡಿದಳು.

'ಹೀಂಗೇ ಬಂದೆ. ಯಂತಾದ್ದೂ ಅಲ್ಲ' ಎಂದ. ಮತ್ತೆ,

'ವೆಂಕ್ಟನಾಯ್ಕ ಯಾವಾಗ ಬರ್ತೆ ಅಂತ ಹೋಗಾನೆ. ಪತ್ರಗಿತ್ರ ಬಂದಿತ್ತ?' ಕೇಳಿದ.

'ಪತ್ರ ಬಂದು ಹದಿನೈದು ದಿನ ಆಯ್ತು. ಆದ್ರೆ ಶಂಭಣ್ಣ ಕೋಣನ ತರೂಕೆ ಹೋದವ ಅವ್ರಿದ್ದಲ್ಲೇ ಹೋಗಿದ್ನಂತೆ. ಆರಾಂ ಅವ್ರೆ ಅಂದ. ಮಳೆ ಹೆಚ್ಚಾಗಿಬಿಟ್ಟರೆ ಚವತಿ ಒಳಗೇ ಒಂದು ಸಲ ಬಂದ್ರೂ ಬಂದೆ ಅಂತ ಹೇಳಿಕಳ್ಸಿದ್ದಾರಂತೆ' ಎಂದಳು ಅಳ್ಳಂಕಿ.

'ಹೌದೌದು. ಶಂಭುಗೌಡಗೆ ಚಲೋ ಕೋಣನ ವಾರ್ಲನೇ ತೆಗೆಸಿಕೊಟ್ಟಿದ್ದಾನೆ. ನಾಲ್ಕು ಹಲ್ಲು ಆದ ಮರಿಗಳು. ಈಗ್ಲೇ ಹೂಡೂಕೆ ಬರ್ತದೆ' ಅಂದ.'

'ನನ್ಗೊಂದು ಸಣ್ಣ ದನ ಇದ್ರೆ ನೋಡಿ ಅಂದಿದ್ದೆ. ಏನು ಮಾಡ್ತಾರ್ಯೋ ಏನೋ?' ಎಂದಳು.

'ಒಂದು ದನ ಬೇಕು. ಹಾಲಿಗೆ ದುಡ್ಡು ಕೊಡೂದು ಹೌದು. ಆದ್ರೆ ಬರೀ ನೀರೇಯ.'

'ಹಾಲು ಸಾಯಲಿ, ಗೋಮಯಕ್ಕೆ ಆದ್ರೂ ಬೇಕು. ದಿನಾ ಬೆಳ್ಗಾಗೆ ಎದ್ದು ಬೇರೆಯವರ ಮನೆ ಕೊಟ್ಟಿಗೆಗೆ ಹೋಗಬೇಕು. ಆವ್ರು ವಟಗುಟ್ಟುತ್ತಲೇ ಇರ್ತಾರೆ.'

'ಪನ್ನಗೌಡನ ಮನೆ ನಿನಗೆ ಸಮೀಪವೇ ಆಗ್ತಿತ್ತು. ಈಗ ಹೋಗಿಬರೂದು ಬಂದ್ ಮಾಡ್ಡಿಯೋ ಹೆಂಗೆ?'

'ಊರು ಕೇರಿಯಲ್ಲಿ ಇರುವವರು, ಕಾಯಂ ಮಾತು ಬಿಟ್ಕೊಂಬುಕೆ ಬರ್ತದ್ಯಾ? ಯಾರಿಗೆ ಎಷ್ಟು ಹೊತ್ತಿಗೆ ಏನಾಗ್ತದೆ ಹೇಳೂಕೆ ಬರ್ತದೆ? ಎಷ್ಟಕ್ಕೆ ಬೇಕೋ ಅಷ್ಟಕ್ಕೆ ಮಾತು ಇಟ್ಕಂಡಿದಿನಿ.'

ಅಳ್ಳಂಕಿಯ ತತ್ವ ಶ್ರೀನಿವಾಸ ನಾಯ್ಕನ ಮನಸ್ಸಿಗೆ ಒಪ್ಪಿತು. ಅವಳು ಚಾ ತಂದು ಕೊಟ್ಟಳು. ಕುಡಿದ. ಕವಳ ಜಪ್ಪಿದ. ಆದರೆ ತಾನು ಯಾವುದನ್ನು ಉದ್ದೇಶಪಟ್ಟು ಬಂದಿದ್ದನೋ ಅದು ಮಾತ್ರ ಹೇಗೆ ಹೇಳಬೇಕೆಂದು ತಿಳಿಯಲಿಲ್ಲ. ಈಗ ಬೇಡ ಇನ್ನೊಂದು ಸಾರೆ ಕೇಳುವಾ ಅನ್ನಿಸಿತು. ಅಳ್ಳಂಕಿಯ ಮಗುವಿನ ಆರೋಗ್ಯ ಹೇಗಿದೆ ಎಂದು ವಿಚಾರಿಸಿದ. ಕೊನೆಗೆ 'ನಾ ಬತ್ತೆ' ಎಂದು ಎದ್ದ.

'ಹೀಂಗೇ ಬಂದಿದ್ದಾಗಿತ್ತ, ಅಥ್ವಾ ಏನಾರೂ ಕೆಲ್ಸ ಇತ್ತ?'

'ಹೀಂಗೇ ಬಂದಿದ್ದೆ. ಮತ್ತೆ ಮಧ್ಯಾಹ್ನಕ್ಕೆ ಬತ್ತೆ' ಎಂದು ಹೊರಬಿದ್ದೇಬಿಟ್ಟ.

ಪನ್ನಗೌಡನ ಮಾವಿನ ಮರದ ಪ್ರಕರಣದಲ್ಲಿ ಅವಳಿಗೆ ಅನುಕೂಲ ಆಗುವ ಹಾಗೆ ತೀರ್ಮಾನ ಮಾಡಿದ ಕಾರಣ ಅವನಲ್ಲಿ ಅವಳಿಗೆ ಗೌರವವಿದೆ. ಆದರೆ ಇವತ್ತು ಅವನು ಅಕಸ್ಮಾತ್ತಾಗಿ ಬಂದ. ಅದೂ ಇದೂ ಮಾತಾಡಿದ. ಹಾಗೇ ಹೋದ. ಯಾಕೆ ಅನ್ನುವುದು ಅವಳಿಗೆ ಅಂತಪಾರ ಹರಿಯಲಿಲ್ಲ.

ಮನುಷ್ಯ ಮನುಷ್ಯರ ನಡುವಿನ ಸಂಬಂಧ ಅತಿ ಸೂಕ್ಷ್ಮವಾದುದು. ಮಾನಸಿಕ ವ್ಯಾಪಾರವಂತೂ ಊಹೆಗೂ ನಿಲುಕದ್ದು. ಮುದುಕ ಶ್ರೀನಿವಾಸ ನಾಯ್ಕನಿಗೆ ತನ್ನ ಮೇಲೆ ಮನಸ್ಸು ಆಯಿತೋ ಹೇಗೆ ಎಂದುಕೊಂಡಳು ಅಳ್ಳಂಕಿ. ಗಂಡ ಯಾವಾಗ ಬರುವನು ಕೇಳಿದ. ಮಧ್ಯಾಹ್ನ ಬತ್ತೆ ಅಂದ. ಏನು ಇದೆಲ್ಲದರ ಅರ್ಥ? ಅವಳಿಗೂ ತುಸು ವಿಚಿತ್ರವಾಗಿಯೇ ಕಂಡಿತು. ನೋಡೋಣ ಗೊತ್ತಾಗುತ್ತದೆ ಅಲ್ಲವಾ ಎಂದುಕೊಂಡು ಸುಮ್ಮನೆ ಉಳಿದಳು.

ಮಧ್ಯಾಹ್ನವೆಂದರೆ ಅದೇ ದಿನ ಮಧ್ಯಾಹ್ನಕ್ಕೆ ಶ್ರೀನಿವಾಸ ನಾಯ್ಕ ಹೋಗಲಿಲ್ಲ. ನಾಲ್ಕೈದು ದಿನ ಬಿಟ್ಟು ಅವಳ ಮನೆಗೆ ಹೋದ. ಇವತ್ತು ಏನಾದರೂ ಆಗ್ಲಿ ಹೇಳಿಯೇ ಬಿಡುತ್ತೇನೆ ಎಂಬ ದೃಢ ನಿಲವು ತಳೆದಿದ್ದಾನೆ.

ಮತ್ತೆ ಮನೆಬಾಗಿಲಲ್ಲಿ ಕಂಡ ಅವನನ್ನು ಅಳ್ಳಂಕಿ ಮೊದಲಿನದೇ ಆತ್ಮೀಯತೆಯಿಂದ ಉಪಚರಿಸಿದಳು. ಅವಳೇ ಕೇಳಿದಳು, 'ಸಿನ್ನಣ್ಣ ನಿನಗೆ ನನ್ನ ಕೂಡ ಏನೋ ಹೇಳ್ಬೇಕಾದದ್ದು ಅದೆ. ಆ ದಿನ ಬಂದೆ ಹಾಗೇ ಹೋದೆ. ಏನು ಅಂತ ಹೇಳು. ನನ್ಕುಡೆಲ್ಲ ಒಳಗೊಂದು ಹೊರಗೊಂದು ಯಂತಾಕೆ' ಎಂದಳು.

'ಕೇಳ್ಳೇಬೇಕು ಅಂತ ಬಂದದ್ದು ಬಾಯಿಗೆ ಬರಲೇ ಇಲ್ಲ. ಹ್ಯಾಗೆ ಕೇಳೂದು ಅಂತ್ಲೂ ತಿಳೀಲಿಲ್ಲ. ನೀಯೇನಾರೂ ಹೆಚ್ಚುಕಮ್ಮಿ ಮಾತಾಡಿ ಕಳ್ಸಿದರೆ ಅಂತ ಹಾಗೇ ಹೋದೆ.'

'ಹೆಚ್ಚುಕಮ್ಮಿ ಆಡೂದು ಏನು ಬಂತು? ನನ್ನ ಮಾವನವರ ಸಮಾನ ಪ್ರಾಯದವನು ನೀನು. ನೀ ಒಂದು ಹೆಚ್ಚು ಹೇಳಿದರೆ ನಾ ಕೇಳ್ಕಂಡಿ ಇರಬೇಕೆ ಹೊರ್ತು ತಿರುಗಿ ಉದಾಹರಣೆ ಕೊಡುವುದು ಅದೆಯಾ?'

ಅಳ್ಳಂಕಿಯ ಈ ಪ್ರೋತ್ಸಾಹದ ಮಾತುಗಳಿಂದ ಉತ್ತೇಜಿತನಾದ ಶ್ರೀನಿವಾಸ ನಾಯ್ಕ ಎಲ್ಲ ವಿಷಯವನ್ನೂ ಹೇಳಿಬಿಟ್ಟ. ತನ್ನ ವಂಶದ ಕುಡಿಯ ಹುಚ್ಚು ಇಳಿದು ಸಂಸಾರವಂದಿಗನಾಗಿ ಬದುಕಲು ನಿನ್ನ ಸಹಾಯ ಬೇಕು ಎಂದ. ಅದಕ್ಕಾಗಿ ನೀನು ಏನು ಕೇಳ್ತಿಯೋ ಅದನ್ನು ಕೊಡ್ತೆ ಅಂದ.

ಎಲ್ಲವನ್ನೂ ಕೇಳಿದ ಅಳ್ಳಂಕಿಯ ಬಾಯಿಂದ ಮಾತೇ ಹೊರಗೆ ಬರಲಿಲ್ಲ. ಅರ್ಧತಾಸು ಅವಳು ಹಾಗೇ ಕುಳಿತಿದ್ದಳು. ಅವಳ ಮನಸ್ಸಿನ ಗೊಂದಲ ತಿಳಿದ ಅವನಾದರೂ ಮಾತನಾಡಿಸಲಿಲ್ಲ. ವಿಚಾರ ಮಾಡಿ ಒಂದು ನಿರ್ಧಾರಕ್ಕೆ ಬರಲಿ ಎಂದು ಸುಮ್ಮನುಳಿದುಬಿಟ್ಟ.

ಕೊನೆಗೆ ತುಟಿ ಎರಡು ಮಾಡಿದ ಅಳ್ಳಂಕಿಯ ಬಾಯಿಂದ ಬಂದ ಮಾತುಗಳು ಇವು, 'ಮಾವ, ನಾ ವಿಚಾರ ಮಾಡ್ತೆ. ಆಗೂದಿದ್ರೆ ನಾಳೆ ಸಂಜಿಕೆ ಬತ್ತೆ.'

ಶ್ರೀನಿವಾಸ ನಾಯ್ಕನಿಗೆ ಸ್ವರ್ಗ ಮುಟ್ಟಲು ಮೂರೇ ಗೇಣು ಉಳಿದಿದ್ದವು. ನಮ್ಮನೆಯವರನ್ನು ಬಿಟ್ಟು ಬೇರೊಬ್ಬ ನರಪಿಳ್ಳೆಗೂ ಇದು ಗೊತ್ತಾಗುವುದಿಲ್ಲ ಎಂಬ ಭರವಸೆಯನ್ನು ಶ್ರೀನಿವಾಸ ನಾಯ್ಕ ಅಳ್ಳಂಕಿಗೆ ಕೊಟ್ಟ.

ಮಾರನೆಯ ದಿನ ಸಂಜೆ ಹೊತ್ತಿಗೆ ಅಳ್ಳಂಕಿ ಶ್ರೀನಿವಾಸ ನಾಯ್ಕನ ಮನೆಯ ಜಗುಲಿಯ ಮೇಲೆ ಕವಳ ಜಗಿಯುತ್ತ ಕುಳಿತಿದ್ದಳು.

23

ವಾಮನನ ಸಹವಾಸದಲ್ಲಿ ಸುರೇಶ ಬಹಳಷ್ಟು ಬದಲಾಗಿದ್ದ. ನಾಲ್ಕು ಗೋಡೆಗಳ ಹೊರಗೆ ಬಯಲಿನ ಶುದ್ಧ ಹವೆಯನ್ನು ಅವನು ಈಗ ಉಸಿರಾಡಿಸುತ್ತಿದ್ದ. ಎಣ್ಣೆಕಾಣದ ಕೆದರಿದ ಕೂದಲು ಬಾಚಣಿಗೆ ಅಡಿಯಲ್ಲಿ ಓರಣವಾಗುತ್ತಿದ್ದವು. ಮೇಲಿಂದಮೇಲೆ ಗಡ್ಡ ಕೆತ್ತಿಕೊಳ್ಳುತ್ತಿದ್ದ. ಮೊದಲು ಕುಳಿತಲ್ಲೇ ತಿಂದು ಕೆನ್ನೆಗಳು ಉಬ್ಬಿ ಬಹಳ ತೋರವಾಗಿದ್ದ. ಈಗ ದಿನಾಲೂ ವಾಮನನ ಸಂಗಡ ಗುಡ್ಡ ಹತ್ತಿ ಇಳಿದು ದೇಹದ ಜಡತನ ಮಾಯವಾಗಿತ್ತು. ಚುರುಕುತನ ಕಾಣುವವರಿಗೆ ಕಂಡೇ ಕಾಣವುದು.

ಸುರೇಶನಲ್ಲಿ ಬದಲಾವಣೆ ಆಗುತ್ತಿರುವಾಗಲೆ ವಾಮನ ಅವನನ್ನು ಮುಂದಿನ ರಂಗಕ್ಕೆ ಸಜ್ಜುಗೊಳಿಸುತ್ತಿದ್ದ. ತಾನು ಪೇಟೆ ಊರಿನಲ್ಲಿ ಕೆಲಸಮಾಡುವಲ್ಲಿನ ವಿಚಿತ್ರಗಳನ್ನೂ ಹೇಳುತ್ತಿದ್ದ. ಅಲ್ಲಿನ ಹೆಣ್ಣುಗಳು,

ಗಂಡುಗಳು ಅವರ ಚೇಷ್ಟೆಗಳು, ಪೋಲಿ ಜೋಕುಗಳು ಇತ್ಯಾದಿಗಳನ್ನು ವರ್ಣಿಸುತ್ತಿದ್ದ. ಸುರೇಶನಲ್ಲಿ ಒಳಗೆ ಅವಿತಿದ್ದ ಮನುಷ್ಯ ಸಹಜ ಭಾವನೆಗಳು ಹೊರಹೊಮ್ಮಬೇಕು, ಅದು ಹಿಡಿದು ನಿಲ್ಲಬಾರದು ಎನ್ನುವುದು ಅವನ ಉದ್ದೇಶ. ಅಳ್ಳಂಕಿಯ ಪ್ರವೇಶಕ್ಕೆ ಅವನ ಮಾರ್ಗ ಸುಗಮ ಮಾಡಬೇಕಿತ್ತು. ಅದರಲ್ಲಿ ವಾಮನ ಕೆಲಮಟ್ಟಿಗೆ ಯಶಸ್ವಿಯೂ ಆಗಿದ್ದ.

ಅಳ್ಳಂಕಿಗೆ ಸುರೇಶನ ಜೊತೆಗಿನ ಮೊದಲ ಅನುಭವ ಉಸಿರು ಕಟ್ಟಿಸುವುದೇ ಆಗಿತ್ತು. ಅವನು ಅವಳ ಕುಪ್ಪಸ, ಸೀರೆಗಳನ್ನೆಲ್ಲ ಹರಿದು ಬಿಟ್ಟಿದ್ದ. ಮೈಯನ್ನು ಅಲ್ಲಲ್ಲಿ ಗಾಯ ಮಾಡಿದ್ದ. ಬಹುಶಃ ತಾನು ಮನುಷ್ಯ ಎನ್ನುವುದನ್ನು ಮರೆತು ಪ್ರಾಣಿಯ ಸ್ವಭಾವ ತೋರಿಸಿ ಬಿಟ್ಟಿದ್ದ.

ಅವಳ ಅವಸ್ಥೆ ಕಂಡು ಶ್ರೀನಿವಾಸ ನಾಯ್ಕನಿಗೂ ಪಾಪ ಅನ್ನಿಸಿತು. ಇಂಥವನಿಗೆ ಮದುವೆ ಮಾಡಿದರೆ ಮದುವೆಯಾದ ಹೆಣ್ಣು ಎಂಟುದಿನ ಕೂಡ ಇವನ ಜೊತೆ ಬಾಳುವೆ ಮಾಡುವುದಿಲ್ಲ ಎಂದುಕೊಂಡ. ಅದೇ ವಿಚಾರವನ್ನು ವಾಮನನ ಹತ್ತಿರವೂ ಹೇಳಿದ.

ಮಾರನೆದಿನ ತನ್ನೊಡನೆ ತಿರುಗಾಡಿಸಿಕೊಂಡು ಬರಲು ಹೋಗಿದ್ದ ವಾಮನ ಹೆಣ್ಣುಗಳ ಹತ್ತಿರ ಹೇಗೆ ವ್ಯವಹರಿಸಬೇಕು ಎನ್ನುವುದನ್ನು ತಾನು ತಿಳಿದದ್ದು, ಕಲ್ಪಿಸಿಕೊಂಡದ್ದು ಎಲ್ಲವನ್ನೂ ಸೇರಿಸಿ ಸುರೇಶನಿಗೆ ಉಪದೇಶ ಮಾಡಿದ.

ಆದಿನ ಸುರೇಶ ಸ್ವಲ್ಪ ಮೃದುವಾದ. ಕುಪ್ಪಸ ಸೀರೆಗಳನ್ನು ಹರಿವಷ್ಟು ಮೊಂಡುತನ ತೋರಿಸಲಿಲ್ಲ. ವಾಮನನಿಂದ ತಿಳಿದುಕೊಂಡದ್ದು ನೆನಪು ಮಾಡಿಕೊಂಡು ಕೆಲವುಮಟ್ಟಿಗೆ ನಾಟಕೀಯವಾಗಿ ವರ್ತಿಸತೊಡಗಿದ.

ಅಳ್ಳಂಕಿಯಂಥ ಅನುಭವಿಗೂ ಅವನು ಕಷ್ಟಸಾಧ್ಯನಾಗತೊಡಗಿದ. ಅವನು ಹಿಂಸೆ ಕೊಟ್ಟರೂ ಉಳಿದ ಗಂಡಸರಿಗಿಂತ ಹೆಚ್ಚು ಸುಖ ಅವಳಿಗೆ ಕೊಡುತ್ತಿದ್ದ. ಶ್ರೀನಿವಾಸ ನಾಯ್ಕನಲ್ಲಿ ಅವಳು ದೂರಿದರೂ ಬರುವುದನ್ನು ಮಾತ್ರ ನಿಲ್ಲಿಸಲಿಲ್ಲ. ಶ್ರೀನಿವಾಸನಾಯ್ಕ ಅವಳ ಇಷ್ಟ ಪೂರ್ತಿ ಮಾಡುತ್ತಲೇ ಇದ್ದ.

ಶಂಕರನ್ನಿಂದ ಸುರೇಶನಿಗೆ ಯಾವುದೇ ರೀತಿಯ ಪ್ರಯೋಜನ ಆಗದೆ ಇದ್ದರೂ ಪದುಮಿಗೆ ಮಾತ್ರ ಫಲ ನೀಡಿತು. ಹುಕ್ಕಿ ಹನುಮಂತ ಇಷ್ಟರಲ್ಲೇ ಅಪ್ಪ ಅನಿಸಿಕೊಳ್ಳಲಿದ್ದ. ಶಂಕರನ್ ಯಂತ್ರ ಕಟ್ಟಿದ ತಿಂಗಳು ಅವಳು ಮತ್ತೆ ಮುಟ್ಟಾಗಿ ಮೀಯಲಿಲ್ಲ. ಹುಕ್ಕಿ ಹನುಮಂತನಿಗೂ ಪದುಮಿಗೂ ಖುಷಿಯೋಖುಷಿ.

ವಾಮನನು ಪದುಮಿಯ ಹೊಟ್ಟೆ ಯಾವಾಗ ದೊಡ್ಡದಾಗುವುದು ಎಂದು ನೋಡತ್ತಲೇ ಇದ್ದ. ಅಲ್ಲಿಯವರೆಗೆ ಬಾಯಿಬಿಡಬಾರದು ಎಂದು ನಿಶ್ಚಯಿಸಿಕೊಂಡಿದ್ದ. ಅದೇ ರೀತಿ ಶ್ರೀನಿವಾಸ ನಾಯ್ಕನಿಗೂ ತಾಕೀತು ಮಾಡಿದ್ದ.

ಈ ನಡುವೆ ವಾಮನನಿಗೆ ಹೊನ್ನಾವರದ ಹೈಸ್ಕೂಲಿಗೆ ವರ್ಗವಾಗಿತ್ತು. ಅವನು ದಿನಾಲೂ ಹೊನ್ನಾವರಕ್ಕೆ ಹೋಗಿ ಮನೆಗೆ ಬರಲ ಅನುಕೂಲವಾಗಿತ್ತು.

ಕುನ್ನಿಯಿಂದ ಕಚ್ಚಿಸಿಕೊಂಡ ಲಾಗಾಯ್ತು ಗಿಡ್ಡನಾಯ್ಕ ಅಳ್ಳಂಕಿ ಮನೆಗೆ ಬರಲೇ ಇಲ್ಲ ಅಂದರೂ ಸೈ. ಅವನಿಗೆ ಅದೊಂದು ರೀತಿಯ ಜೀವದ ಹೆದರಿಕೆ ಶುರುವಾಗಿತ್ತು. ಕುನ್ನಿ ಸತ್ತುಹೋದ ಕಾರಣ ಅವನ ಮನಸ್ಸಿಗೆ ಸಮಾಧಾನವೇ ಇರಲಿಲ್ಲ. ಒಂದು ಮಳೆಗಾಲ ಕಳೆಯುವುದೆಂದರೆ ಒಂದು ಯುಗ ಕಳೆದಹಾಗೆ ಅಂದುಕೊಂಡಿದ್ದ ಅವನು. ಗುಡುಗಿನ ಸಪ್ಪಳಕ್ಕೆ ತನಗೆ ಕಚ್ಚಿದ್ದು ಹುಚ್ಚುನಾಯಿಯೇ ಆಗಿದ್ದರೆ ಹುಚ್ಚು ಕೆರಳುವ ಸಂಭವ ಇರುತ್ತದೆ ಎಂದು ಯಾರೋ ಹೇಳಿದ್ದರು. ಜೇಷ್ಠದಲ್ಲಿ ಗಡುಗಾಲ ಪ್ರಾರಂಭಕ್ಕೆ ಒಂದೊಂದು ಗುಡುಗು ಬಿದ್ದಾಗಲೂ ಅವನಿಗೆ ಜೀವ ಹೋಗಿ ಜೀವ ಬರುತ್ತಿತ್ತು.

ಮನೋರೋಗಕ್ಕಿಂತ ದೊಡ್ಡ ರೋಗ ಇಲ್ಲ ಅನ್ನುತ್ತಾರೆ ಅಲ್ಲವೆ? ಮನಸ್ಸಿಗೆ ಹಚ್ಚಿಕೊಂಡ ಗಿಡ್ಡನಾಯ್ಕ ಭರ್ತಿ ಆಳು ಇದ್ದವನು ಪೈಸಾರ ಆಗಿಹೋಗಿದ್ದ. ಪಂಚಾಯ್ತಿಗೆ ಹೋಗುವುದು ಸಾಯಲಿ ಅಳ್ಳಂಕಿ ಮನೆಗೂ ಮುಖ ತೋರಿಸಿರಲಿಲ್ಲ. ಆ ಬಗ್ಗೆ ಅವಳೇನು ತಲೆಕೆಡಿಸಿಕೊಂಡಿರಲಿಲ್ಲ. ಅವನು ಬರದೇ ಇರುವುದು ಸುರೇಶನ ಬುಡಕ್ಕೆ ಹೋಗಿ ಬರಲು ಅವನಿಗೆ ನಿರುಂಬಳವಾಯಿತು.

24

ಮೃಗಶಿರಾ ಹೊಯ್ದೇಹೊಯ್ಯಿತು. ಬಾಯ್ದೆರೆದ ಭೂಮಿ ಕುಡಿಯುವಷ್ಟು ಕುಡಿದ ಮೇಲೆ ಹನಾಲು ಹರಿಯತೊಡಗಿತು. ಊರವರೆಲ್ಲರೂ ತಮ್ಮತಮ್ಮ ಮನೆಯ ಹನಾಲು ಹೊಳೆಗೆ ತಿರುಗಿಸಿ ಕೊಟ್ಟರು. ಹೊಳೆಯಲ್ಲಿ ಈಗ ಮುಂಚಿನಂತೆ ತಿಳಿಯಾದ ನೀರು ಕಾಣಲು ಸಿಗುತ್ತಿರಲಿಲ್ಲ.

ಹೊಗೆ ಅಟ್ಟಕ್ಕೆ ಸೇರಿಸಿದ ಗೊರಬು ಕಂಬಳಿಗಳೆಲ್ಲ ಅಟ್ಟದಿಂದ ಕೆಳಗಿಳಿದವು. ಮನೆಯ ಗಂಡಸರು ಕಂಬಳಿಕೊಪ್ಪೆ ಹಾಕಿಕೊಂಡು ಗದ್ದೆ ಕೆಲಸಕ್ಕೆ ಹೋಗತೊಡಗಿದರು. ಹೆಂಗಸರು ಮನೆಗೆಲಸ, ಕೊಟ್ಟಿಗೆಗೆ ಸೊಪ್ಪು ತರುವುದು ಇತ್ಯಾದಿ ಮಾಡಬೇಕಾಯಿತು. ಮಳೆ ಬಂತು ಅಂದಕೂಡಲೆ ಇಡೀ ಊರೇ ಕ್ರಿಯಾಶೀಲವಾಯಿತು. ಮನೆಯ ಗಂಡಸರು, ಹೆಂಗಸರು, ಮಕ್ಕಳು, ಎತ್ತುಗಳು, ಕೋಣಗಳು ಎಲ್ಲವಕ್ಕೂ ಕೆಲಸವೇ ಕೆಲಸ.

ಹೊಸಬಯ್ಯ ನಾಯ್ಕನಿಗೂ ಗದ್ದೆ ಸ್ವಲ್ಪ ಇತ್ತು. ಹಾಗಾಗಿ ಅವನೂ ಕಾರ್ಯಪ್ರವೃತ್ತನಾಗಬೇಕಾಯಿತು. ಮಗಳು ಸತ್ತಮೇಲಿನ ಮೊದಲ ಮಳೆಗಾಲ ಅದು. ಬಿದ್ದ ಮಳೆಗೆ ಮನಸ್ಸಿನ ಬೇಸರವೆಲ್ಲ ಕೊಚ್ಚಿಕೊಂಡು ಹೋಯಿತೋ

ಎನ್ನುವ ಹಾಗೆ ಅವನು ಗೆಲವಾಗಿದ್ದ. ನಾಲ್ಕು ಜನರನ್ನು ಹಿಡಿದು ಒಂದು ದಿನ ಗದ್ದೆಗೆ ಗೊಬ್ಬರ ಹೊರಸಿ ಹಾಕಿದ.

ಅವನು ಎತ್ತುಗಳನ್ನು ಗದ್ದೆಗೆ ಹೊಡೆದುಕೊಂಡು ಹೋದರೆ ಅವನ ಮಗಳು ನೇತ್ರು ಗೊಬ್ಬರ ಹರಡಿಕೊಡಲು ಹೋಗುತ್ತಿದ್ದಳು. ನೇತ್ರು ಸತ್ತುಹೋಗಿರುವ ನಾಗಮ್ಮನಿಗಿಂತ ಹಿರಿಯವಳು. ಅವಳ ಮದುವೆ ಈ ಬೇಸಿಗೆಯಲ್ಲಿ ಆಗುವುದು ಇತ್ತು. ಆದರೆ ಈ ಬಾನಗಡಿ ಎಂಬುದು ಆಗಲಿಲ್ಲ. ಆಗುತ್ತದೆ ಎನ್ನುವಂಥ ಜಾಗ ಈ ಕಾರಣಕ್ಕಾಗಿಯೇ ತಪ್ಪಿಹೋಯಿತು. ಬೇರೆ ಕಡೆ ಒಂದೆರಡು ನೋಡಿದರೂ ಹೊಸಬಯ್ಯ ನಾಯ್ಕನಿಗೆ ಮನಸ್ಸಿಗೆ ಬರದೆ ಹೋದುದರಿಂದ ನೆಂಟಸ್ಥಿಕೆ ಕುದುರಲಿಲ್ಲ.

ನೇತ್ರು ಕೆಲಸ ಮಾಡುವುದರಲ್ಲಿ ಹಿಂದುಮುಂದು ನೋಡುವವಳಲ್ಲ. ದನಗಳಿಗೆ ಚೂಳಿ ತುಂಬಿ ಹಸಿಜಡ್ಡು ಕೊಯ್ದು ತರುವವಳು ಅವಳೇ. ಕೊಟ್ಟಿಗೆಗೆ ಸೊಪ್ಪು ತರುವವಳು ಅವಳೇ. ಗಡಿ ಶ್ರಾಯಕ್ಕೆ ಮೊದಲು ಮಳೆಗಾಲದ ಖರ್ಚಿಗೆಂದು ಹೊಲಕ್ಕೆ ಹೋಗಿ ಸೌದೆ ತರುವವಳು ಅವಳೇ. ಎಲ್ಲ ಅವಳೇ ಮಾಡುವುದಾದರೆ ಹೊಸಬಯ್ಯ ಮಾಡುವುದೇನು? ಅವನಿಗೆ ಊರ ಮೇಲಿನ ಕೆಲಸ, ಚಾಳಿ ಎಲ್ಲ ಇದ್ದೇ ಇರುತ್ತದೆ. ಗಂಡು ಮಗ ಕಿರಿಯವನು. ಇನ್ನೂ ಕೆಲಸಕ್ಕೆ ಬಂದಿರಲಿಲ್ಲ. ಅವನ ಚಾಳಿ ಸಂಬಂಧ ಗಂಡಹೆಂಡಿರಿಬ್ಬರಿಗೂ ಜಟಾಪಟಿ ಆಗುತ್ತ ಇರುವುದು ಸಾಮಾನ್ಯವಾಗಿಹೋಗಿತ್ತು.

ಈ ನೇತ್ರುವನ್ನು ವಾಮನ ನೋಡದೆ ಇದ್ದವನಲ್ಲ. ನಾಗಮ್ಮನ ಅಕ್ಕ ಅಲ್ಲವೆ ಆಕೆ? ಅವಳನ್ನು ನೋಡಿದ ಕೂಡಲೆ ನಾಗಮ್ಮನ ನೆನಪು ಅವನಿಗೆ ಆಗುವುದು ಸಹಜ. ಹೊಸಬಯ್ಯ ನಾಯ್ಕನ ಮಕ್ಕಳಾಗಿ ಹುಟ್ಟಿದ ಅವರ ದುರ್ದೈವಕ್ಕೆ ಅವನಿಗೆ ಅವನಿಗೆ ಮರುಕ ಬರುವುದು. ಅವನ ತಲೆ ಯಾವುಯಾವುದೋ ಹುನ್ನಾರ ಹುಡುಕುವುದು.

ಅವನಿಗೆ ಈಗೀಗ ಪುರುಸೊತ್ತು ಕಡಿಮೆಯಾಗಿಬಿಟ್ಟಿದೆ. ಸುರೇಶನ ಹತ್ತಿರ ಹೋಗಿಬರಲಿಕ್ಕೂ ಸಮಯ ಸಾಕಾಗುವುದಿಲ್ಲ. ಬೆಳಿಗ್ಗೆ ಹೋದರೆ ಜೋರು ಮಳೆಯಾದ ದಿನಗಳಲ್ಲಿ ಅವನು ತಿರುಗಿ ಬರುವುದು ರಾತ್ರಿ ಏಳು ಎಂಟು ಗಂಟೆ ಸುಮಾರಿಗೆ. ಹೊಳುಬೆಳಕು ಇದ್ದರೆ ಮೊದಲೇ ಬರುವನು. ಬಂದವನು ಶ್ರೀನಿವಾಸ ನಾಯ್ಕನ ಮನೆಗೆ ಹೋಗುವನು. ಅವನನ್ನು ಮಾತನಾಡಿಸಿ ಸುರೇಶನನ್ನು ತಿರುಗಾಡಿಸಿಕೊಂಡು ಬರುವನು.

ಊರುಬಿಟ್ಟು ಹೊರಗಿದ್ದ ತಾನು ಶ್ರೀನಿವಾಸ ನಾಯ್ಕನ ಮನೆಗೆ ಈಗ ತೀರ ಹತ್ತಿರದವನಾಗಿಬಿಟ್ಟ ಕಾರಣ ಅವನಿಗೆ ಅರ್ಥವಾಗುತ್ತಿರಲಿಲ್ಲ. ಮೊದಲು ಉದ್ದೇಶಪಟ್ಟು ಅವನು ಅದನ್ನು ಸಾಧಿಸಿಕೊಂಡನಾದರೂ ಈಗ ಆ ಒತ್ತಾಯದ ಚಿಹ್ನೆ ಅವನಿಗೆ ಕಾಣುತ್ತಿರಲಿಲ್ಲ. ಎಲ್ಲ ಮಾಮೂಲು ಆಗಿಬಿಟ್ಟಿತ್ತು. ಅವನು

ಅಲ್ಲಿ ಹೋಗದೆ ಇದ್ದ ದಿನ ದಿನಚರಿಯಲ್ಲಿ ಏನೋ ಹೆಚ್ಚುಕಡಿಮೆ ಆದ ಹಾಗೆ ಅನಿಸುವುದು ಅವನಿಗೆ.

ಅದಕ್ಕೂ ಹೆಚ್ಚಿನ ಸಂಗತಿ ಎಂದರೆ ಸುರೇಶ ಅವನಿಗೆ ಆತ್ಮೀಯನಾದುದು. ಊರಿನಲ್ಲಿ ಅವನ ಸರೀಕರು ಎಷ್ಟೋ ಜನ ಇದ್ದರೂ ಸುರೇಶನಂಥ ಅರೆಮಳ್ಳು ತನಗೆ ಹತ್ತಿರದವನಾದುದು ಅವನಿಗೆ ತುಂಬಾ ವಿಚಿತ್ರವಾಗಿ ಕಂಡಿತ್ತು. ಬುದ್ಧಿ ಇದ್ದೂ ಹುಚ್ಚರಂತೆ ವರ್ತಿಸುವವರಿಗಿಂತ ನಿಜವಾದ ಹುಚ್ಚನೇ ಲೇಸು ಎಂಬ ಅವನ ಒಂದು ಕ್ಷಣದ ನಿರ್ಧಾರದ ಫಲವೂ ಇದಾಗಿರಬಹುದು. ಅದಕ್ಕೂ ಮಿಗಿಲಾಗಿ ಮಾನವೀಯತೆಯ ನೆಲೆಯಲ್ಲಿ ಅವನು ಮಾಡಿದ್ದು ಸರಿಯೇ ಆಗಿತ್ತು. ಇಲ್ಲದಿದ್ದಲ್ಲಿ ಸುರೇಶ ಹೊರಗಿನ ಗಾಳಿ ಬೆಳಕುಗಳನ್ನು ಪಡೆಯಲು ಸಾಧ್ಯ ಇದ್ದಿರಲಿಲ್ಲವೋ ಏನೋ.

ಈಗೀಗ ಅವನ ತಲೆಯಲ್ಲಿ ಸುಳಿಯುತ್ತಿರುವ ವಿಚಾರಕ್ಕೂ ಶ್ರೀನಿವಾಸ ನಾಯ್ಕನ ಮನೆಯವರ ಸ್ನೇಹಕ್ಕೂ ಯಾವುದೇ ಯೋಜಿತ ಸಂಬಂಧವಂತೂ ಇದ್ದಿರಲಿಲ್ಲ. ಇದಾದರೂ ತೀರ ಆಕಸ್ಮಿಕವಾಗಿ ಒದಗಿ ಬಂದದ್ದು.

ಘಟ್ಟಕ್ಕೆ ಹೋಗಿದ್ದ ವೆಂಕ್ಟನಾಯ್ಕ ಘಟ್ಟದ ಮೇಲೆ ಮಳೆ ಹೆಚ್ಚು, ಕೆಲಸ ಮಾಡಲು, ಮರ ಹತ್ತಲು ಆಗುವುದಿಲ್ಲ ಎಂದು ಮನೆಗೆ ಬಂದಿದ್ದ. ಅವನು ಬಂದಮೇಲೆ ಅಳ್ಳಂಕಿ ಶ್ರೀನಿವಾಸ ನಾಯ್ಕನ ಮನೆಗೆ ಬರುವುದು ನಿಲ್ಲಿಸಿದಳು. ಯಾರಿಗೂ ಗೊತ್ತಾಗುವುದಿಲ್ಲ ಎಂದು ಶ್ರೀನಿವಾಸ ನಾಯ್ಕ ಹೇಳಿದ್ದರೂ ಊರಲ್ಲಿ ಅಲ್ಲಲ್ಲಿ ಗುಸುಗುಸು ಶುರುವಾಗಿತ್ತು. ಗಂಡ ಬಂದಾಗ ಎಚ್ಚರಿಕೆ ವಹಿಸಿಕೊಳ್ಳಬೇಕಾಗಿದ್ದು ಅವಳ ಜವಾಬ್ದಾರಿಯಾಗಿತ್ತು.

ಎಂಟು ದಿನದ ವರೆಗೆ ಅಳ್ಳಂಕಿ ಬರದೆ ಇದ್ದಾಗ ಸುರೇಶ ಹೇಗೋಹೇಗೋ ಮಾಡತೊಡಗಿದ. ಅವನನ್ನು ನಿಯಂತ್ರಿಸುವುದು ಮನೆಯವರಿಗೆ ಅಸಾಧ್ಯವಾಯಿತು. ಶಂಭುಗೌಡನೂ ಒಂದೆರಡುಸಲ ಬಂದು ಹೋಗಿದ್ದ. ಅವನಿಗೂ ಏನು ಮಾಡಬೇಕು ಎನ್ನುವುದು ತಿಳಿಯಲಿಲ್ಲ.

ಶ್ರೀನಿವಾಸ ನಾಯ್ಕ ದುರುಗಿಯನ್ನು ವಾಮನನ ಮನೆಗೆ ಕಳುಹಿಸಿದ. ಅವನು ಇನ್ನೂ ಬಂದಿರಲಿಲ್ಲ. ಅವನ ಮನೆಯಲ್ಲಿ ಅವಳು ಹೇಳಿ ಬಂದಳು. ರಾತ್ರಿಯಾದಮೇಲೆ ಬಂದ ವಾಮನ ಶ್ರೀನಿವಾಸ ನಾಯ್ಕನ ಮನೆಗೆ ಹೋದ.

ಸುರೇಶನ ಸ್ಥಿತಿ ಕಂಡು ಒಂದು ಕ್ಷಣ ಸುಮ್ಮನೆ ಉಳಿದ. ಆ ಮೇಲೆ ಶ್ರೀನಿವಾಸ ನಾಯ್ಕನಿಗೆ, 'ಹಂಗಾಮಿ ವ್ಯವಸ್ಥೆಯಿಂದ ಇವನಿಗೆ ಪ್ರಯೋಜನ ಆಗೂದಿಲ್ಲ. ಒಂದು ಮದುವಿನೇ ಮಾಡಬೇಕು' ಎಂದ.

'ಇವ್ನಿಗೆ ಹೆಣ್ಣು ಕೊಡುವವರು ಯಾರೋ?'

'ಕೊಡ್ತಾರೆ, ನೀವು ಕೇಳ್ಕಂಡಿ ಹೋಗೂದು ಬೇಡ. ಅವರೇ ಕೇಳ್ಕಂಡಿ ಬರುವ ಹಾಗೆ ಆಗ್ತದೆ. ಹಂಗೆ ಮಾಡಬೇಕು.'

'ಯಾರೋ ಅದು ಬರೂದು?'

'ಅದು ಈಗಲ್ಲ. ತಡ ಆಗ್ತದೆ. ಹೆಣ್ಣು ನಾ ನೋಡೀನಿ. ಚಲೋ ಅದೆ. ದಿನ ಬರ್ಲಿ' ಅಂದ.

ಕೊನೆಗೆ ಸುರೇಶನಿಗೆ ಊಟ ಮಾಡಿಸಿ ಮಲಗುವ ಹಾಗೆ ಮಾಡಿದ. ಶ್ರೀನಿವಾಸ ನಾಯ್ಕ ರಾಶಿ ಒತ್ತಾಯ ಮಾಡಿದ ಕಾರಣ ವಾಮನನೂ ಅಲ್ಲೇ ಊಟಕ್ಕೆ ಉಳಿಯಬೇಕಾಯ್ತು.

ಮಾರನೆದಿನ ಶಾಲೆಗೆ ಒಂದು ವಾರ ರಜೆ ಹಾಕಿ ಬಂದ. ಮೊದಲಿನ ಹಾಗೆ ಸುರೇಶನನ್ನು ಗುಡ್ಡದ ಮೇಲೆ ಅಡ್ಡಾಡಿಸಲು ಕರೆದುಕೊಂಡು ಹೋಗಲು ಪ್ರಾರಂಭಿಸಿದ. ಮಳೆ ಹೊಯ್ಯುವುದು ಅಡ್ಡಿಯಾದರೂ ಅವನು ಅದನ್ನು ಲೆಕ್ಕಿಸಲೇ ಇಲ್ಲ.

25

ಒಂದು ಬೆಳಗಿನ ಹೊತ್ತೇ ಇರಬೇಕು, ಸುರೇಶನನ್ನು ಕರೆದುಕೊಂಡು ವಾಮನ ಗುಡ್ಡದ ಹಾದಿ ಹಿಡಿದಿದ್ದ. ಇಬ್ಬರ ಕೈಯಲ್ಲೂ ಕೊಡೆ ಇತ್ತು. ಮಳೆ ಬರುವ ಲಕ್ಷಣ ಇದ್ದುದರಿಂದ ಅದನ್ನು ಒಯ್ದಿದ್ದರು.

ದಾರಿಯಿಂದ ಸರಿದು ಒಂದು ಮರದ ಕೆಳಗೆ ಗುಂಡು ಕಲ್ಲುಗಳನ್ನು ಇಟ್ಟುಕೊಂಡು ಇಬ್ಬರೂ ಕುಂಡೆ ಊರಿದರು. ಸೊಪ್ಪು ತರಲು ಹೋದ ಹೆಂಗಸರೆಲ್ಲ ತಿರುಗಿ ಬರುವುದು ಅದೇ ದಾರಿಯಿಂದಲೇ ಆಗಿತ್ತು.

ಕಂಬಳಿ ಸೂಡಿದ ಅವರ ತಲೆಯ ಮೇಲೆ ಸೊಪ್ಪಿನ ಹೊರೆ. ಕುಂಡೆ ಆಚೆ ಈಚೆ ಆಡಿಸುತ್ತ ದುಡುದುಡು ಬರುತ್ತಿದ್ದರು. ಕಂಬಳಿ ಮುಚ್ಚಿದ ಅವರ ದೇಹದಿಂದ ಸೊಪ್ಪಿನ ಹೊರೆ ಹಿಡಿದುಕೊಂಡ ಒಂದು ಕೈ ಕಂಬಳಿಗಿಂತ ಕೆಳಗಿನ ಬೆತ್ತಲೆ ಕಾಲುಗಳು ಇವಿಷ್ಟೇ ಕಾಣುತ್ತಿದ್ದವು.

ನೇತ್ರು ಕೂಡ ಸೊಪ್ಪಿಗೆ ಹೋಗಿದ್ದಾಳೆ ಎನ್ನುವುದು ವಾಮನನಿಗೆ ಗೊತ್ತಿತ್ತು. ಆದರೆ ಈಗ ದಾಟಿಹೋದ ಏಳೆಂಟು ಮಂದಿಯಲ್ಲಿ ಅವಳು ಇರಲಿಲ್ಲ. ಇನ್ನೂ ಹಿಂದೆ ಇದ್ದಾಳೆ ಅಂದುಕೊಂಡ. ಅವಳು ಬರುವುದನ್ನೇ ನೋಡುತ್ತಿದ್ದ.

ಪ್ರಾಯದ ಪುಂಡಿ ನೇತ್ರು ಉಳಿದವರಿಗಿಂತ ಒಂದು ಮೆದೆ ಸೊಪ್ಪು ಹೆಚ್ಚಿಗೆ ಕಟ್ಟಿಬಿಟ್ಟಿದ್ದಳು. ಯಾವಾಗಲೂ ಹಾಗೇ ಅವಳು. ಉಮೇದಿ ಅಲ್ಲವಾ? ಹೊತ್ತುತರಬೇಕಿದ್ದರೆ ಮಳೆ ಬರುವುದೆನ್ನುವ ಗಾಬರಿಗೆ ಉಳಿದವರು ಓಡುತ್ತ ಬಂದರು. ಒಜ್ಜೆ ಹೆಚ್ಚಾದ ಕಾರಣ ನೇತ್ರು ಹಿಂದೆ ಬಿದ್ದಳು. ಈಗ ಅವಳು ಒಬ್ಬಳೇ ಉಸಿರು ಬಿಡುತ್ತ ಬಂದಳು. ಅವಳು ಬರುವುದನ್ನು ದೂರದಿಂದಲೇ ಕಂಡ ವಾಮನ ಸುರೇಶನ ಕಿವಿಯಲ್ಲಿ ಏನನ್ನೋ ಹೇಳಿದ.

ಸರಸರನೆ ಹೋದ ಸುರೇಶ ಅವಳ ಎದುರಿಗೆ ದಾರಿಗೆ ಅಡ್ಡವಾಗಿ ನಿಂತುಬಿಟ್ಟ. ಅವನು ಹುಚ್ಚನೆನ್ನುವುದು ತಿಳಿದಿದ್ದ ಆಕೆ ಹೆದರಿ ಸೊಪ್ಪಿನ ಹೊರೆಯನ್ನು ಕೆಳಕ್ಕೆ ಹಾಕಿಯೇ ಬಿಟ್ಟಳು. ಏನು ಮಾಡಬೇಕು ಎಂದು ಯೋಚಿಸಲೂ ಆಗದ ಶೂನ್ಯತೆ ಅವಳ ತಲೆಯನ್ನು ತುಂಬಿಕೊಂಡಿತ್ತು. ಅವಳು ಹೊರೆಯನ್ನು ಕೆಳಕ್ಕೆ ಹಾಕುವುದೇ ತಡ ಸುರೇಶ ಅವಳನ್ನು ಅನಾಮತ್ತು ಎತ್ತಿ ಅದೇ ಸೊಪ್ಪಿನ ಹೊರೆಯ ಮೇಲೆ ಬೀಳಿಸಿದ. ಭಯದಿಂದ ಗಂಟಲು ಆರಿ ಹೋದ ನೇತ್ರುವಿಗೆ ಕೂಗಲೂ ಸಾಧ್ಯವಾಗಲಿಲ್ಲ. ಸುರೇಶ ವಾಮನ ಹೇಳಿಕೊಟ್ಟಹಾಗೆ ಎಲ್ಲವನ್ನೂ ಮಾಡಿ ಮುಗಿಸಿದ.

ಅವನು ಎದ್ದಮೇಲೆ ನೇತ್ರುವೂ ಎದ್ದುಕೊಂಡಳು. ಅಲ್ಲಿಯವರೆಗೆ ಎಲ್ಲೋ ನೋಡುತ್ತಿದ್ದ ವಾಮನ ಈಗ ಎದುರಿಗೆ ಬಂದ. ಅವನೂ ನೋಡಿಬಿಟ್ಟನಲ್ಲ ಎಂದು ನೇತ್ರುವಿಗೆ ಅನಿಸಿತು. ವಾಮನ ಆಕೆಗೆ,

'ಆಗೂದು ಆಗಿ ಹೊಯ್ತು. ಮನೆಯಲ್ಲಿ ಹೇಳಬೇಡ. ಎಲ್ಲರಿಗೂ ಗೊತ್ತಾಗಿ ನಿನ್ನ ಹೆಸರು ಹಾಳಾಗುವುದು ಬೇಡ. ನಾನಂತೂ ನೋಡಿಬಿಟ್ಟೆ. ನಾವು ಮೂರು ಜನರಿಗೆ ಮಾತ್ರ ಇದು ಗೊತ್ತು. ನೀನೂ ಹೇಳಬೇಡ. ನಾವೂ ಹೇಳೂದಿಲ್ಲ. ನೀನು ದಿನಾ ಹೀಗೇ ಬರ್ತಾ ಇರು. ಇವ್ನು ಇಲ್ಲೇ ಇರ್ತಾನೆ. ಅಲ್ಲ ಅಂದ್ರೆ ಊರು ತುಂಬಾ ನಿನ್ನ ಹೆಸ್ರು ಗುಲ್ಲು ಆಗ್ತದೆ ನೋಡು' ಎಂದ ಎಚ್ಚರಿಕೆ ನೀಡುವವನಂತೆ.

ಸೊಪ್ಪಿನ ಹೊರೆ ಅವಳಿಗೆ ಎತ್ತಿ, ಮತ್ತೊಂದು ಸಲ, 'ನಾಳೆಗೂ ಇಲ್ಲೇ ಇರ್ತಾನೆ ಅವ್ನು. ನೀ ಬರ್ದೆ ಇರಬೇಡ. ನಾ ಇಲ್ಲಿ ಇರೂದಿಲ್ಲ' ಎಂದ.

* * *

ಇದಾದ ಮೇಲೆ ಎರಡು ಮೂರು ತಿಂಗಳು ಕಳೆಯಿತು. ಸುರೇಶ ಒಬ್ಬನೇ ತಿರುಗಾಡುವ ಹಾಗೆ ಆದ ಎಂದು ಶ್ರೀನಿವಾಸ ನಾಯ್ಕ, ಅವನ ಹೆಂಡತಿ ಸಾವಿತ್ರಿ ಸಂತೋಷಪಡಲು ಆರಂಭಿಸಿದರು. ಅವರಿಗೆ ಅಳ್ಳಂಕಿಯ ಹಂಗು ಈಗ ಬೇಕಿಲ್ಲವೇನೋ ಅನ್ನಿಸಿ ಅವಳಬಗ್ಗೆ ಅಷ್ಟು ಆದರ ತೋರುವುದನ್ನು ನಿಲ್ಲಿಸಿದರು. ಅಳ್ಳಂಕಿಗೂ ಅದು ಅರ್ಥವಾಗದೆ ಇರಲಿಲ್ಲ. ಅವಳೂ ಬರುವುದು ಕಡಿಮೆ ಮಾಡಿದಳು.

ನೇತ್ರು, ಊರಿಗೆ ಸುದ್ದಿ ಗೊತ್ತಾಗುತ್ತದೆ ಎಂದು ಕದ್ದು ಮುಚ್ಚಿ ನಡೆಸಿಯೇ ಇದ್ದಳು. ಆದರೆ ಜನರಿಗೆ ಗೊತ್ತಾಗುವ ಸ್ಥಿತಿಗೆ ಅವಳು ಬಂದು ಮುಟ್ಟಿದ್ದಳು. ಅವಳಿಗೆ ಈಗ ಮೂರು ತಿಂಗಳಾಗಿತ್ತು. ಹಾಗಾಗಿ ಮನೆಯಲ್ಲಿ ಅವಳು ಹೇಳಲೇ ಬೇಕಾಯಿತು.

ಸುದ್ದಿ ಕೇಳಿದ ಹೊಸಬಯ್ಯ ನಾಯ್ಕನಿಗೆ ಹುಚ್ಚು ಹಿಡಿಯುವುದೊಂದೇ ಬಾಕಿ ಇತ್ತು. ಹೋಗಿಹೋಗಿ ಇವಳು ಹುಚ್ಚನ ಸಂಗಡ ಮಲಗಿಕೊಂಡಳಲ್ಲ ಅನಿಸಿತು. ಅವಳ ಮೇಲೆ ಕೈಮಾಡಲೂ ಹೆದರಿದ. ಹಿಂದೆ ಪರಮಾಯಿಸದೆ ಹೊಡೆದ ಕಾರಣ ಎರಡನೆ ಮಗಳು ನಾಗಮ್ಮ ಸತ್ತೇಹೋಗಿದ್ದಳು.

ಮಾರನೆ ದಿನವೇ ಹೊನ್ನಾವರಕ್ಕೆ ಹೊಸಬಯ್ಯ ನಾಯ್ಕ ಹೋದ. ಗರ್ಭ ಇಳಿಯುವ ಔಷಧ ಕೊಡುವವರನ್ನು ಅವನು ಪತ್ತೆ ಮಾಡಿ ಅವರ ಮನೆಗೆ ಹೋದ. ಅವನಿಗೆ ಆಶ್ಚರ್ಯ ಹುಟ್ಟುವ ಹಾಗೆ ಹುಕ್ಕಿ ಹನುಮಂತ ಆ ಮನೆಯಲ್ಲಿ ಇವನಿಗಿಂತ ಮೊದಲು ಬಂದು ಕುಳಿತಿದ್ದ. ಪಾಪಿ ಸಮುದ್ರಕ್ಕೆ ಹೋದರೂ ಮೊಣಕಾಲು ಕೆಳಗೇ ನೀರು ಎನ್ನುವ ಗಾದೆ ಹೊಸಬಯ್ಯ ನಾಯ್ಕನಿಗೆ ನೆನಪಿಗೆ ಬಂತು.

ಇಂಥ ಜಾಗದಲ್ಲಿ ಇವನ ಕಣ್ಣಿಗೆ ಬಿದ್ದಮೇಲೆ ವಿಷಯ ಊಹಿಸದೆ ಇರುವಷ್ಟು ದಡ್ಡ ಅವನಲ್ಲ ಎಂದು ಲೆಕ್ಕ ಹಾಕಿದ. ಊರಿಗೆ ಹೋದ ಮೇಲೆ ಶ್ರೀನಿವಾಸ ನಾಯ್ಕನಿಗೆ ಚಳಿ ಬಿಡಿಸಬೇಕು ಎಂದು ಅಂದುಕೊಂಡ. ಊರಿಗೆ ಗುಲ್ಲು ಆಗುವುದು ಈ ಹುಕ್ಕಿ ಹನುಮಂತನಿಂದ ತಪ್ಪುವುದಿಲ್ಲವಲ್ಲ ಎಂಬ ವಿಚಾರ ಅವನದು. ಆದರೆ ಹುಕ್ಕಿ ಹನುಮಂತ ಅಲ್ಲಿಗೆ ಯಾಕೆ ಬಂದಿದ್ದ ಎನ್ನುವುದನ್ನು ಅವನು ವಿಚಾರ ಮಾಡುವ ಸ್ಥಿತಿಯಲ್ಲಿ ಇರಲಿಲ್ಲ.

ಶಂಕರನ್ ಪ್ರಸಾದದಿಂದ ಪದುಮಿ ಬಸುರಿಯಾಗಿದ್ದಳಲ್ಲ. ಕ್ರಮೇಣ ವಾಮನನ ಮೂಲಕ ಊರು ತುಂಬಾ ಪದುಮಿ ಶಂಕರನ್ ಜೊತೆ ಮಲಗಿ ಬಸಿರಾದದ್ದು ಎಂದು ಗುಲ್ಲು ಹಬ್ಬಿತ್ತು. ಅವಳಿಗೂ ಈಗ ಆರೇಳು ತಿಂಗಳು. ಅವಳ ಹೊಟ್ಟೆ ಉಬ್ಬುತ್ತಿರುವಾಗಲೆಲ್ಲ ಹುಕ್ಕಿಹನುಮಂತನ ತಲೆ ಭಾರ ಹೆಚ್ಚಾಯ್ತು. ಗುಲ್ಲು ಗುಲ್ಲಾಗಿಯೇ ಉಳಿಯಲಿಲ್ಲ. ಕೆಲವರು ಹಿಂದೆ ಅವನಿಂದ ಚೇಣು ತಿಂದವರು ಅವನಿಗೆ ಕೇಳುವ ಹಾಗೆಯೂ ಆಡಿ ತೋರಿಸಿದರು. ಹುಕ್ಕಿಗೆ ಇಲ್ಲ ಅನ್ನುವ ಕೊಂಕು ಮಾತೂ ಆಡತೊಡಗಿದ್ದರು.

ಹುಕ್ಕಿ ಹನುಮಂತ ಪದುಮಿಯ ಕಡೆಯಿಂದ ಆಣೆ ಪ್ರಮಾಣ ಎಲ್ಲ ಮಾಡಿಸಿಕೊಂಡ. ಅವಳು, ಶಂಕರನ್ ತನ್ನನ್ನು ಮುಟ್ಟಲೇ ಇಲ್ಲ ಎಂತಲೇ ಪ್ರಮಾಣ ಮಾಡಿದಳು. ಆದರೂ ಹುಕ್ಕಿ ಹನುಮಂತ, ಗರ್ಭ ತೆಗೆಸಿ ಹಾಕು. ನನ್ನಿಂದಲೇ ಆಗಿದ್ದರೆ ಇನ್ನೊಮ್ಮೆ ಆಗೂದಿಲ್ಲವಾ ಎನ್ನುವ ಗೊಡ್ಡು ಸವಾಲು ಹಾಕಿದ್ದ. ಆದರೆ ಪದುಮಿ ಅದೆಲ್ಲ ಕಿವಿಗೆ ಹಾಕಿಕೊಳ್ಳಲೇ ಇಲ್ಲ. 'ಮಗು ಹುಟ್ಟಿದ ಮೇಲೆ ನಿಮ್ಮ ಹಾಗೆ ಇರುತ್ತದೋ ಅವನ ಹಾಗೆ ಇರುತ್ತದೋ ನೋಡಿ. ಆಗ ಗೊತ್ತಾಗುತ್ತದೆ' ಎಂದಿದ್ದಳು.

ಊರಲ್ಲಿ ತಲೆ ಎತ್ತಿ ತಿರುಗಾಡಲು ಆಗದೆ ಗರ್ಭ ತೆಗೆಸಿಯೇ ಬಿಡಬೇಕು ಎನ್ನುವ ನಿರ್ಧಾರ ಮಾಡಿ ಕೇಳಲು ಬಂದಿದ್ದ. ಆದರೆ ಆರೇಳು ತಿಂಗಳು

ಆಗಿದ್ದಕ್ಕೆ ಸಾಧ್ಯವಿಲ್ಲ ಎಂದಿದ್ದರು ಅವರು. ಹೊರಡುವ ತಯಾರಿಯಲ್ಲಿದ್ದ ಹುಕ್ಕಿ ಹನುಮಂತ, ಹೊಸಬಯ್ಯಣ್ಣನ ಕಂಡವನು, 'ಏನು ಹೊಸಬಯ್ಯಣ್ಣ ಇಲ್ಲೇ ಬಂದಿದ್ದಾಗಿತ್ತ?' ಎಂದು ಕೇಳಿದವನೇ ಮನೆಯ ದಾರಿ ಹಿಡಿದಿದ್ದ. ಹೊಸಬಯ್ಯ ನಾಯ್ಕನ ಉತ್ತರಕ್ಕೂ ನಿಲ್ಲಲಿಲ್ಲ. ಮೊದಲಾದರೆ ಕೀಲುಮೂಲ ಎಲ್ಲ ಕೇಳುತ್ತಿದ್ದ, ಕೆದರುತ್ತಿದ್ದ. ಆದರೆ ಅವನಿಗೂ ತಾನು ಅಲ್ಲಿದ್ದಾಗ ಹೊಸಬಯ್ಯ ನಾಯ್ಕ ಅಲ್ಲಿಗೆ ಬಂದದ್ದು ಗಡಿಬಿಡಿಯನ್ನುಂಟುಮಾಡಿತ್ತು. ಪದುಮಿಯನ್ನು ಬಯ್ಯುತ್ತಲೇ ಬಂದಿದ್ದ.

'ಆ ಕರಿಮುಸುಡಿಯವನ ಮೊಖ ಒಂದು ತಕ್ಕೊಂಡಿ ಮಗು ಹುಟ್ಲಿ. ಕುತ್ಗಿ ಚಂಡು ತಿರುಪಿ ಹಾದಿಗೆ ಒಗೆತ್ನೋ ಇಲ್ವೋ' ಅಂದುಕೊಳ್ಳುವನು.

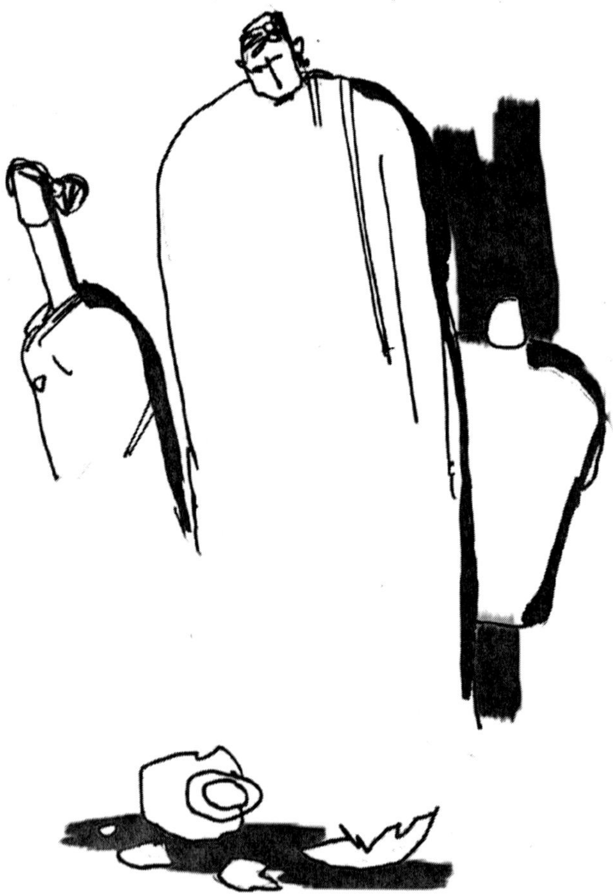

ಇತ್ತ ಹೊಸಬಯ್ಯ ನಾಯ್ಕ ಔಷಧವನ್ನು ತಂದ. ಸೀತಕ್ಕ ಮಗಳಿಗೆ ಅರೆದು ಕುಡಿಸಿದಳು. ನೇತ್ರ ಮದ್ದು ಕುಡಿದು ಹೊಟ್ಟೆಯಲ್ಲಿ ಸಂಕಟ ಪಡುತ್ತಿರುವಾಗಲೆ ಹೊಸಬಯ್ಯ ನಾಯ್ಕ ಶ್ರೀನಿವಾಸ ನಾಯ್ಕನ ಮನೆಗೆ ಬಂದು ಮುಟ್ಟಿದ್ದ.

'ಅರೆ ಹೊಸಬಯ್ಯಣ್ಣ ಬಾ ಬಾ' ಎಂದು ಶ್ರೀನಿವಾಸ ನಾಯ್ಕ ಕರೆಯುತ್ತ ಇರುವಾಗ, ಅದನ್ನು ಲಕ್ಷ್ಯಕ್ಕೆ ತಾರದೆ ಒಂದೇ ಸಮನೆ ಬಯ್ಯುವುದಕ್ಕೇ ಶುರುಮಾಡಿದ.

ತಲೆ ಬುಡ ಒಂದೂ ಗೊತ್ತಿಲ್ಲದ ಶ್ರೀನಿವಾಸ ನಾಯ್ಕ ಕಂಗಾಲು ಅಂದರೆ ಕಂಗಾಲು. 'ಅಂಥ ಮಗನ ಎಂಥಾದ್ಕೆ ಸಾಕಿದ್ದೆ? ವಿಷ ಆದ್ರೂ ಕೊಟ್ಬಿಡು' ಎಂಬ ಹೊಸಬಯ್ಯನ ಮಾತಿನಿಂದ ತನ್ನ ಮಗ ಸುರೇಶನಿಂದ ಏನೋ ತಪ್ಪು ಆಗಿದೆ ಎಂದು ತಿಳಿಯಿತು. ಏನೇ ತಪ್ಪು ಆದರೂ ಸೀಕಿನ ಮನುಷ್ಯನ ಮೇಲೆ ಇದೆಂಥ ಸಿಟ್ಟು ಅಂತ ಅನ್ನಿಸಿ, ಧ್ವನಿ ಗಡಸು ಮಾಡಿ,

'ನೀ ಅನ್ನೂದು ಏನು ಬಿಡಿಸಿ ಹೇಳು. ನಿನ್ಗೇನು ತಲೆಗಿಲೆ ಸರಿ ಇಲ್ವೆ?' ಕೇಳಿದ.

'ತಲೆ ಸರಿ ಇಲ್ದೆ ಇದ್ದದ್ದು ನಿನ್ನ ಮಗನಿಗೆ. ನಿನ್ಗೂ ಸರಿ ಇಲ್ಲ. ಬೀಜಗೂಳಿ ಮಾಡಿ ಬಿಟ್ಟಿದ್ದೀಯಾ ನಿನ್ನ ಮಗನ? ಕಂಡಕಂಡ ಹೆಣ್ಣುಮಕ್ಕಳ ಮೇಲೆ ಹಾರೂದು. ಅಪ್ಪನೇ ಮಗನಿಗೆ ಕಲ್ಸಿದ್ದು. ಅಳ್ಳಂಕಿ ರಂಡೆಗೆ ಮನಿಗೇ ಕರೆಸಿ ಮಗ್ನಿಗೆ ಸೂಳೆನ ಮಾಡ್ಸಿ ಕಲ್ಸಿದ್ಯಾ. ಈಗ ಊರ ಮೇಲೆ ಬಿಟ್ಟಿದ್ಯಾ?'

ಆದರೂ ಶ್ರೀನಿವಾಸ ನಾಯ್ಕನಿಗೆ ಅರ್ಥ ಆಗಲಿಲ್ಲ. ಮೊದಲಿನ ಆವೇಶ ಇಳಿದ ಮೇಲೆ ಹೊಸಬಯ್ಯ ನಾಯ್ಕ ಥಂಡು ಆದ. ಆಗ ಸುರೇಶನಿಂದ ಆದ ಅನಾಹುತ ಹೇಳಿದ. ನಡುನಡುವೆ ಅಳ್ಳಂಕಿಯ ಹೆಸರು ತೆಗೆದು ಬಯ್ಯತೊಡಗಿದ. ಅವನ ದೊಡ್ಡ ಧ್ವನಿ ಮನೆಗೆ ಬಂದಿದ್ದ ವೆಂಕ್ಟನಾಯ್ಕನಿಗೂ ಕೇಳಿಸಿತು. ಮನಸ್ಸಿನಲ್ಲೇ ಅವನಿಗೆ ಹೆಂಡತಿಯ ಮೇಲೆ ಸಂಶಯ ಇತ್ತು. ಇವತ್ತು ಕಿವಿಯ ಮೇಲೆ ಬಿತ್ತು. ಎದ್ದುಹೋಗಿ ಹೆಂಡತಿಗೆ ನಾಲ್ಕು ಗುಡುಮಿ ಕೊಟ್ಟ. ಅವಳು 'ನಾ ಸತ್ನೋ, ಅಯ್ಯಯ್ಯೋ, ನಾ ಅಂಥವ್ಳು ಅಲ್ರೋ' ಎಂದು ಕೂಗುತ್ತಿದ್ದಳು.

ಶ್ರೀನಿವಾಸ ನಾಯ್ಕ ಮಗನಿಂದ ಆದ ಕೆಲಸದ ಬಗ್ಗೆ ಬೇಜಾರು ಮಾಡಿದ. ಈಗ ಪರಿಸ್ಥಿತಿ ಸುಧಾರಿಸಬೇಕಲ್ಲವೆ? ಅದಕ್ಕಾಗಿ ಹೊಸಬಯ್ಯ ನಾಯ್ಕನಿಗೆ,

'ಆದದ್ದು ಆಗಿ ಹೋಯ್ತು. ಊರು ತುಂಬಾ ಗೌಜು ಆಗುವ ಹಾಗೇ ನೀನೇ ಮಾಡ್ದೆ. ಈಗ ಉಳ್ದಿದ್ದು ಒಂದೇ ದಾರಿ ..

'ಒಂದೇ ದಾರಿ ಯಾವ್ದು. ನಿನ್ನ ಮಗನಿಗೆ ಇಲಿಪಾಷಾಣ ಕೊಡುವುದಾ?' ಎಂದು ಕೊಂಕು ನುಡಿದ.

'ಇದು ಸಿಟ್ಟಾಗುವ ಸಮಯ ಅಲ್ಲ. ವಿಚಾರ ಮಾಡು. ನಿನಗೆ ಒಪ್ಪಿಗೆ ಆದ್ರೆ ನಿನ್ನ ಮಗಳ ನನ್ನ ಮಗನಿಗೆ ಕೊಟ್ಟು ಮದುವಿ ಮಾಡಿ ಬಿಡು.'

'ನಿನ್ನ ಮಗನಿಗೆ ನನ್ನ ಮಗಳ? ಆ ಹುಚ್ಚನಿಗೆ ಕೊಡುವ ಬದಲು ಕೆರೆಗೆ ದೂಡಿದರೆ ಅಲ್ಲೇ ಇದೆ. ನನ್ನ ಮಗಳಿಗೆ ಮದುವೆ ಇಲ್ದೆ ಇದ್ರೂ ಅಡ್ಡಿಲ್ಲ, ನಿನ್ನ ಹುಚ್ಚ ಮಗನಿಗೆ ಕೊಡೂದಿಲ್ಲ. ನಾ ಎಂಥಾದ್ಕೆ ಬಂದೆ ಬಲ್ಯಾ, ನಿನ್ನ ಮಗ ಗೂಳಿನ ಕೋಣೆಲಿ ಹಾಕಿ ಬೀಗ ಜಡಿದು ಇಡು. ಊರಲ್ಲಿ ಹೆಣ್ಮಕ್ಳು ತಿರ್ಗೂದು ಕಷ್ಟ ಆಯ್ತದೆ ಇಲ್ದಿದ್ರೆ ಎಂದು ಹೇಳೂಕೆ ಬಂದಿದ್ದು ತಿಳೀತಾ' ಎಂದು ಒದರಿದವನೇ ಅಲ್ಲಿಂದ ಹೊರಬಿದ್ದು ನಡೆದ.

ಶ್ರೀನಿವಾಸ ನಾಯ್ಕನಿಗೆ ಮಗನ ಮೇಲೆ ಎಲ್ಲಿಲ್ಲದ ಸಿಟ್ಟು ಬಂತು. ಸುರೇಶನನ್ನು ಕರೆದ. ಅಟ್ಟದ ಮೇಲಿದ್ದ ಅವನು ಕೆಳಗಿಳಿದು ಬಂದ.

'ಬೋಳೀಮಗನೆ ಏನು ಬಾನ್ಗಡಿ ಮಾಡಿದ್ಯೋ' ಎಂದು ಕೆನ್ನೆಗೆ ಒಂದು ಬಾರಿಸಿದ. ಸುರೇಶನಿಗೆ ಕಣ್ಣಿಗೆ ಕತ್ತಲೆ ಬಂದಹಾಗೆ ಆಯ್ತು. ಶ್ರೀನಿವಾಸ ನಾಯ್ಕ ಬೆತ್ತ ತಗೆದುಕೊಂಡು ಸುರೇಶನಿಗೆ ಬೆನ್ನು, ಸೊಂಟ, ಕಾಲು ಎಲ್ಲೆಂದರಲ್ಲಿ ಬಡಿದ. ಕೂಗಿದ, ಅತ್ತ. ಬಿಡಲಿಲ್ಲ ಅವನು. ಸಾವಿತ್ರಿಯು, ಬಿಡಿ, ಬಡಿಬೇಡಿ ಎಂದು ಕೂಗುತ್ತಿದ್ದಳು. ದುರುಗಿ ಬೆದರಿದ ಕಣ್ಣಲ್ಲಿ ನೀರು ತುಂಬಿಕೊಂಡು ದೂರ ನಿಂತಿದ್ದಳು.

ಅಪ್ಪನ ಹೊಡೆತದ ನೋವು ತಡೆದುಕೊಳ್ಳಲು ಆಗದೆ ಒದರಿದರೂ ನಿಲ್ಲದಿರುವುದನ್ನು ಕಂಡು ಸುರೇಶ ಸಿಟ್ಟುಗೊಂಡ. ಅಪ್ಪ ತನ್ನನ್ನು ಉಳಿಸುವುದಿಲ್ಲವೆಂದು ತಿಳಿದು ಅಪ್ಪನ ಕೈಯಲ್ಲಿದ್ದ ಬೆತ್ತವನ್ನು ಕಸಿದುಕೊಂಡ. ಅಪ್ಪನಿಗೇ ಬೆತ್ತದಿಂದ ಎರಡು ಬಿಗಿದ. ಶ್ರೀನಿವಾಸ ನಾಯ್ಕ ಸಿಟ್ಟಿನಿಂದ ನಡುಗುತ್ತಿದ್ದವನು ಮಗುಚಿ ಬಿದ್ದ. ಸಾವಿತ್ರಿ, ದುರ್ಗಿ ಕೂಗಿಕೊಳ್ಳ ತೊಡಗಿದರು.

ಸುರೇಶ ಅಪ್ಪನಿಗೆ ಮತ್ತೆ ಹೊಡೆಯಲಿಲ್ಲ. ಅಪ್ಪ ಕಷ್ಟಪಟ್ಟು ದಿನದಿನವೂ ಗುಡ್ಡ ಹತ್ತಿ ತಿರುಗಿ ಬೇರು ತಂದು ಮಾಡಿದ ಕಷಾಯದ ಮಡಿಕೆ ಅವನ ಕಣ್ಣಿಗೆ ಬಿತ್ತು. ಅದನ್ನು ಶ್ರೀನಿವಾಸ ನಾಯ್ಕ ಇನ್ನೂ ಕುಡಿಯಲು ಪ್ರಾರಂಭಿಸಿರಲಿಲ್ಲ. ಈ ಅಪ್ಪನಿಗೆ ಸರಿ ಮಾಡಿಸುತ್ತೇನೆ ಎಂದು ಸುರೇಶ ಕಷಾಯದ ದೊಡ್ಡ ಮಡಿಕೆಯನ್ನೇ ಅನಾಮತ್ತು ಎತ್ತಿ ಅವರೆಲ್ಲರ ಎದುರಿಗೆ ನೆಲದ ಮೇಲೆ ಕುಕ್ಕಿಬಿಟ್ಟ. ಕುದಿದು ಕುದಿದು ಪಾಕಗೊಂಡ ಕಷಾಯ ನೆಲದಮೇಲೆ ಹರಿಯತೊಡಗಿತು. ನೇತ್ರುವಿನ ದೇಹದೊಳಗಿಂದ ಗರ್ಭ ಕರಗಿ ನೀರಾಗಿ ಹರಿಯುತ್ತಿರುವಂತೆಯೇ ಹರಿಯಿತು.

ಮಗ ಸರ್ವನಾಶ ಮಾಡಿಬಿಟ್ಟ ಎನ್ನಿಸಿತು ನೆಲದ ಮೇಲೆ ಬಿದ್ದುಕೊಂಡಿದ್ದ ಶ್ರೀನಿವಾಸ ನಾಯ್ಕನಿಗೆ. ನೆಲದ ಮೇಲೆ ಹರಿದು ಹೋಗುತ್ತಿರುವ ಆ ಕಷಾಯವನ್ನೇ ಕೈಯಲ್ಲಿ ಮೊಗೆದು ಮೊಗೆದು ಅವನು ಕುಡಿಯತೊಡಗಿದ.

ಅದೇ ವೇಳೆಗೆ ಅಲ್ಲಿಗೆ ಬಂದು ಮುಟ್ಟಿದ ವಾಮನ ಬಾಗಿಲಲ್ಲೇ ನಿಂತು ಒಳಗೆ ಬರಲೂ ಕಾಣದೆ ಹೊರಗೆ ಹೋಗಲೂ ಕಾಣದೆ ಪಿಳಿಪಿಳಿ ಕಣ್ಣು ಬಿಡುತ್ತ ನಿಂತಿದ್ದ.

ಬೆನ್ನುಡಿ

ನೈತಿಕಪ್ರಜ್ಞೆಯ ಅಧಃಪತನ ಧ್ವನಿಸುವ ವಾಸ್ತವಿಕ ನೆಲೆಯ 'ಕ್ಷಯ'

ಗೆಳೆಯ ಶ್ರೀ ವಾಸುದೇವ ಶೆಟ್ಟಿಯವರ ಎರಡನೆಯ ಕಾದಂಬರಿ 'ಕ್ಷಯ.' ಮೊದಲ ಕಾದಂಬರಿ 'ಬಲೆ'ಯನ್ನು ಧಾರವಾಡದ ಕರ್ನಾಟಕ ವಿಶ್ವವಿದ್ಯಾಲಯದಲ್ಲಿ 1983–85ರ ಸಾಲಿನಲ್ಲಿ, ಕನ್ನಡ ಸ್ನಾತಕೋತ್ತರ ಪದವಿ ಅಧ್ಯಯನ ಮಾಡುತ್ತಿದ್ದಾಗ–1984ರಲ್ಲಿ–ಬರೆದಿದ್ದರು. ನಾನಾಗ ಅದನ್ನು ಹಸ್ತಪ್ರತಿ ರೂಪದಲ್ಲಿಯೇ ಓದಿ, ಆನಂದ ಮತ್ತು ಅಚ್ಚರಿ ಎರಡನ್ನೂ ಪಟ್ಟಿದ್ದೆ. ದಟ್ಟ ಕರಾವಳಿ ಪರಿಸರದಲ್ಲಿ ಮೈದಳೆಯುತ್ತ ಹೋಗುತ್ತಿದ್ದ ಮನುಷ್ಯ ಸಂಬಂಧಗಳ ಸೂಕ್ಷ್ಮ ಚಿತ್ರಗಳಿದ್ದ ಆ ಕಾದಂಬರಿ ನನಗೆ ಇಷ್ಟವಾಗಿತ್ತು. ಮುಂದೆ 1999ರಲ್ಲಿ ಬಲೆಯು ಬೆಳಗಾವಿಯ 'ಅಮೋಘ ವಾಙ್ಮಯ'ದಿಂದ ಪ್ರಕಟವಾಯಿತು. ಈಗ, ವಾಸುದೇವರ ಎರಡನೇ ಕಾದಂಬರಿ, ಇದನ್ನವರು 1988–89ರ ಸುಮಾರಿಗೆ ಬರೆದದ್ದು. ಈಗದನ್ನು ಮುದ್ರಿಸಿ ಓದುಗರ ಕೈಗಿಡುತ್ತಿದ್ದಾರೆ, ಇದು ನಿಜಕ್ಕೂ ಸಂತೋಷದ ಸಂಗತಿ.

ಪುಸ್ತಕ ರೂಪದಲ್ಲಿ ಹೊರಬರುತ್ತಿರುವ 25 ಅಧ್ಯಾಯಗಳ 'ಕ್ಷಯ' ಕಾದಂಬರಿಯು ಗಾತ್ರದಲ್ಲಿ ಚಿಕ್ಕದಿದ್ದರೂ (... ಪುಟಗಳು) ಅಚ್ಚರಿಪಡುವಷ್ಟು ಸಾಂದ್ರವಾದ ಹಾಗೂ ಅಷ್ಟೇ ವಿಸ್ತೃತವಾದ ಜಗತ್ತೊಂದು ಅದರೊಳಗಿದೆ. ಹೊನ್ನಾವರ ಹತ್ತಿರದ, ಕರಾವಳಿಯ ಒಂದು ಚಿಕ್ಕ ಹಳ್ಳಿಯ ಪರಿಸರದಲ್ಲಿ ಬಿಚ್ಚಿಕೊಳ್ಳುತ್ತಾ ಹೋಗುವ ಕಾದಂಬರಿಯ ಕಥಾಜಗತ್ತಿನಲ್ಲಿ ಸುಮಾರು 25ಕ್ಕೂ ಹೆಚ್ಚು ಪಾತ್ರಗಳು ಕಾಣಿಸಿಕೊಳ್ಳುತ್ತವೆ! ಆದರೆ ಪಾತ್ರ ಚಿಕ್ಕದಿರಲಿ–ದೊಡ್ಡದಿರಲಿ ಮೂಲ ಕಥಾವಸ್ತುವಿನೊಂದಿಗೆ ನ್ಯಾಯಯುತ ಸಾವಯವ ಸಂಬಂಧವನ್ನು ಹೊಂದಿರುವುದು ಕಾದಂಬರಿಯ ಬಂಧದ ಒಂದು ವಿಶೇಷ. ಆದರೆ, ಯಾವ ಪಾತ್ರವೂ ಇಲ್ಲಿ ನಾಯಕ ಅಥವಾ ನಾಯಕಿ ಆಗದೇ, ಕಾದಂಬರಿಯ ಮೂಲವಸ್ತು–ಸಮಸ್ಯೆ–ಕ್ಷಯವೇ ಪ್ರಾಧಾನ್ಯತೆ ಪಡೆದುಕೊಂಡಿರುವುದು ಇನ್ನೊಂದು ವಿಶೇಷ. ಕಾದಂಬರಿ ತೆರೆದುಕೊಳ್ಳುವುದೇ

ಕ್ಷಯಕ್ಕೆ ತುತ್ತಾಗಿರುವ ಅಥವಾ ಹಾಗಂದುಕೊಂಡಿರುವ ಶ್ರೀನಿವಾಸ ನಾಯ್ಕ– ತನ್ನ ಆಪ್ತ ಗೆಳೆಯ ಶಂಭುಗೌಡ ಸೂಚಿಸಿರುವ ಔಷಧಿಗಾಗಿ ಬೇರುಗಳನ್ನು ಹುಡುಕುವ ಚಿತ್ರದೊಂದಿಗೆ. ಆ ಚಿತ್ರ ಎಷ್ಟೊಂದು ಸಮರ್ಥವಾಗಿ ಮೂಡಿ ಬಂದಿದೆಯೆಂದರೆ, ಕ್ಷಯ ಪೀಡಿತ ಮನುಷ್ಯನ ದೈಹಿಕ–ಮಾನಸಿಕ ಸ್ಥಿತಿಯನ್ನು ತಿಳಿಸುತ್ತಲೇ, ಅವನ ಕೆಮ್ಮು–ಕಫದ ಉಗುಳು ಮಣ್ಣಿನ ಮೇಲೆ ಬಿದ್ದು ಅಲ್ಲಿ ನಡೆಯುವ ಒಂದು ಸಣ್ಣ ಪ್ರಕೃತಿ ಸಹಜ ಜೀವವ್ಯಾಪಾರವು ತುಂಬ ವಾಸ್ತವಿಕವಾಗಿ ಚಿತ್ರಿತವಾಗುತ್ತ ಹೋಗುತ್ತವೆ.

ಒಂದು ಚಿಕ್ಕ ದೃಶ್ಯವನ್ನು ಇಲ್ಲಿ ತೆಗೆದುಕೊಳ್ಳಬಹುದು. "...ಕೆಮ್ಮುವುದು ನಿಂತ ಮೇಲೆ ಕ್ಯಾಕರಿಸಿದ. ಅರ್ಧ ಉಗುಳು. ಅರ್ಧ ಕಫವನ್ನು ಥೂ ಎಂದು ಜೋರಾಗಿ ಉಗುಳಿದ. ಮಣ್ಣಿನ ಮೇಲೆ ಬಿದ್ದು ಘನೀಭವಿಸುತ್ತಿದ್ದ ಕಫವನ್ನು ನೋಡುತ್ತ ನಾಲ್ಕೈದು ಸಲ ನೀಳ ಉಸಿರನ್ನು ಎಳೆದುಕೊಂಡ. ನಾಲ್ಕೈದು ಕಟ್ಟಿರುವೆಗಳು ಅವನ ಕಫ್ಷಕ್ಕೆ ಮುತ್ತಿದವು. ಈ ದರಿದ್ರವಕ್ಕೆ ಯಾವುದೂ ರೋಗ ಬರುವುದಿಲ್ಲವೇನೋ ಎಂದುಕೊಂಡ."

ಮೇಲಿನ ಇಡೀ ದೃಶ್ಯಕ್ಕೆ ಒಂದು ಭೌತಿಕ ರೂಪ ಇರುವಂತೆ, ಅದಕ್ಕೊಂದು ಸಾಂಕೇತಿಕವಾದ ಮಾನಸಿಕ ಅಸ್ತಿತ್ವ ಕೂಡ ಇದೆ. ಕಣ್ಣಿಗೆ ಕಾಣುವ ಭೌತಿಕ ಚಟುವಟಿಕೆಯ ಚಿತ್ರವನ್ನು ಕೊಡುತ್ತಲೇ, ಅದು ಯಾವುದೋ ಒಂದು ಮಾನಸಿಕ ಸ್ಥಿತಿಯನ್ನು ಸೂಚಿಸುತ್ತ ಹೋಗುವ ಈ ಗುಣ ಕಾದಂಬರಿಯ ಮುಂದಿನ ಪುಟಗಳನ್ನು ಓದುತ್ತ ಹೋದಂತೆ ಮತ್ತೆ ಮತ್ತೆ ಎದುರಾಗುತ್ತದೆ. ಇಂಥ ಸೂಕ್ಷ್ಮಗಳನ್ನು ನಿರ್ಲಿಪ್ತವಾಗಿ ಧ್ವನಿಸುವ ಗುಣ ಕಾದಂಬರಿಯಲ್ಲಿ ಅನೇಕ ಕಡೆ ನೋಡಲು ಸಿಕ್ಕುತ್ತದೆ. ಈ ಚಂದದ ಬರವಣಿಗೆಯ ಶೈಲಿಗಾಗಿಯೂ ಕ್ಷಯವನ್ನು ಓದಬೇಕು ಅನಿಸುತ್ತದೆ.

ಇಡೀ ಕಾದಂಬರಿಯನ್ನು ಓದಿದಾಗ ಓದುಗನಿಗೆ ಒಂದು ದಟ್ಟ ಅನಿಸಿಕೆ ಮೂಡುತ್ತದೆ. ಕ್ಷಯ ಕೇವಲ ಶ್ರೀನಿವಾಸ ನಾಯ್ಕನಿಗೆ ಮಾತ್ರ ಅಂಟಿದ ರೋಗವಲ್ಲ. ಶ್ರೀನಿವಾಸ ನಾಯ್ಕನಿಗೆ ಅಂಟಿರುವುದು ಕೇವಲ ದೈಹಿಕ ಕ್ಷಯ. ಆದರೆ ಇಡೀ ಊರಿಗೆ ಊರೇ ಕ್ಷಯಕ್ಕೆ ತುತ್ತಾಗಿದೆ. ಆದರೆ ಇದು ದೇಹ ಮಟ್ಟದ ಕ್ಷಯವಲ್ಲ; ಆ ಪುಟ್ಟ ಹಳ್ಳಿಯ ಅನೇಕರ ಮನಸ್ಸಿನಲ್ಲಿ ಕುಳಿತು ಅವರಿಗೇ ಗೊತ್ತಾಗದಂತೆ ಅವರನ್ನು ಕೊಳೆಯಿಸುತ್ತಿರುವ ರೋಗ ಮನೋಮಟ್ಟದ ರೋಗ. ಅದನ್ನು, ಮನುಷ್ಯರಲ್ಲಿ ಅವರ ಅರಿವಿಗೇ ಬಾರದೆ, ಅಥವಾ ಬಂದರೂ ಅದರಿಂದ ಪಾರಾಗುವ ದಾರಿಗಾಣದೆ ಅವರನ್ನು ನಿಧಾನಕ್ಕೆ ಸಾವಿಗೆ ಹತ್ತಿರವಾಗುವಂತೆ ಮಾಡುವ 'ನೈತಿಕಪ್ರಜ್ಞೆಯ ಅಧಃಪತನದ ಫಲ' ಎಂದೂ ಅಂದುಕೊಳ್ಳಬಹುದು. ಹೊಸಬಯ್ಯ ನಾಯ್ಕನ ಮಗಳ ಮರಣದ ಹಿಂದಿನ ಕಾರಣಗಳ ಎಳೆಗಳು, ಅಳ್ಳಂಕಿ–ವೆಂಕಟನಾಯ್ಕರ ದಾಂಪತ್ಯದ ಸ್ವರೂಪ,

ಶ್ರೀನಿವಾಸ ನಾಯ್ಕನ ಮಗ ಸುರೇಶನ ಮನೋರೋಗ, ಹುಕ್ಕಿ ಹನುಮಂತನ ಹೆಂಡತಿ ಬಸರಾಗುವ ರೀತಿ ಇತ್ಯಾದಿಗಳನ್ನು ಮನನ ಮಾಡುತ್ತಾ ಹೋದರೆ ಈ ಅಂಶ ಮನದಟ್ಟಾಗುತ್ತದೆ.

ಕಾದಂಬರಿಯಲ್ಲಿ, ಮೇಲು ನೋಟಕ್ಕೆ ಲಗಾಮು ರಹಿತವಾಗಿ ನಡೆಯುವ ಲೈಂಗಿಕ ಸಂಬಂಧಗಳ ಚಿತ್ರಣಗಳು ಗಮನ ಸೆಳೆಯುತ್ತವೆಯಾದರೂ, ವಾಸ್ತವಾಗಿ ಅವು ಕೇವಲ ಲೈಂಗಿಕ ಸಂಬಂಧದಲ್ಲಿನ ನೈತಿಕಪ್ರಜ್ಞೆಯ ಅಧಃಪತನವನ್ನು ಮಾತ್ರವಲ್ಲ ಆರ್ಥಿಕ, ಸಾಮಾಜಿಕ, ಸಾಂಸ್ಕೃತಿಕ ಅಂದರೆ ಒಟ್ಟಾರೆ ಮನುಷ್ಯ ಮನುಷ್ಯರಲ್ಲಿನ ಸಂಬಂಧಗಳಲ್ಲಿ ಬಿದ್ದುಹೋಗಿರುವ ನೈತಿಕಪ್ರಜ್ಞೆಯ ಅಧಃಪಾತವಾಗಿರುವುದು ಕಾದಂಬರಿಯು ತಣ್ಣಗೆ ಆದರೆ ಪ್ರಭಾವಶಾಲಿಯಾಗಿ ಸೂಚಿಸುತ್ತಿದೆ ಎಂದೆನಿಸುತ್ತದೆ. ಪಂಚಗಿಡ್ಡನಾಯ್ಕ, ಶಂಕರನ್ ಮುಂತಾದ ಪಾತ್ರಗಳು ಕಾದಂಬರಿಯಲ್ಲಿ ಆಡುವ ಆಟವನ್ನು ನೋಡಿದರೆ ಈ ಅಂಶ ಮನವರಿಕೆಯಾಗುತ್ತದೆ.

ಹೀಗೆ ಸಮಗ್ರ ಅಧಃಪತನ ಪ್ರಕ್ರಿಯೆಗೆ ತುತ್ತಾಗಿರುವ ಊರಲ್ಲಿ, ಸಮಸ್ಯೆಗೆ ಪರಿಹಾರ ಸೂಚಿಸುವವ ಇಲ್ಲ ಅಂತಲ್ಲ. ಆದರೆ, ಹಾಗೆ ಪರಿಹಾರ ಸೂಚಿಸುವವರಲ್ಲೂ ಸ್ಪಷ್ಟತೆಯು ಉದ್ದೇಶಪೂರ್ವಕವಾಗಿಯೇ ಮಾಯವಾಗುರುವುದನ್ನು ಕಾದಂಬರಿ ಕಾಣಿಸುತ್ತದೆ. ಏಕೆಂದರೆ, ಹಾಗೆ ಪರಿಹಾರ ಸೂಚಿಸುವವರೂ ಸಮಸ್ಯೆಗೆ ಯಾವುದೋ ಒಂದು ಬಗೆಯಲ್ಲಿ ಸಂಬಂಧಿಸಿದವರೇ ಆಗಿರುತ್ತಾರೆ. ಸಮಸ್ಯೆಯ ಪರಿಹಾರಕ್ಕಿಂತ ಸಮಸ್ಯೆಯಿಂದಾಗಿಯೇ ತಾವು ಪಡೆದುಕೊಳ್ಳಬಹುದಾದ ಲಾಭಾಂಶದ ಕಡೆಗೆ ಇವರ ಗಮನವಿರುತ್ತದೆ. ಇದೊಂದು ಬಗೆಯ ತೆರಣಿಯ ಹುಳು ತನ್ನ ಸುತ್ತ ತಾನು ಸುತ್ತಿಕೊಳ್ಳುತ್ತ, ತಾನೇ ಅದರಲ್ಲಿ ಬಂಧಿಯಾಗಿ ಬಿಡುವಂತೆ. ಕಾದಂಬರಿಯಲ್ಲಿ ಮಹತ್ವದ ಪರಿಹಾರ ಸೂಚಕನಾಗಬಹುದಾಗಿದ್ದ ವಾಮನ ಕೂಡ ಈ ಸುಳಿಯಿಂದ ಪಾರಾಗಲು ಸಾಧ್ಯವಾಗುವುದಿಲ್ಲ. ಹೀಗಾಗಿ ಇಡೀ ಕಾದಂಬರಿಯು ಆದ್ಯಂತವಾಗಿ ವಾಸ್ತವಿಕ ನೆಲೆಯ ಕಲಾಕೃತಿಯಾಗಿರಲು ಸಾಧ್ಯವಾಗಿದೆ.

ಕಾದಂಬರಿಯಲ್ಲಿ ಗಮನ ಸೆಳೆಯುವ ಹಾಗೂ ಆಪ್ತವಾಗುವ ಇನ್ನೊಂದು ಅಂಶವೆಂದರೆ ವಾಸುದೇವರ ಭಾಷೆ. ಉತ್ತರ ಕನ್ನಡದ ಹೊನ್ನಾವರ ಸುತ್ತಮುತ್ತಲಿನಲ್ಲಿ ಇರುವ ಕನ್ನಡ ಭಾಷೆಯು, ಸುಂದರವಾದ ಆದರೆ ಅದು ಅತೀ ಪ್ರಾದೇಶಿಕತೆಯ ಸೆಳವಿಗೆ ತುತ್ತಾಗದೇ ಕರ್ನಾಟಕದ ಉಳಿದ ಭಾಗಗಳಲ್ಲೂ ತನ್ನ ಸಂವಹನ ಶಕ್ತಿಯನ್ನು ಉಳಿಸಿಕೊಂಡಿರುವ ಚಿತ್ರಕಶಕ್ತಿಯ ಭಾಷೆಯನ್ನು ಕಾದಂಬರಿಯ ತುಂಬೆಲ್ಲ ಕಾಣಬಹುದು. 'ಸಾಧ್ಯವಿಲ್ಲದವನು ನಾಲ್ಕೇ ದಿನಕ್ಕೆ ಮಂಡ ಮಡಚುತ್ತಾನೆ', 'ಎಲ್ಲರ ಬಾಯಿಗೂ ಬಡೇಸೋಪು

ಆಗೋದು ಬೇಡ', ಮುಗಿಲು ಹನಿಸುವ ಹನಿಗೆ ನೆಲ ಬಾಯ್ದೆರೆದು ಕನಸು ಕಾಣುತ್ತಿತ್ತೋ ಏನೋ' ಇಂಥ ವಾಕ್ಯಗಳು ಅವು ಕಾಣಿಸಿಕೊಳ್ಳುವ ಪ್ರಸಂಗವನ್ನು ತುಂಬ ಪರಿಣಾಮಕಾರಿಯಾಗಿಸುತ್ತವೆ. ಇದೇ ವೇಳೆ ಕೂ ಹಾಕುವುದು, ತೊಡಾಮುಂಚೆ, ಕೊಟ್ಟೆಕೊಯ್ಯು ಮುಂತಾದ ಪದಗಳು–ಪದಗುಚ್ಛಗಳು ತಮ್ಮ ಅಚ್ಚಪ್ರಾದೇಶಿಕ ಸೊಗಡಿನಿಂದಾದಾಗಿ ಗಮನಸೆಳೆಯುತ್ತವೆ. ಇಂಥ ಪದಗಳಿಗೆ ಅರ್ಥವಿವರಣೆ ಇದ್ದರೆ ಚೆನ್ನಾಗಿರುತ್ತಿತ್ತೇನೋ?!

'ಕ್ಷಯ'ದ ಓದು ನನ್ನಲ್ಲಿ ಈ ಇಂಥ ಆಲೋಚನೆಗಳು, ಚಿಂತನೆಗಳು, ಭಾವನೆಗಳನ್ನು ಹುಟ್ಟುಹಾಕಿತು. ಕನ್ನಡ ಓದುಗ ಬಳಗ ಇದನ್ನು ಆಪ್ತವಾಗಿ ಬರಮಾಡಿಕೊಳ್ಳಲಿ, ನಾಡಿನಲ್ಲಿ ಕ್ಷಯದಂಥ ಕಾದಂಬರಿಯ ಬಗೆಗೆ ಚರ್ಚೆ–ಸಂವಾದಗಳು ನಡೆಯಲಿ, ಗೆಳೆಯ ವಾಸುದೇವ ಶೆಟ್ಟಿಯವರಿಂದ ಇನ್ನೂ ಹೆಚ್ಚಿನ ಸಾಹಿತ್ಯ ಸೃಷ್ಟಿಯಾಗಿ ನಮಗೆಲ್ಲ ಓದಲು ಸಿಗಲಿ ಎಂದು ಶುಭ ಕೋರುವೆ.

–ಶಿವಾನಂದ ಹೊಂಬಳ
ಬೆಂಗಳೂರು
9663455891

ಅಪರೂಪದ ಪದಗಳ ಅರ್ಥ

ಅಡೆಗಾಲ–ಕೇಡುಗಾಲ

ಅಂಡುಗೊಕ್ಕೆ–ದೋಟಿ ಮತ್ತು ಕತ್ತಿ ಸಿಕ್ಕಿಸಿಕೊಳ್ಳುವ ಸಾಧನ

ಆಯ್ಲಿಪೊಯ್ಲಿ–ಸಾಧಾರಣ

ಎರಡುಮಾಡು–ಮಲವಿಸರ್ಜನೆ

ಐನ–ಪ್ರಮುಖ

ಒಳಹಕ್ಕಲ–ತೋಟಕ್ಕೆ ಹೊಂದಿಕೊಂಡಿರುವ ಬೆಟ್ಟ

ಒಳಂತರಂಗದಲ್ಲಿ–ಗುಟ್ಟಾಗಿ

ಗಂಟಿ–ದನಕರು

ಕಡಕುಮಣೆ–ಕೊನೆಕೊಯ್ಯುವವನು ಮರದಲ್ಲಿ ಕುಳಿತುಕೊಳ್ಳಲು ಅನುವಾಗುವ ಸಾಧನ

ಕುವಿ–ಒಳಗುಟ್ಟು

ಕೊಟ್ಟೆಕೊನೆ–ಅಡಕೆಕೊನೆಗೆ ಹಾಳೆ ಮುಚ್ಚುವುದು ಕೊಟ್ಟೆ, ಕೊನೆ ಅಂದರೆ ಅಡಕೆ ಕೊನೆಯನ್ನು ಕೊಯ್ಯುವುದು

ಕಂಯಿ–ಕಹಿ

ಗಡಿ ಶ್ರಾಯ–ಮಳೆಗಾಲ

ಗಂಜಿಪರಾಕು–ಬನಿಯನ್

ಗಾಂವಟಿ ಮದ್ದು–ನಾಟಿಮದ್ದು, ಊರೌಷಧ

ಗಾಂಚಾಗಿ–ಎರಡು ವಸ್ತುಗಳ ನಡುವೆ ಸಿಕ್ಕುವುದು

ಗಿರಾಚಾರ–ಗ್ರಹಚಾರ

ಗುಡ್ಡಿ–ಗುಡ್ಡ, ಬೆಟ್ಟ

ಜಬ್ಬೆ–ಸತ್ವ ಇಲ್ಲದ್ದು

ಜಂಬರ–ಕೆಲಸ

ತಾಪಡತೋಪ್–ತಕ್ಷಣ

ತೀಡಿಕೊಳ್ತಾ–ಅಳುತ್ತ

ತೊಡಾಮುಂಚೆ–ಸ್ವಲ್ಪಮೊದಲು

ದರಕು–ಒಣಎಲೆ

ದುಣ್ಣಿ–ಟೊಣಪಿ

ನೇರಹಗ್ಗ–ಅಡಕೆ ಕೊನೆಯನ್ನು ಇಳಿಸುವ ಹಗ್ಗ

ಪರಾಕಿನ–ಭೂತಕಾಲದ

ಪೊಕಳೆ ಹೊಡೆ–ಹರಟೆ

ಬರಾಸನಬಳ್ಳಿ–ಹಾಯಿ ಅಂಚಿನ ಹಗ್ಗ

ಬೆರ್ಕಿ–ಹರಾಮಿ

ಭಾವಾರ್ತಿ–ಸೌಮ್ಯಸ್ವಭಾವದವ

ಪೈಸಾರ–ಸೊರಗು

ಮಿಸರಿ–ಜೇನಿನಂತೆ ತುಪ್ಪ ತಯಾರಿಸುವ ಕೀಟ

ಮಂಡಮಡಚು–ಗುಳೆಹೋಗು

ವಡು–ಉಡ

ವಾರ್ಲ–ಎತ್ತು ಅಥವಾ ಕೋಣದ ಜೋಡಿ

ಸಮನ–ಸನ್ಮಾನ

ಸುಂಕಾಣಿ–ಚುಕ್ಕಾಣಿ

ಸೆರ್ಕಿ–ನೋವು, ಸಿಡಿತ

ಹಕ್ಕೆಜಗುಲಿ–ಜಗುಲಿಯ ಮೇಲಿನ ಎತ್ತರದ ಕಟ್ಟೆ

ಹನಾಲು–ಮಳೆಗಾಲದ ಹಳ್ಳದ ನೀರು

ಹಮ್ಮು–ಮಲಗು

ಹರಕತ್ತು–ಅಗತ್ಯ

ಹಿರಿಬೊಬ್ಬೆ–ದೊಡ್ಡಕೂಗು

ಹಿಂಡು–ಪೊದೆ

ಹೊಡಚಿ–ಉರುಳಿ

ಹುಕ್ಕಿ/ಹುಕಿ–ಲಹರಿ

ಹೆರಿಹಾವು–ನಾಗರಹಾವು

ಹೊಯ್ದು–ಹೊರಳಿಸು

ಹಂಡಕಸಬಿ–ಪಕ್ಕಾಕೆಲಸಗಾರ

ವೀರಲೋಕದ ಪ್ರಕಟಣೆಗಳು

1. ಕೈ ಹಿಡಿದು ನೀ ನಡೆಸು ತಂದೆ
2. ವಿಶ್ವಸುಂದರಿ
3. ಇವರು ಅವರು ದೇವರು
4. ಒಳ್ಳೆಯ ಬದುಕಿನ ಸೂತ್ರಗಳು
5. ಬೆಳ್ಳಿತೆರೆಯ ಬಂಗಾರದ ಗೆರೆ
6. ಸೋಲೆಂಬ ಗೆಲುವು
7. ಲಾಸ್ಟ್ ಡೇಸ್ ಆಫ್ ಲೆಜೆಂಡ್ಸ್
8. ಮನಿ ಮನಿ ಎಕಾನಮಿ
9. ನಿಮಗೆಷ್ಟು ಹಣ ಬೇಕು?
10. ಆರ್ಟ್ ಆಫ್ ಸಕ್ಸಸ್
11. ಮಾದಕ ದೊರೆ
12. ನಟನ ಕಥೆ–ಮಂಡ್ಯ ರಮೇಶ್
13. ಬದುಕೇ ಭಗವಂತ
14. ತ್ಯಾಗಕ್ಕಿಲ್ಲ ನೂಕುನುಗ್ಗಲು
15. ಕೃಷಿ ಯಾಕೆ ಖುಷಿ?
16. ಮೆಮರೀಸ್ ಆಫ್ ಬಾರ್ಸಾ
17. ಹಿಂದಿನ ನಿಲ್ದಾಣ
18. ಪ್ರೀತ್ಸು
19. ಕಥಾ ಸಾಗರಿ
20. ಹೃದಯದ ಮಾತು
21. ದ್ವೈತ
22. ಕ್ಷಯ
23. ಯಾರೂ ಹೇಳದ ಕಥೆಗಳು
24. ಅರ್ಧ ಬಿಸಿಲು ಅರ್ಧ ಮಳೆ...